அக்கினிப் பறவை

AF765574

முத்துலட்சுமி ராகவன்

Made with ♥ on the Notion Press Platform
www.notionpress.com

பொருளடக்கம்

பொருளடக்கம்

1

அண்ணாசாலையில் அகன்ற சாலைப் பகுதியில் உள்ள பல மாடிக் கட்டிடங்களில் ஒன்றில் இயங்கிக் கொண்டிருந்த அந்த அலுவலகம் காலை நேரத்தின் பரபரப்போடு இயங்க ஆரம்பித்தது. உள்ளே பணிபுரிந்து கொண்டிருந்த ஆடவர் மற்றும் மகளிர் வேலைக்கு வர ஆரம்பித்திருந்தனர். ஒவ்வொருவராய் வந்து அவரவர் இருக்கையில் அமர்ந்து கொண்டிருந்தபோது உள்ளே மூச்சு வாங்க ஓட்டமும் நடையுமாய் வந்த பெண்ணொருத்தி அமர்ந்திருந்த பெண்களில் ஒருத்தியைப் பார்த்து,

"குட்மார்னிங் வனஜா.." என்றாள் மூச்சிரைக்க.. பதிலுக்கு,

"குட்மார்னிங் சுசிலா.." என்ற வனஜா,

"ஏண்டி இப்படி மூச்சு வாங்குது..? மெதுவாக வரக் கூடாதா..?" என்றாள்.

"ஏன் சொல்ல மாட்டாய்..? துர்வாச முனிவர் வருவதற்கு முன்னாடியே சீட்டில் வந்து உட்கார்ந்து விட்ட தைரியம் உனக்கு.. துர்வாசர் வருவதற்கு முன்னாடி வந்துடனும்னு உயிரைக் கையில் பிடித்துக் கொண்டு நான் ஓடி வந்த தவிப்பு எனக்கு இல்ல தெரியும்.. போடி.... ஸ்ஸு.. அம்மாடி.. ஒரு வழியா வந்துவிட்டேன்.." என்று சுசிலா அவளது சீட்டில் அமர்ந்து கொண்டு ஆசுவாசப் பெருமூச்சுவிட, பிரியா புயலாய் உள்ளே நுழைநதாள். வரும்போதே,

"ஹாய் வனஜ்! காலங்கார்த்தாலேயே சுசிலா புலம்பிக் கொண்டிருக்கிறாளே என்னவாம்.." என்று வம்பு கேட்கும் ஆர்வத்துடன் கேட்க, வனஜா,

"நத்திங் ப்ரியா..! லேட்டாயிடுச்சுன்னு பயந்திட் டாளாம். இப்போது நீ லேட்டாத்தானே வர்றே..? துர்வாசருக்குப் பயந்து ஓடியா வர்றே..? அதைத்தான் சொன்னேன். பொரிஞ்சு தள்ளுரா.." என்று கூறினாள்.

அதற்கு அந்தப் பிரியா, "நான் மெதுவாக வந்தேனா..? நெவர்.. நான் அப்போதே வந்து விட்டேன். வாசலில் நின்று அரட்டையடிச்சுக்கிட்டு இருந்தேன்.. துர்வாச முனிவர் வந்துவிட்டார். அதான் சீட்டுக்கு வந்தேன்.." என்று கூற வனஜாவும், சுசிலாவும் பதறிப் போனார்கள்.

"அடிப்பாவி.. என்னடி சொல்றே. துர்வாசர் வந்தாச்சா. வனஜ்! நீ உன் சீட்டுக்குப் போ.. நான் என் சீட்டுக்கு வந்து விட்டேன்." என்றபடி சுசிலா பாய்ந்து அவளது சீட்டை ஆக்ரமித்து வேலையிருப்பது போல் குனிந்து கம்ப்யூட்டரை நோண்ட ஆரம்பித்தாள். வேலை பார்ப்பது போல் பாவனை செய்தபடி குனிந்து இருந்தாலும் விழிகள் வாசலைப் பார்த்தபடி இருந்தன.

வெளியே டக்டக்கென்று ஷூவின் கம்பீரமான காலடிச்சத்தம் கேட்டது. அந்த அலுவலகத்தின் அனைத்து ஊழியர்களும் வேலை செய்யும் பாவனையில் கம்ப்யூட்டரை கட்டி அணைத்துக் கொள்ள 'ஆதித்தன்' அந்த நிறுவனத்தின் ஜி.எம். என்றழைக்கப்படும் ஜெனரல் மேனேஜர் பதவி வகிப்பவன் உள்ளே நுழைந்தான். கடுகடுவென்ற முகத்துடன் 'துர்வாச முனிவர்' என்று அந்த அலுவலகத்தில் பணிபுரிபவர்களால் முக்கியமாய் பெண்களால் பெயர் சூட்டப் பட்ட அந்த ஜெனரல் மேனேஜர் எல்லோருடைய 'குட்மார்னிங்'குகளையும் போனால் போகிறதென்று சிறு தலை அசைவுடன் ஏற்றுக் கொண்டு அவனது தனியறைக்குள் நுழைந்தான். அவன் உள்ளே போன அடுத்த நிமிடம் அலுவலகமே மூச்சு வாங்கி ஆசுவாசப்பட்டுக் கொண்ட நேரத்தில் பிரியாவின் டேபிளின் மேலேயிருந்த இன்டர்காம் அலறியது. பிரியா அதை விட வேகமாய் அலறிக் கொண்டு எடுத்துப் பேசினாள்.

"பிரியா..! கொஞ்சம் வந்துவிட்டுப் போங்க." என்று ஆணையிட்டது ஆதித்தனின் குரல். உயிரெல்லாம் வடிந்து விட்ட நிலையில் சவமாய் வெளுத்துப் போன முகத்துடன் அவள் சீட்டை விட்டு எழுந்திருக்கையில் பக்கத்து சீட் வசுமதி துக்கம் விசாரித்தாள்.

"என்னடி ப்ரியா..? துர்வாச முனிவரின் சாபம் இன்றைக்கு உன்கிட்டயிருந்து ஆரம்பிக்கப் போகுதா..? இன்றைக்கு முதல் பலி நீதானா? நல்லா மாட்டினே போ.."

"வசு ப்ளீஸ்.. நானே நொந்து போயிருக்கேன்.. நீ வேற மேலேயும் நோகடிக்காதே..."

"எதுவானாலும் உள்ளே போய் அர்ச்சனையை வாங்கிக் கட்டிக் கொண்டு வந்து நொந்து போ.. லேட்டாய் போனேன்னு வை, துர்வாசர் அதுக்குள்ள வெளியே வந்து எல்லார் மத்தியிலும் காச்சு காச்சுன்னு காச்சிரும். தேவையா..?"

"அடிப்பாவி.. அந்தாளு மாதிரியே நீயும் சாபம் கொடுக்கறியேடி. நான் உள்ளே போய் அர்ச்சனை வாங்கிக் கட்டிக் கொள்வதைக் கேட்க உனக்கு அவ்வளவு ஆசைடி. போறேன்டி. எல்லாம் என் நேரம். போய் வாங்கிக் கட்டிக் கொண்டு வருகிறேன்."

நடுங்கிக் கொண்டே போய், எம்.ஆதித்தன் எம்.இ., எம்.பி.ஏ., ஜெனரல் மேனேஜர் என்ற போர்டு மாட்டப் பட்டிருந்த அறையின் முன் நின்று மெதுவாய், மிக மெதுவாய் ஒரு விரலால் கதவைத் தட்டினாள் பிரியா.

"யெஸ் கமின்" என்ற கண்டிப்பான குரல் கேட்டவுடன் கதவைத் தள்ளிக் கொண்டு உள்ளே சென்றாள்.

வெளிர் நீல சுடிதாரில் அழகாய் மாடலிங் பெண் போன்ற தோற்றத்துடன் முன்னால் வந்து நின்ற பிரியாவின் அழகு கொஞ்சம் கூட பாதிக்காதவனாய் அந்த ஆதித்தன் முறைத்தான். மென்று துப்பிய வார்த்தைகள் போல் தோன்ற,

"டேக் யுவர் சீட்" என்றான். இருபத்தியெட்டு வயது வாலிபனான அவன் முன்னால் நிற்கும் உணர்வில்லாமல் செங்கல்காள வாசலின் உள்ளே நிற்பது போல் வியர்த்து விறுவிறுக்க நின்றிருந்த பிரியா,

"இட்ஸ் ஓகே சார்.." என்றாள் அவசரமாக,

"ஏன் உட்காரப் பிடிக்காதா..? நின்று கொண்டி ருந்தால் தான் பிடிக்குமா..? அதனால்தான் ஆபிஸ் நேரத்தில் ஆபிஸ் சீட்டில் உட்காராமல் ஆபிஸ் வாசலில் நின்று கொண்டிருந்தீர்களா..?"

"சார் அது வந்து..."

"எது வந்து.. ம்ம்.. இந்த வந்து போயெல்லாம் வேண்டாம். உங்களுக்கு எட்டு மணி நேர வொர்க்குன்னு தெரியுமில்லை.."

"சார்.. சார்..."

"தெரியுமா..? தெரியாதா..? ஐ வான்ட் இம்மீடியட் ஆன்சர்.."

"தெரியும் சார்.."

"அது தெரிந்துமா, ஆபிஸ் நேரத்தில் வாசலில் நின்று அரட்டையடித்துக் கொண்டு இருந்தீர்கள்..? மாதக் கடைசியில் ஆயிரக் கணக்கில்

சம்பளம் கொடுப்பது நீங்க வேலை செய்யணும்கிறதுக்காக. அரட்டையடிக் கிறதுக்கு இல்லை. புரியுதா..? காலையில் வந்தவுடனேயே அரட்டைக் கச்சேரியை ஆரம்பித்து வைக்கிறீர்களே.. உங்களுக்கு கொஞ்சமாவது மனசாட்சி இருக்கிறதா..? இல்லையா..?"

"இல்லை சார்.. அது வந்து.." என்று பதறினாள் பிரியா.

"இல்லையா..? எது இல்லை..? மனச்சாட்சி இல்லையா..?"

"இல்.. ஐயோ.. நான் அந்த அர்த்தத்தில் 'இல்லை'ன்னு சொல்லவில்லை சார்." என்று பிரியா பரிதவித்தாள்.

"குட்.. இன்னைக்கு நாள் நல்லபடியா ஆரம்பிச் சிருக்கு.. 'ஐயோ அம்மா'ன்னு அருமையாப் பேசுறீங்க.. இதைத்தான் காலேஜில் படிச்சு டிகிரி வாங்கினீங்களா..?"

"இல்..இல்லை.. சார்" என்று 'இல்லை'யென்ற பதிலைத் தவிர எந்தப் பதிலை இந்தக் கேள்விக்கு கூறுவது என்ற தடுமாற்றத்துடன் பிரியா கூறினாள்.

"ச்சு.. முதலில் இந்த ப்ளடி 'இல்லை'யை விட்டுத் தொலையுங்கள்.. இன்னொரு தரம் இப்படி பிகேவ் பண்ணினால் 'மெமோ' கொடுத்து விடுவேன். பிகேர்புல். ஆபிசுக்கு வருவதாக நினைக்கிறீங்களா..? இல்லை மெரினா பீச்சிற்கு வருவதாக நினைக்கறீங்களா..? லுக் மேடம். இந்த லூட்டியடிக்கிறது. அரட்டையடிக்கிறது இதையெல்லாம் மூட்டை கட்டி வைத்துவிட்டு இந்த ஆபிஸில் வேலை பார்க்கிறதாக இருந்தால் வேலை பாருங்க. இல்லைன்னா ரிசைன் பண்ணிவிட்டு உங்க வீட்டு வாசலில் போய் நின்று அரட்டையடிங்க. மைன்ட் இட்.. புரியுதா..?"

"யெஸ் சார்.."

"என்னத்துக்கு இப்போ 'யெஸ்' போடறீங்க..? ரிசைன் பண்ணிடறீங்களா..?"

"நோ... நோ... நோ சார்..."

"எஸ், நோ, இந்த இரண்டு வார்த்தையை விட்டால் வேறு வார்த்தை எதுவும் பேசத் தெரியாதா..? ஆனால் அரட்டையடிக்க ஆரம்பித்து விட்டால் மட்டும் சரளமாய் வார்த்தைகள் வந்து விழுகின்றதே.. எப்படி..ம்..?"

"இனிமேல் ஜாக்கிரதையாய் நடந்து கொள்கிறேன் சார்.." என்று தழைந்த குரலில் பேசிய பிரியாவின் கண்களில் நீர் திரையிட்டிருந்தது.

அதைக் கவனிக்காதவன் போல் ஆதித்தன் பேசினான்.

"ஜாக்கிரதையாய் நடக்க நீங்க என்ன கம்பி மேலேயா நடக்கப் போறீங்க.. ஆபிஸ் நேரத்தில் ஆபிஸ் வேலையை மட்டும் பாருங்க மேடம். எனக்கு அது போதும். ஆபிஸ் நேரம் முடிந்தவுடன் நீங்க எக்கேடு கெட்டால் எனக்கென்ன..?"

"ஓ.கே. சார்.." என்று இந்த பதிலுக்கும் அவன் என்ன கூறப் போகிறானோ என்ற பயத்துடன் பிரியா கூறினாள். அவளது பயத்தை மெய்ப்பிப்பது போல ஏதோ பேச வாய் திறந்தவன் போன் மணி அடிக்கவும் அதை எடுத்து,

"ஹலோ மேக்னா பவர்ஸ் லிமிடெட் ஜி.எம்.ஹியர்." என்றபடி அவளைப் போகலாம் என்று ஒற்றை விரலால் சைகை செய்து வெளியேற்றினான்.

கிழிந்து போன துணியாய் வெளியே வந்தாள் பிரியா.. உள்ளே ஆதித்தன் கத்திய காட்டுக் கத்தலை செவிமடுத்திருந்த அலுவலகத்தின் சக ஊழியர்களின் இரக்கமான பார்வைகளைக் கடந்து அவளது இருப்பிடத்திற்குப் போய் அமர்ந்தாள். அவளது காலை நேரத்து உற்சாகம் ஆதித்தனின் அக்கினிப் பேச்சில் பொசுங்கிப் போயிருக்க இயந்திரமாய் கண்களில் நீர் வழிய வேலையில் ஆழ்ந்தாள்.

2

அலுவலக சுவர் கடிகாரம் 'ஒன்று' என அடித்தது. அந்தச் சத்தத்திற்காக காத்திருந்தது போல் அனைவரும் கம்ப்யூட்டரை அணைத்து விட்டு மதிய உணவுக்கு ஒவ்வொருவராக எழுந்து செல்ல ஆரம்பித்தனர். ஆண்களில் பலர் அலுவலக கேண்டினை நோக்கி நடக்க பெண்கள் அனைவரும் 'டைனிங் ஹால்' என அழைக்கப்படும் உணவு அருந்தும் அறைக்குச் சென்றார் கள். மதிய உணவு நேரம் தான் அவர்களுக்கான நேரம். குடும்பச் சுமைகளைப் பகிர்ந்து கொள்வது. அரசியல் பற்றி அலசுவது, விளையாட்டை விமர்சிப்பது, புதிதாய் வந்திருக்கும் சேலை, துணிமணிகள், நகைகள் பற்றிப் பேசுவது, யாராவது புதுடிசைனில் உடை அணிந்திருந் தாலோ அல்லது நகை அணிந்திருந்தாலோ அதைப் பற்றிப் பாராட்டுவது, கருத்துச் சொல்வது, சினிமா பற்றிப் பேசுவது, டி.வி. சீரியல்கள் எந்தத் தரத்தில் இருக்கிறது என்ற இவர்களது டி.ஆர்.பி. ரேட்டிங்கை கடைபரப்புதல் என்று அந்த ஒரு மணி நேரமும் பணிபுரியும் மகளிருக்கான தனி உலகமாக இருக்கும். இவற்றின் இடையே அலுவலக அக்கப் போர்கள் நிச்சயம் பேசப்படும். அன்றைய உணவு இடைவேளையில் அலுவலகப் பெண் ஊழியர்களின் வாய்களில் உணவுக்குப் பதில் ஆதித்தன் அரைபட்டான். ஆளுக்கு ஆள் ஆறுதல் வார்த்தைகளை பிரியாவை நோக்கி அள்ளிவிட பிரியா அழுது விட்டாள்.

"ஐயோ பிரியா..! என்னப்பா இது..? இதுக்குப் போய் கண்ணீர் விடலாமா..? துர்வாசர் குணம்தான் உனக்குத் தெரியுமே..? நீயேண்டி அது கண்ணில் படுகிற மாதிரி வாசலில் நின்று தொலைச்சே..!" என்று வசுமதி வினவ,

"அசட்டுத் தைரியம் வசு! ஒரே நிமிடம்தான் ஸ்லோ பண்ணியிருப்பேன். அதுக்குள்ளே ஜி.எம்மின் கார் உள்ளே வந்து விட்டது" என்றாள்

பிரியா.

"ஏய் பிரியா.. இங்கே பார்.. ஏண்டி இன்னும் பேயறைஞ்ச மாதிரியிருக்கே.. ரிலாக்ஸ்டா. நீ இப்படி டல்லாயிருந்தால் உன் முகம் பார்க்கவே சகிக்கலை.." என்று வனஜா கூற,

"ஆமாம்டி.. அவ முகம் இப்ப பார்க்க சகிக்கிற மாதிரி இல்லாததுதான் பிரச்னையா..? என்ன மனுசன்டி அந்த ஆளு..? எப்பப் பார்த்தாலும் பெண்களை அழுக வைத்துக் கிட்டு.. எந்த மகராசி எந்த நேரத்தில் பெத்தாளோ..? ஏண்டி இந்த ஆளுக்குப் பெண்களைக் கண்டாலே பிடிப்ப தில்லை." என்று சுசிலா கேட்டாள்.

"இதைப் போய் என்னிடம் கேட்டால் எனக்கென்னடி தெரியும்.? இதை அந்த ஆளோட அம்மாகிட்டயோ அக்கா தங்கை கிட்டயோ தான் கேட்கணும்." என்றாள் வனஜா.

"ஏன் மனைவிகிட்ட கேட்கக் கூடாதா..?" என்று சுசிலா கண் சிமிட்ட, வசுமதி சிரித்தாள்.

"மனைவியா..? யாருக்கு நம்ம ஜி.எம்.முக்கா.. ஏண்டி நீ வேற.. எவடி கண்ணைத் திறந்து கொண்டே தண்ட வாளத்தில் தலையை நீட்டுவாள்..?"

வசுமதியின் அந்த விமரிசனத்தில் பிரியா கவலையை மறந்து சிரித்துவிட மற்ற பெண்களும் சேர்ந்து சிரித்தனர்.

"ஆக நம்ம ஜி.எம்மிற்கு கழுத்தை நீட்டுவதும் தண்டவாளத்தில் தலையை நீட்டுவதும் ஒன்னுங்கிற. வெல்டன் வசு.. எவ்வளவு கரெக்டா கண்டு பிடித்து வைத்திருக்கிறாய்" என்று வனஜா பாராட்ட முகம் மலர்ந்த வசுமதி,

"ஐயோ! அங்கே நின்று கொண்டு நாம பேசுவதைக் கேட்டுக்கிட்டு இருக்கிறது யாருடி..? நம்ம ஜி.எம். போல இருக்கே. போச்சு வசு. மதியம் காய்ச்சல் உன்னிடமிருந்து ஆரம்பமா..?" என்ற அவளின் அடுத்த வார்த்தைகளைக் கேட்டதும் நெஞ்சைப் பிடித்துக் கொண்டு கண்கள் நிலைகுத்த அமர்ந்து விட்டாள் வசுமதி.

"ஏய்ய்.. வசு.. என்னடி ஆச்சு..? விளையாட்டுக்குச் சொன்னேன்டி.."

"சுசி தண்ணியை எடுடி.. வசு.. வசு.."என்று வனஜா பதற எல்லாப் பெண்களும் தண்ணீரைக் குடுத்து ஆசுவாசப்படுத்த ஒரு வழியாய் தன்நிலைக்கு வந்து மூச்சு விட்ட வசுமதி வனஜாவை முறைத்தாள்.

"ஸாரிடி வசு. கேலிக்குச் சொன்னேன்டி.. நீ வேற துர்வாசர் மாதிரியே அக்கினிப் பார்வை பார்க்காதேடி. ஆபிசுக்கு ஒரு துர்வாசர் போதும்டி. இன்னொன்னு வந்தால் தாங்காது. மலை இறங்குடி மகளே. ப்ளீஸ்.. இங்கே பாருடி. இந்த ஸின்த்தெடிக் சுடிதார் உன் அக்கினிப் பார்வையால் பொசுங்கியே விட்டது." என்று வனஜா கொஞ்சினாள்.

அவளின் விளையாட்டுப் பேச்சில் கோபம் மறந்த வசுமதி,

"ஏண்டி.. நீ விளையாட்டாய் பயமுறுத்த வேறு மேட்டரே கிடைக்கலையா..? பூகம்பம் வந்திருச்சுன்னு சொல்லு தாங்கிக்கறேன். சுனாமி வந்திருச்சுன்னு சொல்லு கேட்டுக்கிறேன். ஜி.எம். வந்திருச்சுன்னு சொல்லலாமாடி. நான் தாங்குவேனா..?" என்று கேட்டாள்.

பூகம்பத்துக்கும், சுனாமிக்கும் பயப்படாத அந்த பெண்குலம் ஜி.எம். என்ற வார்த்தையைக் கேட்டால் உயிரே பறப்பது போல் அலறும்படி அந்தப் பதவிக்கு மரியாதை தேடித் தந்திருந்த ஆதித்தன் அந்த நேரம் ஒரு கடிதத்தை பிரித்துப் படித்துக் கொண்டிருந்தான்.

என் அன்பு ஆதித்தனுக்கு.

வரவர என் கண் பார்வை மங்கிக் கொண்டே
வருகின்றது. முழுவதும் மங்குவதற்குள் உன்னை
ஒருமுறை பார்த்துவிட வேண்டுமென்று ஆசைப்
படுகிறேன். வருவாயா..?

இப்படிக்கு
தியாகி தணிகாசலம்.

கோணல் மாணலான எழுத்துக்கள் அந்த வயோதி கரின் தள்ளாமையையும் கண் பார்வைக் குறைவையும் விளக்க மனவேதனையுடன் கண் மூடி சுழல் நாற்காலியில் சாய்ந்து கொண்டு சிந்தித்தான் ஆதித்தன். அவரைப் பார்க்க வேண்டுமென்றால் கிராமத்துக்குப் போக வேண்டும். கிராமத்துக்குப் போனால் இந்தச் சென்னையில் ஒரு கம்பெனியின் ஜி.எம். என்ற அடையாளத்துடன் வலம் வருபவன் வேறு விதமாய் அடையாளம் காணப்படுவான். அந்தக் கிராமத்தின் சுட்டு விரல் சுட்டிக் காட்டும் அடையாளத்தை அவனால் ஏற்க முடியுமா..? அதைத் தாங்க முடியாமல் தானே அவன் வருடக் கணக்காய் கிராமத்தைத் துறந்து, அந்த வயோதிக கைகள் தந்த ஆதரவையும் பாசத்தையும் மறந்து சென்னையில் மறைந்து வாழ்கிறான்.

அழைக்கும் அந்த வயோதிகக் குரலைத் தொடர்ந்து நினைவுகள் அவனைத் துரத்த அந்த நினைவுகளின் விரட்டல் தாங்காமல் மனதில் கனம் வந்து சேர அந்த கனம் தாங்காதவனாய் அவன் கண்களை இன்னும் இறுக மூடிக் கொண்டான்.

3

‘அம்மா உணவகம்’ என்ற சிறிய பெயர் பலகை தொங்கிய அந்த வீட்டின் பின்புறத்தில் இருந்த இரு அறைகளில் ஒன்றில் கட்டிலில் படுத்துக் கொண்டிருந்த அன்னம் தளர்வாக அழைத்தாள்.

"சந்தியா.." அவளது அழைப்பைக் கேட்டதும் அடுத்த அறையிலிருந்த சந்தியா அவசரமாய் அன்னையின் அருகே வந்து அவள் முகத்தின் நேராகக் குனிந்து கேட்டாள்.

"என்னம்மா.. என்ன வேண்டும்..?"

"தாகமாக இருக்கிறதம்மா.. தண்ணீர் குடு."

"பொறுங்கம்மா.. நான் வெந்நீர் எடுத்து வருகிறேன்." என்று கூறிவிட்டு அவசரமாய் சமையலறைக்குச் சென்ற சந்தியா தம்ளரில் வெந்நீர் கொண்டு வந்தாள்.

"இந்தாங்கம்மா குடியுங்கள்." என்றவள் அன்னம் எழுந்து கொள்ள சிரமப்படுவதைப் புரிந்து கொண்டு அருகிலிருந்த ஸ்டூலில் தம்ளரை வைத்து விட்டு அன்னையின் உதவிக்குச் செல்ல முயன்றாள். மகளை சைகையில் தடுத்து விட்டு அன்னம் தளர்வாய் எழுந்து படுக்கையில் அமர்ந்தாள். தலையணையை எடுத்து சரிந்து அமர்ந்திருந்த அவளின் முதுகிற்கு அணைவாய் வசதியாய் உயர்த்தி வைத்த சந்தியா தம்ளரில் கொண்டு வந்திருந்த வெந்நீரைக் கொடுத்தாள். மெதுவாய் அதை வாங்கிப் பருகிய அன்னையின் பொழிவிழந்த முகத்தைப் பார்த்துக் கொண்டிருந்த சந்தியாவிற்குத் துக்கம் தொண்டையை அடைத்தது. அன்னம் தம்ளரை திருப்பிக் கொடுத்து விட்டு மீண்டும் படுக்க முயல அவளது தலையணையை எடுத்து வாகாய் வைத்து அவள் படுத்துக் கொள்ள உதவி செய்த சந்தியாவிற்கு அன்னையின் சோர்ந்த முகத்தைக் கண்டு நெஞ்சு பிசைந்தது.

அன்னத்தின் முகம் முந்நாளில் இப்படியா இருந்தது..? முகம் பார்க்க அறிந்த குழந்தைப் பிராயத்திலிருந்து சந்தியா அறிந்த தாயின் முகம் நினைவில் நிழலாடியது. மூக்குத்தி மினுமினுக்க முகத்தில் ஒரு ஜ்வலிப்பு தொனிக்க கனிவோடும் தாய்மையோடும் அவள் சந்தியாவைப் பார்க்கும்பொழுது கோவிலில் கர்ப்பகிரஹத் துகருள் வீற்றிருந்த அம்மன்தான் வெளியே வந்து தன் தாயாக நடமாடிக் கொண்டு இருக்கிறாளோ என்று சந்தியா பிரமிப்பாள்.

மகளைக் காணும்போது கண்களில் மின்னும் கனிவு கணவனைக் கண்டதும் காதலாக மின்னும். தயானந்தனின் முகம் பார்த்த நிமிடத்தில் மலரும் தாயின் முகத்தை எத்தனை நாள் ஆச்சரியத்துடன் பார்த்திருப்பாள் சந்தியா..? கண்களில் மையலும் நடையில் ஒயிலும் சேர அவள் தயானந்தனிடம் காதலுடன் பேசும்போது தன் மகளைக்கூட மறந்து விடுவாள். கணவனின் மேல் உயிரையே அல்லவா வைத்திருந்தாள்! கடமைக்காக வாழ்ந்திருந்தால் அன்னம் இப்படி நைந்து படுக்கையில் விழுந்திருக்க மாட்டாள். காதலாய் அல்லவா வாழ்ந்து விட்டாள்..?

தயானந்தனும் அன்னதிற்கு சளைத்தவனல்ல.. அன்னத்தையே சற்றிச் சுற்றி வந்தான். அலுவலகம் முடிந்து வீடு திரும்பும்போது மனைவிக்கு மலர்ச்சரம் வாங்காமல் அவன் வந்ததில்லை. மாதச் சம்பளம் வந்தவுடன் புதுச் சேலை வாங்கித் தராமல் இருந்ததில்லை. வருடாந்திர போனஸ் வந்தால் அடுத்த நாளே அன்னத்தின் கழுத்தில் புதுநகை மின்னும். மகள் பிறந்த பின்னும் மனைவிக்கு அடுத்தே மகளைக் கொண்டாடியவன் அவன். மனைவியையும், மகளையும் இரு கண்களாகவே பாவித்தான். யார் கண் பட்டதோ தெரியவில்லை. தயானந்தனின் பார்வை திசை மாறியது. மாறிய காலத்தைப் புரிந்து கொள்ளாமல் கணவன் மேல் இருந்த மையல் குறையாமலே வாழ்ந்து வந்த அன்னம் ஒரு நாள் உண்மையை நேருக்கு நேராகச் சந்திக்க வேண்டி வந்தது. அன்று அவள் கண்களில் இருந்த கனிவு மறைந்தது. காதல் மறைந்தது. சீற்றமும், சினமும் அதில் குடி கொண்டன.

"அன்னம்" என்று வாசலில் தயானந்தன் அழைக்கும் குரல் கேட்டு துள்ளலுடன் ஓடிவந்து "இதோ வந்திட்டேங்க" என்று கொஞ்சும் குரலில் கூறிக் கொண்டே கதவைத் திறந்தவள் திகைத்தாள். அங்கே தயானந்தனுடன் ஒரு பெண் நின்று கொண்டிருந்தாள். அன்னத்தை விட அழகாய், இளமையாய் முகத்தில் ஒருவித கவர்ந்திழுக்கும் காந்தத் தன்-

மையுடன் நின்றிருந்த அந்தப் பெண் தயானந்தனின் தோளோடு தோள் உராய கையில் பெட்டியுடன் நின்றிருந்தாள். அன்னத்தின் கண்களில் 'இவள் யார்' என்ற வினா எழுவதைக் கவனிக்காதவன் போல் உள்ளே நுழைந்த தயானந்தன், "உள்ளே வா காந்தா" என்று உடன் வந்த பெண்ணைப் பார்த்து அழைத்தான். தோற்றத்திற்கேற்ற பெயர் கொண்ட அந்த காந்தாமணி உள்ளே நுழைந்தாள்.

கதவை மூடித் தாழிட்ட தயானந்தன் அந்தக் காந்தா மணியைப் பார்க்க அவள் வீட்டைச் சுற்றி உரிமையுடன் ஒரு பார்வையைச் சுழல விட்டபடி அங்கிருந்த சோபாவில் சுவாதீனமாய் உட்கார்ந்தாள். தயானந்தன் அன்னத்தின் பார்வையை நேருக்கு நேராய் பார்க்காமல் சுவரைப் பார்த்தபடி,

"அன்னம்.. இது.. வந்து.. காந்தா.. வந்து.. காந்தாமணி.." என்று தயங்கித் தயங்கி இழுக்க அன்னத்தின் அடி வயிற்றில் கலகம் மூண்டது. கணவனையும் அந்தக் காந்தாமணியையும் மாறி மாறிப் பார்த்தாள். அவளது பார்வையை சந்திக்க முடியாமல் கணவன் தலையைக் குனிந்து கொள்ள அந்தக் காந்தாமணியோ வெகு அலட்சியத்துடன் ஏளனமாகப் பார்த்தாள். அந்தப் பார்வை உணர்த்திய வெற்றிச் செய்தி எதையோ அறிவுறுத்த அன்னம் மனம் பதறினாள். அந்தக் காந்தாமணியின் பார்வை உணர்த்துவது என்ன..? அவள் எதை வென்று விட்டாள்..? அதை அறிந்தே கொள்ளக் கூடாது என்று அவள் மனம் அஞ்சியது. தயானந்தன் அவளுக்கே உரியவன்.. அவன் அன்னத்தின் கணவன். பசுவைத் தேடும் கன்றாய் அவள் பார்வை தயானந்தனின் பதில் பார்வைக்காக.. அவனது காதல் பார்வைக்காக.. ஏங்கி அவன் மேல் படிந்தது. அவனோ அவளது உயிர்த் தவிப்பதைக் கண்டும் காணாதவனாக அவளது பார்வையைச் சந்திப்பதைத் தவிர்த்தான்.

மனைவியின் மருண்ட தோற்றத்தைக் காணத் தெம்பில்லாதவனாக தயானந்தன் விழிகளைத் திருப்பினான். அங்கே இரட்டைப் பின்னலுடன் அழகான ரோஜா நிற கவுன் அணிந்து கொண்டு மருள் பார்வையுடன் திடீர் விருந்தாளியை சுவாரஸ்யமாய் பார்த்துக் கொண்டிருந்த எட்டு வயது சந்தியாவை நோக்கி

கைகளை நீட்டினான். தகப்பன் நீட்டிய கைகளுக்குள் ரோஜாக் குவியலாய் புகுந்து கொண்டாள் சந்தியா.. தயானந்தனின் கழுத்தில் கை போட்டு அவனது தோள்களில் சலுகையாகச் சாய்ந்து கொண்ட சந்தியா,

காந்தமணியை நோக்கி விரலை நீட்டி,

"இவங்க யாருப்பா..?" என்று கேட்டாள்.

தான் கேட்க அஞ்சிய கேள்வியை எளிதாகக் கேட்டு விட்ட மகளைப் பதைப்புடன் நோக்கினாள் அன்னம். அவளது மனதில் அபாய மணி அலறியது. 'அன்னம் இங்கிருந்து ஓடிவிடு. உன் காதல் கணவன் உன் மேல் இடியை இறக்கும் முன் தப்பித்து விடு. அவன் கூறப் போகும் கொடும் சொற்களை உன் செவிகள் கேட்கும் முன்னர் ஓடிவிடு.' என்று அவள் மனம் எச்சரிக்க நகர முடியாமல் கால்கள் துவைத்த துணிபோல் தொய்ந்து விட நிற்க முடியாமல் சுவரைப் பற்றிக் கொண்டு நின்றாள் அன்னம்.

'சொல்லாதே. என் உயிரைக் குடிக்கும் வார்த்தை எதையும் சொல்லி விடாதே..' என்று அவள் விழிகள் கெஞ்ச அதைக் கவனிக்க மறுத்தவனாய் அவளது பதட்டத்தை மெய்ப்பிக்கும் வகையில் ஆழ்ந்த குரலில் அவளது உயிரைப் பறிக்கும் அந்த வார்த்தைகளைக் கூறினான் அவள் கணவன்,

"இதுதான் உன் சித்திடா."

"ம்ஹா.." என்ற குரல் எழுப்பிய வண்ணம் விழிகள் விரியப் பார்த்த அன்னம் அப்படியே பின்னே நகர்ந்தாள். அவள் உயிரின் ஆணி வேரைப் பறிக்கும் அந்தப் படுபாதகப் பதிலை உரைத்தவன் அவளுக்குப் புறமுதுகு காட்டி நின்று கொண்டிருந்தான் அவன் தோள்களைப் பற்றித் தன்புறம் திருப்பியவள் வெறி கொண்ட வேங்கையாய் மூச்சு வாங்கினாள்.

"என்ன சொன்னே..? எங்கே என் முகத்தைப் பார்த்துச் சொல்லு..?"

"அன்னம்.. நான் சொல்வதைக் கொஞ்சம் பொறுமையாக் கேளு.."

"எதைப் பொறுமையாக் கேட்க..? நான் மோசம் போன கதையவா..? இல்லை நீ சோரம் போன கதையவா..?"

"அன்னம். இப்ப என்ன கெட்டுப் போச்சுன்னு இந்தக் கத்துக் கத்தறே..?"

"கெட்டுப் போகலையா.. எதுவுமே கெட்டுப் போகலையா.. நீ கெட்டுப் போகலை..?"

"ஆமாண்டி.. அதுக்கென்ன இப்ப..? நான் கெட்டுத்தான் போயிட்டேன். இப்ப என்னங்கற நீ..? நான் ஆம்பளைடி. நாலு காசு சம்பாதிக்கிறவன். அப்படி இப்படித்தான் இருப்பேன். பொட்டக் கழுதை நீ

எதிர்த்தா கேள்வி கேட்கிற..? இப்ப ஆமாம்ன்னு சொல்லிட்டேன்ல்ல என்னடி செய்வே..?"

"என்ன செய்வேனா..? எதுவும் செய்வேன். பொம்பளைன்னா உனக்கு அத்தனை இளக்காரமாய் போச்சா.. நீ வணங்குகிறவரைக்கும் தான் நான் தேவி.. என்னைப் பழியெடுக்கணும்ன்னு நினைச்சே நான் காளி.."

"நீ என்னவா வேணும்னாலும் இருந்துக்க.. இந்த வீட்டுக்குள் இருக்கிறதானா காளி அவதாரமெல்லாம் எடுக்க முடியாது. நீ சொல்கிறபடி நான் ஆடிக்கிட்டிருந்த காலமெல்லாம் மலையேறிப் போயிருச்சு.. இது என் வீடுடி. நான் இஷ்டப்படித்தான் இருப்பேன்."

"அப்ப முடிவா நீ என்ன சொல்றே..? இந்த வீட்டில் இவ இருக்கக் கூடாதுன்னு நான் சொல்றேன். இவ இருக்கிற திசைப் பக்கம் கூட நீ திரும்பக் கூடாதுன்னு நான் சொல்றேன். இவ சவகாசத்திதற்கு இப்பவே நீ தலை முழுகிடணும்னு நான் சொல்றேன். செய்ய முடியுமா..? முடியாதா..?"

"இவளை நான் இரண்டாம் தாரமா கல்யாணம் பண்ணிக்கிட்டேன். இனிமே இவ நம்ம கூடத்தான் இருப்பா."

"உன் கூட இருப்பான்னு சொல்லு.. நம்ம கூடன்னு சொல்லாதே.."

"அப்படின்னா..? என்னை எதுத்துக்கிட்டு உன்னால என்னடி செய்ய முடியும்..?"

"எது வேணும்னாலும் செய்ய முடியும். போலீஸ் ஸ்டேசனுக்குப் போக முடியும். கட்டின பொண்டாட்டி உயிரோடு இருக்கும்போது இன்னொரு கல்யாணம் கட்டினா என்ன ஆகும்ன்னு காட்ட முடியும். ஜெயில் களி திங்க வைக்க முடியும். நீ வேலை பார்க்கிற ஆபிஸில் உன் மேலதிகாரி கிட்ட வந்து நின்னு புகார் சொன்னேன்னு வை. உன் வேலையை காலி பண்ண முடியும். நாலு காசு சம்பாதிக்கிறவன்னு பெருமை அடிச்சியே. அதுக்கு வழியில்லாம உன்னை ரோட்டில் நிறுத்த முடியும். ஆனால் நான் அதையெல்லாம் செய்ய மாட்டேன். எப்போ குடியிருக்கிற வீட்டைக் கோவிலா மதிக்காமல் வேறொருத்தியைக் கூட்டிக்கிட்டு வந்தியோ அப்பவே நீ ஈனப் பிறவிங்கறதை நிரூபிச்சுட்டே. என்னைவிட இன்னொருத்தி மேல்ன்னு நீ நினைச்சிட்டப் பின்னால் இனி நீயாய்திருந்தி வந்தாலும் எனக்கு நீ வேணாம்."

"என் வீட்டில் இருந்து கொண்டு என்னை வேணாம்னு சொல்ல உனக்கு என்ன தைரியம்டி வாய்க்கொழுப்பா..?"

"இவ்வளவுக்குப் பின்னாலும் இந்த வீட்டில் இருப்பேன்னா நினைச்சே.. உன்னை மாதிரி மானம் கெட்ட மனுசனாயிருந்தால் இருந்திருப்பேன். நான் மானமுள்ள மனுஷி. இந்த வீட்டில் இனி ஒரு கணம் கூட இருக்க மாட்டேன்."

"இங்கே இருக்காமல் எங்கேடி போவ..?"

"அது என் பிரச்னை.. உனக்கு அது தேவையில்லை நகரு. நானும் என் பெண்ணும் இந்தக் கணமே வீட்டை விட்டு வெளியே போயாகணும். இங்கே நின்று உன் முகத்தைப் பார்க்க, பார்க்க என் உடம்பெல்லாம் பத்திக் கிட்டு எரிவது போல் இருக்கு.. வழியை விடு."

வழியை விடாமல் மறித்துக் கொண்டு நின்றிருந்த தயானந்தன் கூறினான்.

"இங்கே பார். வெளியே போய் நீ என்னடி செய்வே..? படிச்சிருக்கியா..? எட்டாம் கிளாசைத் தாண்டலை. வெளியே போகிறாளாம். உனக்கு என்ன தெரியும்கிற தைரியத்தில் வெளியே போகிறேன்கிற.."

"நான் படிக்காதவள்தான். சம்பாதிக்க வழி யில்லாதவள் தான். அந்த தைரியத்திலதான நீ ஒருத்தியைக் கொண்டு வந்தே.. நான் என்ன செய்வேன்கிற கவலை உனக்கு வேண்டாம். அது உனக்குத் தேவை யில்லாத கவலை. வழியை விடு."

"நீ போனால் போடி. என் பெண்ணை ஏன் கூட்டிப் போற..?" என்று அவன் சந்தியாவின் கையைப் பிடித்து இழுக்க, அவன் கையை தட்டி விட்ட அன்னம்,

"உன் பெண்ணா..? யார் அது..? இவள் என் பெண். இந்தா உட்கார்ந்து இருக்கிறாளோ காந்தா... மணி இவள் வயித்திலே இனிப் பிறக்கறதுதான் உன் பெண்.."

"அதை நாளைக்குப் பார்ப்போம்டி. இப்ப என் பெண்ணை விடு.."

"இங்கே பார். நான் சொன்னால்தான் இவள் உன் பெண்.. தெரிஞ்சுக்க.."

"ஹா! அது அந்தக் காலம்டி.. இப்ப ஆயிரத்தெட்டு டெஸ்ட் வந்தாச்சு.."

சந்தியாவை விடாமல் அவன் வாதாடிக் கொண்டிருக்க அன்னம் வெகுண்டாள்.

"இப்ப என் பெண்ணை விடப் போகியா இல்லையா..?"

"பாரு அன்னம்.. வெளியே போறேன்னு வீராப்பு பேசாமல் வீட்டிலே அடங்கிக்கிட.. பேசாமல் இங்கேயே இரு."

"இங்கேயே இருந்து.. நீ அவள் கூட வாழறதைப் பார்த்துக்கிட்டு நடைப் பிணமா அடுக்களையில் முடங்கிக் கிடக்கவா. நீ மனிதனா இல்லை மிருகமா..?"

அப்போதும் தயானந்தன் வழியை விடாமல் மறிக்க அந்தக் காந்தா-மணி அழைத்தாள்.

"தயானந்த்.."

"என்ன காந்தா.." என்று குழைந்தான் அவன்.

"அவங்க போவதானால் போகட்டும் விட்டு விடுங்கள்."

ஏதோ மறுத்துப் பேச வாயெடுத்தவனைப் புழுவைப் பார்ப்பது போல் கேவலமாய் பார்த்தபடி அன்னம் ஏளனமாய் நகைக்க வாயடைத்துப் போய் அவன் திக் பிரமையுடன் நிற்கும்போது நெருப்புப் பார்வையுடன், கட்டிய துணியுடன், மகளையும் மனதில் தைரியத்தையும் கைபிடித்துக் கொண்டவளாய் அன்று வெளியேறியவள் தான் அன்னம். இன்று வரை கணவனிருக்கும் திசைப் பக்கம் திரும்பிக் கூடப் பார்க்கவில்லை. தந்தையின் நினைவு கூட சந்தியாவிற்கு வந்து விடாதபடி தாய்க்கு தாயாய் தகப்பனுக்குத் தகப்பனாய் நின்று போர்க்களமாய் ஆன வாழ்-வில் துணிந்து நின்று வாழ்ந்து காட்டினாள்.

4

அன்றைய நாள் சந்தியாவிற்கு நன்றாக நினைவிருக்கிறது. கட்டிய துணியுடன் வீட்டை விட்டு வெளியேறியவள் அடைக்கலம் கேட்டு மிதித்த படி உறவினர் வீட்டுப்படியல்ல. ஆருயிர் தோழியின் வீட்டுப்படி. நட்பின் கதவு திறந்தது. கை நீட்டி அவர்களை அணைத்துக் கொண்டது சந்தானலெட்சுமியின் நட்பு. சந்தான லட்சுமியின் கணவர் கோபாலனும் மகனும் உறவினர்கள் போல் அவர்களை ஏற்றுக் கொண்டனர். சந்தான லட்சுமியின் மகன் பிரதீப், சந்தியாவின் அண்ணன் ஆனான். ஆனால் அந்த வீட்டில் ஓர் நாளுக்கு மேல் அடைக்கலம் கேட்கவில்லை அன்னம்.

"சந்தானம் எனக்கொரு வீடு பார்த்துக் கொடு."

"தனியாகப் போகப் போகிறாயா..? எங்கே போவாய்..? எப்படி வாழ்வாய்..? இதோ பார் நீயும், சந்தியாவும் எங்களுக்குச் சுமையில்லை. பிரதீப்பை அண்ணா, அண்ணா'ன்னு சுற்றிச் சுற்றி வருகிறாள் சந்தியா.. என் வீட்டுக்காரரர் உன் கூடப் பிறந்த பிறப்பாய் நினைக்கிறார். அப்புறமென்ன..?"

"அந்த ஆளைப் போலவே நீயும் கேட்கிறாய் பார்த்தாயா..? தனியா வந்தவள் தனியாகத்தாண்டி வாழணும். அகதி போல் அடைக்கலமாய் அண்டி வாழக்கூடாது."

"அகதின்னு சொன்னால் அறைந்து விடுவேன். வைராக்கியம் இருந்தால் மட்டும் போதுமா அன்னம், வாழ வழி வேண்டாமா..?"

"கையில்லையா சந்தானம்.. எனக்கு இரண்டு கையில்லையா..? புத்தகப் படிப்புத்தான் படிப்பா..? பேனா பிடித்து எழுதுவதுதான் தொழிலா..? படிக்காத பெண்களுக்கு அடையாளம் கொடுப்பது எது..? அடுப்படிதானே..! அந்த அடுப்படி என்னைக் காப்பாற்றும் இந்த உலகில் பசி-

யும், ருசியும், தெரிந்த மனிதர்கள் இருக்கும் வரை கரண்டி பிடிப்பவர்கள் கைகளுக்கு வேலையுண்டு சந்தானம். பசிக்கு, ருசியா சமைத்துப் போட்டவர்களுக்கு வாழவும் வழியுண்டு. இந்தா இதைப்பிடி."

"என்னடி கழுத்தில் போட்டிருக்கிற செயினை அவிழ்த்துக் கொடுக்கிறே..?"

"இது என்னுடைய தாய் வீட்டுச் சீதனம் சந்தானம். என் அண்ணன் எனக்காக.. இந்தக் தாய் தகப்பனில்லாத தங்கைக்காக.. பெண்டாட்டியிடம் இடி சோறு சாப்பிட்டுக் கொண்டே போராடி.. குருவி போல் கொஞ்சம் கொஞ்சமாய் சேர்த்து எனக்குச் செய்து போட்ட நகை இது சந்தானம். இதை விற்றுக்கொடு.."

"அன்னம் எதற்கு இப்போது அவ்வளவு பணம்..? அத்தோடு உனக்குப் பணத்தேவையென்றால்.. எவ்வளவாக இருந்தாலும் நான் கொடுக்கிறேன்டி.."

"எனக்கு சின்னதாக முன்னால் நான் சாப்பாட்டுக் கடை போட்டுக் கொண்டு பின்னால் என் மகளுடன் குடியிருந்துக்கிற மாதிரி ஒரு வீடு பார்த்துக் கொடு. வீட்டு அட்வான்ஸ், சாப்பாட்டுக்கடைக்கு பாத்திரங்கள், நீண்ட மேஜை, நீண்ட பெஞ்ச்.. அப்புறம் நாங்க உடுத்திக்க மாத்துத் துணிகள் இப்போதைக்கு ரெண்டு செட்.. இதையெல்லாம் பணமில்லாமல் நான் சமாளிக்க முடியாது. இந்தச் செயின் எட்டுப் பவுனில் செய்தது. விற்று விடு."

"அன்னம் என்னடி இப்படிச் சொல்றே.."

"சந்தானம்.. என் அண்ணன் பாடாய்ப் பட்டு.. இந்த ஆளைத் தேடிப் பிடித்து.. நல்லவன், எந்தக் கெட்ட பழக்கமும் இல்லாதவன்னு விசாரித்துச் சொல்லி என்னை இந்த ஆள்கிட்ட ஒப்படைத்தார். தங்கச்சி கண் மூடற வரைக்கும் அவளுக்குத் தாலி கட்டியவன் வைத்துக் காப்பாற்றுவான்னு நினைச்சு எனக்கொரு கல்யாணம் பண்ணி வைச்சார். நானும் எனக்குத் தாலி கட்டியவனை என் உயிராய் நினைத்தேனே சந்தானம்... ஒரு கணத்துக் குள்ளே அவன் என் ஆவியை குடிச்சுப்புட்டானேடி.. சந்தானம் என் புருசன்னு நான் நினைச்சிருந்தவன் சொன்னான்.. 'அடியே அன்னம். நீ படிக்காத முண்டம்டி. இங்கேயே எனக்கும், என் ஆசை நாயகிக்கும் சமைத்துப் போட்டுக் கொண்டு... நான் அவள்கூட குடும்பம் நடத்துறதைப் பார்த்துக் கொண்டு ஒரு மூலையில் கிடடின்னு' சொன்னான்.. அவளை தனி வீட்டில் வைத்-

திருந்தால்கூட நான் கொஞ்சம் பயந்து.. வெளியேறத் தயங்கி இருப்பேன்டி.. ஆனால் என் வீட்டிற்கே கூட்டி வந்து.. என் கண் முன்னேயே அவள்கூட குடும்பம் நடத்தப் போறேன்னு சொன்னானே.. அப்போதே என் மனம் செத்து விட்டது சந்தானம்.. செத்துவிட்டது."

"அன்னம்.. ஐயோ அன்னம்.. உனக்காடி இந்தக் கொடுமை..? தனியாக வீட்டு வாசலில் கோலம் போடக் கூடப் பயப்படுவாயேடி..? நீயா தனியாகப் போய்.. அதுவும் சாப்பாட்டுக் கடை வைத்து.."

"ஏண்டி அப்படிச் சொல்கிறாய்..? சாப்பாட்டுக் கடை வைத்தால் அது கவலைப்பட வேண்டிய தொழிலா..? சந்தானம். இந்த நாட்டில் அநாதையான பெண்களும், அடிமட்டப் பெண்களும் வாழ வழி காட்டுவது இந்த சமையல் தொழில்தாண்டி. கரண்டி பிடிச்சவங்களுக்கு கடைசி வரை ரிட்டயர்ன்மெண்ட் கிடையாது.. எப்போது என் தன்மானம், சுயமரியாதை.. அந்த வீட்டில் பறிபோய் விட்டதோ.. அப்போதே எனக்கு தனியாக வாழ்வதற்கு பயம் போய்விட்டது. தைரியம் வந்து விட்டது. சந்தானம்.. அழுகாதே.. நான் தோற்று விடமாட்டேன். வாழ்ந்து காட்டுவேன். என் சந்தியாவை என்னைப் போல் படிப்பறி வில்லாமல், தன் சாப்பாட்டிற்கும் தேவைகளுக்கும் புருசன் கையை எதிர்பார்க்கிறவள் போலில்லாமல் தன் காலில் நிற்கிறவளாக சுய சம்பாத்தியம் உள்ளவளாக உருவாக்கிக் காட்டுவேன். அதுவரை நான் ஓய மாட்டேன். சந்தானம் எனக்குப் பண உதவியெல்லாம் வேண்டாம். யாருமில்லைன்னு நான் சோர்ந்து போகும் போது எனக்கு சாய்ந்து கொள்ளத் தோள் கொடு. அது போதும்."

சந்தானலட்சுமி தோள் கொடுத்தாள். அன்றிலிருந்து இன்று வரை அன்னம் சோரும் போதும், சந்தியா வளரும் போதும் சந்தானலட்சுமி, சந்தியாவுக்கு மற்றொரு தாயானாள். கோபாலனே தந்தையானார். பிரதீப் பாசத்தையும் நட்பையும் கொட்டும் அண்ணன் ஆனான். எட்டு வயது சந்தியாவின் கரம் பிடித்த பத்து வயது பிரதீப்பின் கரம் இன்று வரை ஒரு சகோதரனாய், நண்பனாய் அவளைத் தொடர்ந்து வருகின்றது.

"சந்தியா.." அன்னத்தின் களைப்பான குரல் கேட்டு நடப்புலக்கிற்கு திரும்பிய சந்தியா, "என்னம்மா..?" என்று வினவியபடி தாயின் அருகே விரைந்தாள்.

"இன்னைக்கும் கடை திறக்கலையா..?"

"இன்றைக்கு திறந்திடுவோம்மா.. கனகம்மாள் வந்ததும் திறந்திடலாம்."

"கனகம் எங்கே போயிருக்கா..?"

"மார்க்கெட் போயிருக்காங்க.. காய்கறி ஒண்ணுமே ஸ்டாக் இல்லைம்மா."

"ஆடியபாதம் வரவில்லையாம்மா..?"

"வந்து விட்டார்ம்மா.. பின்னாடி பலசரக்கு வந்து இறங்கியிருக்கு.. அதை சரி பார்த்துக்கிட்டு இருக்கார்.."

"என் செல்லமே.. இந்த அம்மாவால் உனக்கு எவ்வளவு தொந்திரவு..?"

"என்னம்மா தொந்திரவு..? உங்களுக்கு உடம்புக்கு முடியலை நான் பார்த்துக் கொள்கிறேன். நான் என்ன தனியாகவா சமாளிக்கிறேன். கனகம் சித்தியும், ஆடியபாதம் மாமாவும் இருக்கிறாங்கல்ல.."

"உனக்கு ஏதோ இன்டர்வியூ வந்திருக்குன்னியே..?"

"அது நாளைக்குத்தான்ம்மா.. இப்ப நீங்க கொஞ்சம் படுத்துத் தூங்குங்க. மாத்திரை போட்டிருக்கீங்க இல்ல.. தூங்கணும்மா.. தூங்கவில்லையானால் ரொம்ப சிரமமாகி விடும். தூங்குங்க. அதிகம் பேசக்கூடாதுன்னு டாக்டர் சொல்லியிருக்காரில்லை.. என் தங்க அம்மா.. பட்டு அம்மா இல்லே.. தூங்குங்க.."

மகள் கொஞ்சலாய் மொழிய அன்னம் அதை ரசித்தபடி அமைதியாய் தூங்கிப் போனாள். அவள் முகத்தையே பார்த்துக் கொண்டு அருகில் அமர்ந்திருந்த சந்தியாவின் இதயம் வேதனையில் துடித்தது. டாக்டர் தூங்க மட்டுமா சொன்னார்..?

"அவங்களுக்கு ஹார்ட் அட்டாக் வந்திருக்கும்மா சந்தியா.. ஓய்வு மிகவும் அவசியம். ஒரு கண்ணாடிப் பாத்திரத்தை கையாள்வது போல அவங்களை மிக ஜாக்கிரதையாய் பத்திரமாய் பார்த்துக்கணும். முக்கியமாக அவங்க எந்தவித வேலையையும் செய்யக்கூடாது. ஓய்வு மிக அவசியம். படபடப்பு, வியர்வை, ஓடி, ஆடி நடமாடுதல் போன்றவை ஆபத்தை விளைவிக்கும்.. என்ன மாதிரியான ஆபத்து தெரியுமா..? உயிர் போகும் ஆபத்து.."

ஆறு தினங்களுக்கு முன்னர் அடுக்களையில் வேலை செய்து கொண்டிருந்த அன்னம் நெஞ்சைப் பிடித்துக் கொண்டு சரிந்தாள். கனகம், ஆடியபாதத்தை கடையை பார்த்துக் கொள்ளச் சொல்லிவிட்டு..

சந்தான லட்சுமிக்கு போன் பண்ணி விட்டு சந்தியா, அன்னத்தை ஆட்டோவில் அள்ளிக் கொண்டு மருத்துவமனைக்கு விரைந்தாள். அவசரமாய் அன்னத்தை அவசர சிகிச்சைப் பிரிவில் சேர்த்த டாக்டர் அன்னத்திற்கு வந்திருப்பது 'ஹார்ட் அட்டாக்' என்றார். அவள் இனி உழைக்கக் கூடாது ஓய்வு அவசியம் என்றார்.

என்ன செய்வாள் சந்தியா..? இதயம் வலிக்க வீட்டை விட்டு வெளியேறிய அன்னத்திற்கு நிஜமாகவே இதயத்தில் வலி வந்து விட்டது. அவளேற்ற வேதனைகளுக்கும் சோதனைகளுக்கும் வலி வராமல் என்ன செய்யும்..? அவளுக்கு ஓய்வு கொடுக்க வேண்டும். ஆனால் எப்படி ஓய்வு கொடுப்பது..? அன்னம் படிக்கும் பெண்ணை சமையல் அறைப் பக்கம் அனுமதித்தது இல்லை. 'அம்மா உணவகம்' நடத்தும் பொறுப்பை சந்தியா ஏற்பதை அன்னம் அனுமதிக்க மாட்டாள். சரக்கு மாஸ்டரான ஆடிய பாதமும், சுற்று வேலைகள் செய்யும் கனகமும் எத்தனை நாள் துணையிருப்பார்கள்..? யார் தயவையும் நாடாத அன்னத்தின் மகளல்லவா அவள்..? இனி என்ன செய்யப் போகிறாள்..?

சந்தியா பீரோவைத் திறந்து மேல் தட்டில் வைத்திருந்த அந்தக் கவரை எடுத்தாள். 'மேக்னா பவர்ஸ் லிமிடெட்' என்று அழகாய் அனுப்புவர் முகவரி அச்சிடப் பட்டிருந்தது. நாளைக்கு நேர்முகத் தேர்வு. 'இந்த வேலை மட்டும் கிடைக்குமானால்..' சந்தியா பெருமூச்சு விட்டுக் கொண்டிருந்தபோது,

"சந்தியா எங்கே இருக்கே..?" என்று வினவியபடி பிரதீப் வந்தான்.

"வா அண்ணா என்ன கையில் பை..?"

"சித்திக்குப் பழம் வாங்கி வந்தேன்.. இந்தா, ஆமாம் அது என்ன கையில் கவர் வைத்திருக்கிற, இங்கே கொடு." என்று வாங்கிப் படித்த பிரதீப்,

"மேக்னா பவர்ஸ் லிமிடெட்' பெரிய கம்பெனி சந்தியா.. இங்கே வேலை கிடைத்தால் நீ லக்கிதான். ஆனால் கிடைக்காமல் எப்படிப் போகும்.. டிகிரி படித்து இருக்கிறாய். கம்ப்யூட்டர் கோர்ஸில் மூன்று சர்டிபிகேட் வாங்கியிருக்கிறாய். செக்ரட்டரி கோர்ஸ் படித்திருக்கிறாய். தைரியாமாய் இன்டர்வியூ அட்டெண்ட் பண்ணு.. வெற்றி நிச்சயம்.." என்று கூறினான்.

"உன் வாக்கு பலிக்கட்டுமே அண்ணா, அம்மாவுக்கு நான உன்னைப் போல் இன்ஜினியரிங் படிக்க வேண்டும் என்று ஆசை.."

"நீதான் முடியாதுன்னு சொல்லிட்டாயே.."

"அது எவ்வளவு நல்லதாகப் போய் விட்டது பார்த்தாயா..? டிகிரி படிக்கும்போதே ஈவினிங் டயத்தில் எல்லா கோர்ஸையும் படிக்க முடிந்-தது. இப்போ நான் வேலைக்குப் போக வேண்டிய கட்டாயத்தில் அது எவ்வளவு உதவுகிறது பார்த்தாயா அண்ணா.."

"இப்பவும் சொல்றேன் சித்திக்கு உடம்பு சரியில்லாமல் போனால் நீ வேலைக்குப் போய்த்தான் குடும்பத்தைப் பார்த்துக்கணும்கிற அவசி-யமில்லை.. நான் நல்ல வேலையில் இருக்கிறேன். என் அப்பா, அம்மா இருக்கிறார்கள்.. நீ என் தங்கை சந்தியா.. நாங்கள் உன்னைக் கைவிட்டு விடுவோமா..?"

"அண்ணா! அம்மா, பெரியம்மாகிட்ட என்ன சொன்னார்களோ.. அதைத்தான் நான் உன்னிடமும் கேட்கிறேன். எனக்கு அண்ணனாக இரு.. ஒரு தோழனாக இரு.. நான் சோர்ந்து போனால் தாங்கிக் கொள்ள தோள் கொடு போதும். நான் அன்னத்தின் மகள். யாருக்கும் பாரமாக வாழ மாட்டேன்."

"ஏய்.. அசடு.. இதுக்குப் போய் இவ்வளவு சீரியஸா ஆவாங்களா..? இப்ப என்ன நீ உன் காலில் நிற்கணும் அவ்வளவுதானே.. நீ வேணும்-னால் பார்.. நாளைக்குப் போகும் இன்டர்வியூவில் நீ நிச்சயம் சக்ஸஸ் பண்ணுவ. 'அண்ணா இந்தா ஸ்வீட்'ன்னு எனக்குக் கொண்டு வந்து கொடுப்ப.."

பிரதீப்பின் மன நிம்மதிக்காக சந்தியா புன்னகைத்தாள். மனம் மட்டும் 'மறுநாளைய நேர்முகத் தேர்வில் அவள் வெற்றி பெறுவாளா..?' என்ற எண்ணத்திலேயே உழன்றது.

5

குற்றாலம் தாண்டிப் பயணித்தது அந்த பஸ். ஜன்னல் வழியே வெளியே பார்த்தான் ஆதித்தன். அடர்ந்த மரங்களும், சுழித்தோடும் வாய்க்கால் நீரும் அவன் மனதிற்கு இதத்தைத் தரவில்லை. மனதுக்குள் பாரம்தான் சேர்ந்தது. அந்தக் கிராமத்திற்குள் நுழைந்து நின்றது பஸ். உயிரற்ற-வனாய் எழுந்து கைப்பெட்டியை எடுத்துக் கொண்டு இறங்கினான்.

ஊருக்குள் நடந்தான் ஆதித்தன். அத்தனை வருடங்கள் ஆன பின்-னும் மாறாமல் அப்படியே இருந்தது ஊர். அதே கோவில் திண்ணை.. அதே வம்பு பேசும் பெரிசுகள். அவர்கள் உருவாக்கிய அதே வம்பு மடம். கோவில் திண்ணையிலிருந்த பெரிசு ஒருவர் கைகளை நெற்றியின் மேலே வைத்து உற்று நோக்கினார். பக்கத்திலிருந்த இன்னொரு பெரிய-வரிடம் வினவினார்.

"சோலையப்பா.. யாருலே அது.. தூரத்தில வெள்ளையும் சொள்-ளையுமா வாரது..?" பக்கத்திலிருந்த பெரிசு பதில் கூறினார்.

"அட.. இது தெரியாதாலே.. இது வேற யாருமில்ல.. நம்ம மலை-யப்பன் மவன்தான்.."

"மலையப்பன் மவனா..? என்னாலே.. கிறுக்கு பிடிச்சிருக்காலே.. மலையப்பன் மவன்ல எவன்லே பள்ளிக் கூடம் போய் படிச்சவன், அவனுக மழைக்குக் கூட பள்ளிக்கூடத்தில் ஒதுங்காத பயபுள்ளைக ஆச்சேலே.."

அந்த சோலையப்பன் கிண்டலாய் பொருள் பொதியச் சிரித்தார்.

"அட என்னலே.. நீ சுத்த விவரம் கெட்ட மனிதனா இருக்கீரு.. இவன் அந்த பூங்காவனம் பெத்துப் போட்டவனில்ல.."

"அட ஆமாம்லே.. அதை மறந்துட்டேனே.. இவன் அந்தப் பூங்கா-வனத்தோட மவனா.. ஜாடை அப்படியே உரிச்சு வைச்சாப்புல ஆத்தா-

வைப் போலவே இருக்கானே இந்தப் பயபுள்ள.. பட்டணத்தில் வேலை பார்கிறவனா..?"

கோவில் திண்ணையில் வம்பளந்தவர்களின் பேச்சு ஆதித்தனின் செவிகளில் அமிலத்தை ஊற்றி இறங்கியது. அவன் மனம் அக்கினியேற்றது. உடலும் மனமும் எரிய கால்களை எட்டி நடை போட்டான். காரில் வந்திருக்கலாம். இந்தப் பேச்சுக்கள் காதில் விழுந்திருக்காது. ஆனால் அவன் போகப் போகும் வீட்டில் இருப்பவர்கள் வயிறு எரிந்து விடும். சாபம் கொடுப்பது போல் கத்த ஆரம்பித்து விடுவார்கள். தேவையில்லாமல் யார் வாயிலும் விழுக வேண்டாம் என்று நினைத்துப் பஸ்ஸில் வந்தால் இங்கு வேறு மாதிரியான பேச்சுக்கள் காதில் விழுகிறது. அதுவும் எப்பேர்ப்பட்ட பேச்சு.. சென்னையில் பிரபலமான மேக்னா பவர்ஸ் ஸிமிடெட்டின் ஜி.எம். இங்கு காணப்படும் அடையாளமே வேறு ஆயிற்றே..

இந்த ஒரு அடையாளத்தை துறப்பதற்காகத்தானே அவன் இந்த ஊரை விட்டு ஓடினான். மீண்டும் அதே அடையாளத்தைத் தேடி வர வேண்டியதாகி விட்டதே. பேசிக் கொண்டிருந்த பெரிசுகளை சட்டை செய்யாமல் விடுவிடுவென ஊருக்குள் நடந்தான். எதிர்படும் முகங்களின் வியந்த பார்வைகளையும், அறிந்த பார்வைகளையும் அலட்சியம் செய்து மேலே நடந்தான். ஊரின் மத்தியில் அந்த மாடி வீடு தெரிந்தது. வீட்டிற்குள் நுழைந்தான். எதிர்பட்ட அந்தக் கரிய பெண்மணி காரித் துப்பினாள்.

"எடுபட்ட நாய்கள் எதுக்கு வந்து தொலைக்குதுக.. போகிற காரியம் உருப்பட்டாப்புலதான். கண் காணாம தொலைஞ்சது அப்படியே தொலைஞ்சு போகாம திரும்பி ஏன் வந்து தொலைக்குதுக.. என் உயிரை எடுக்கவா..? ஏன்லே காளியப்பா.. எங்கேலே போய் தொலைஞ்சே..?"

"ஏம்மா.. இந்தக் கத்துக் கத்தறே.. சும்மாவே உனக்கு வெங்கலத் தொண்டை எட்டு வீட்டுக்குக் கேட்கும். இப்ப எட்டு ஊருக்குக் கேட்குது.. காளியப்பன் எங்கே போயிட்டேன்..? இந்தா வந்து விட்டேன். இப்பச் சொல்லு. எதுக்குக் கூப்பிட்ட." என்றபடி வந்த அந்த இளைஞன் அந்த பெண்மணியின் ஜெராக்ஸ் பதிப்பாய் அவளது தோற்றத்தை நகல் எடுத்தது போல் இருந்தான்.

"அங்கே பாருலே.. வாசலில் யாரு வந்து நிக்கறதுன்னு.." அவள் குரலைத் தாழ்த்திச் சொல்ல வாசல் பக்கம் பார்த்தவன் ஆதித்தனைக்

கண்டதும் முகம் மாறினான்.

'இவன் எதற்கு வந்தான்..?' என்ற சந்தேகம் அவன் விழிகளில் மின்ன,

"எங்கலே வந்தே.." என்றான் ஆதித்தனைப் பார்த்து.

"தாத்தாவைப் பார்க்க.." என்றான் ஆதித்தன் இறுகிய முகத்துடன்,

"யாருக்கு.. யார் தாத்தாடா.. உனக்கு அந்தக் கிழவன் தாத்தாவா..?" அவன் மேலே பேசுமுன்.

"இங்கே என்னலே சத்தம்..?" என்று கேட்டபடி மலையப்பன் வந்தார். குட்டையான கறுத்த நிறத்துடன் இருந்தவர், மனைவியைப் பார்த்து,

"என்னலே வெள்ளையம்மா.. என்ன இங்கே வம்பு பண்ணிக்கிட்டு இருக்கவ.." என்றார் எரிச்சலுடன்.

வெள்ளையம்மாள் என்று அழைக்கப்பட்ட அந்தக் கருத்தம்மாள் முகத்தை தோள்பட்டையில் இடித்துக் கொண்டு கூறினாள்.

"உனக்கு வாக்கப்பட்டு வந்திட்டேன்ல்ல.. வம்பு வளக்கிறதுதானே எம் பொழப்பா போச்சு.. ஒன் அருமை மவன் வந்திருக்கான். எதுக்கு வந்திருக்கான்.. ஏன் வந்திருக்கான்னு.. என் மவன் கேட்டிகிட்டிருக்கான்."

'உன் அருமை மகன்' என்று மனைவி கூறிய ஆதித்தனை அறிமுகமற்ற பார்வை பார்த்தபடி, காளியப்பனிடம்,

"ஏன்லே.. கேட்டில்ல.. என்ன சொன்னான்.." என்று வினவினார் மலையப்பன்.

"கேட்டேன்ய்யா.. அதுக்கு என் தாத்தாவைப் பாக்க வந்தேன்னு தெனாவெட்டா பேசுறான் பயபுள்ள" என்றான் காளியப்பன் ஆதித்தனை முறைத்தபடி.

"சொல்லிட்டான்ல்ல.. பாத்துட்டுப் போகட்டும்.. உன் சோலிக் கழுதய பார்த்துக்கிட்டுப் போ.." என்று மலையப்பன் கூற வெள்ளையம்மாள் வெகுண்டாள்.

"அதானே பார்த்தேன்.. ஐயாவுக்குப் பாசம் பொங்குதோ.. பெத்த மகன்கிற நினைப்பு வருதோ.. இங்க பாரு.. இந்த வீட்டுக்குள்ள எம்மவன்களைத் தவிர வேறொருத்தன் உன் மவன்னு சொல்லிக்கிட்டு வந்தான்.. உன் வேரறுத்துடுவேன். பார்த்துக்க.. ஓடுகாலி பெத்ததுகள்லாம் உறவு முறையா..? இருந்து பொழைச்சவ கேணச்சிறுக்கியா..."

"தா.. தா.. சும்மா கத்திக்கிட்டு இருந்தே தூக்கிப் போட்டு மிதிச்-சிடுவேன். யாருடி உறவு கொண்டாடினா..? இன்னைக்கோ.. நாளைக்-கோன்னு நாளை எண்ணிக்கிட்டு இருக்காருடி எங்க ஐய்யன். அவரு உசிரு.. இந்த கேடு கெட்டவ பெத்த பிள்ளை மேல இருக்கு.. வருசக் கணக்கா வனவாசம் போனவன் வளர்த்த பாசத்தில அந்த வயசான மனுசனை ஒரு எட்டு பார்த்திட்டுப் போகலாம்ன்னு வந்திருப்பான். பார்த்துட்டுப் போகட்டுன்னுதான் சொல்றேன். இங்க இருக்க வைச்சு சீராட்டல.."

காளியப்பன் கோபத்துடன் வாய்க்குள் முணுமுணுத்துக் கொண்டே வெளியே செல்ல வெள்ளையம்மாள் கோபமாய் உள்ளே சென்றாள். எதிரே நின்ற மூத்த மகனை ஏறிட்டுப் பார்த்த மலையப்பனின் விழிகளில் கடுகளவு கூட பாசமில்லை. வெறித்துப் பார்த்தவர் பார்வையை வேறு திசையில் திருப்பிக் கொண்டு ஒரு வார்த்தை கூட மகனிடம் பேசாமல் வெளியே சென்று விட்டார்.

"தம்பி..! வாங்கய்யா..." என்று அழைத்தபடி வந்து பாசத்துடன் பெட்டியை வாங்கிக் கொண்டான் முனியாண்டி. தோட்ட வேலை செய்-பவன்.

"தாத்தா எப்படியிருக்காரு.." என்று கேட்டான் ஆதித்தன்.

வெளியே இருந்த மாடிப்படிகளில் ஆதித்தனின் பெட்டியைச் சுமந்து கொண்டு ஏறிக் கொண்டே முனியாண்டி பதில் சொன்னான்.

"ரொம்ப தழண்டு போயிட்டாருய்யா.. நெதமும் உங்க நினைப்-புத்தான். அம்மாவுக்கும், உங்க தம்பிமார்களுக்கும் அதுல ரொம்ப கோவங்க.."

அவனைத் தொடர்ந்து ஏறிய ஆதித்தன்.

"டாக்டர் வந்து பார்த்தாரா..?" என்று கேட்டான்.

"எங்கங்க வந்து பார்க்கிறது..? டவுன் ஆஸ்பத்திரிக்குத் தான் கொண்டுகிட்டுப போகணும். அய்யாதான் ரெண்டு நாளைக்கு ஒரு தரம் வண்டிகட்டச் சொல்லிக் கூட்டிக் கிட்டுப் போவாரு. அதுக்குக்கூட இந்த மகராசி கூப்பாடு போடுவாக."

"மத்தவங்க.. யாரும்.. அதாவது.. மத்த பேரப்பிள்ளைகள் யாரும் அக்கறை எடுத்துக்க மாட்டாங்களா..?"

ஆதித்தனின் குரல் தழுதழுத்து ஒலித்தது.

"மத்த பேரப்புள்ளைகளா.. யாருய்யா உங்க தம்பி மார்களா..? உங்க மூணு தம்பிமார்களும் எந்த விசயம் சொன்னாலும் மூணு திசையில நிப்பாங்க. ஆனா உங்க தாத்தாவப் பத்தி பேசினா மட்டும் மூணு பேரும் ஒரே மனசா ஒரே திசையில நிப்பாங்க. 'வயசானா போக வேண்டியது தானே.. இதுல சாகப் போற கிழவனுக்கு மருத்துவம் என்ன பார்க்க வேண்டியிருக்கு'ன்னு தினமும் ரகளை பண்றாங்கய்யா. அவங்க சொத்து குறையுதாம்.."

முனியாண்டியின் பேச்சில் திடுக்கிட்டுத் திரும்பிப் பார்த்தான் ஆதித்தன். வயதானால் போய் விட வேண்டியதுதானா..? அப்படி அவர் போய் விட்டால்..? ஆதித்தனுக்கு யார் இருக்கிறார்கள்..? ஆதித்தனை யார் தேடுவார்கள்..? நெஞ்சுக் குழியில் துக்கம் அடைத்தது.

பேசிக் கொண்டே மாடியறையின் கதவைத் திறந்து உள்ளே போன முனியாண்டி, "பெரியய்யா! யாரு வந்திருக்காங்க பாருங்க.." என்று கூவினான்.

"யாருலே..?" என்றபடி நரைத்த புருவங்களை மேலேயுர்த்தி விழிகளை கூர்மையாக்கிப் பார்த்த தணிகாசலம் பேரனைக் கண்டு கொண்டார். முகத்தில் வெளிச்சம் பரவ வார்த்தைகளில் பாசம் கலந்த பரவசத்துடன்,

"ஆதித்தா..! வத்திட்டயா ராசா..." என்றார்.

"வந்துவிட்டேன் தாத்தா.." என்று தழுதழுத்த குரலில் கூறியவன் அவரின் தோல் சுருங்கிய வயோதிகக் கைகளை வாத்சல்யத்துடன் பிடித்துக் கொண்டு அருகே அமர்ந்தான். முதியவரின் கரம் அந்த வாலிபனின் கரத்தை அழுந்தப் பிடித்துக் கொண்டது.

"தாத்தாவாப் பார்க்க இத்தன நாளா ஏன் ராசா வரலே..?"

"வேலையிருந்தது தாத்தா.." அவன் உண்மையை மறைத்து உரைத்தான்.

"வருசக் கணக்காவா சோலி இருக்கும்..? இந்த வயசான கெழவன் உனக்கு என்ன கெடுதல் பண்ணி னான்னு கண்ணில படாமப் போன ராசா..?"

"நீங்க கெடுதல் பண்ணினீங்களா..? என்ன தாத்தா பேசுகிறீர்கள். என்னைப் படைத்தவன் எனக்கு கெடுதல் பண்ணி விட்டான் தாத்தா. அவன் பண்ணின ஒரே நல்ல காரியம் எனக்கு உங்க பேரன்கிற உறவைக் கொடுத்தது தான்."

தணிகாசலத்தின் தளர்ந்த கைகள் பேரனின் தலையைக் கோதின. ஆதுரமான குரலில், "இன்னுமா மறக்கலை ஆதித்தா..?" என்று கடிந்து கொண்டார்.

"எப்படி மறக்கும் தாத்தா..? நான் சாகும் வரை மறக்குமா தாத்தா..?"

"மறக்கணும்லே... மறந்துடணும்.. வளர்ற புள்ள நெஞ்சில நஞ்சை சுமக்கக் கூடாதுலே.. ஆதித்தா.. என் ராசா.. மறந்துரு.. எல்லாத்தை-யும்.. நான் சொல்றது புரியுதா.. எல்லாத்தையும் மறந்திடணும்.." என்-றார் தணிகாசலம் ஆணையிடும் குரலில். ஆதித்தன் மனம் உடைந்-தான். தொண்டை அடைக்கக் கரகரத்த குரலில்,

"முடியலையே தாத்தா. என்னோடு சேர்ந்து அந்த நினைப்பும் வளருதே.. நான் என்ன செய்யட்டும். முளைக்கிற செடியாக இருந்தால் முளைக்கும் போதே கிள்ளி விடலாம். இது விருட்சமாக வளர்ந்து நிற்-கிறதே.."

"விருட்சமா வளர்ந்தா கோடாலி எதுக்குலே இருக்கு. ஆதித்தா... என் பேராண்டி.. உன் மன உறுதிதான் கோடாலி. அதை வைச்சு வேண்டாத நினைப்ப வெட்டி எறிஞ்சுட்டு வாழ்க்கையில உறுதியா நிக்-கணும்லே. ஜெயிக்கணும். நீ ஜெயிக்கணும்."

"வைராக்கியத்தைக் கேடயமாக வைத்திருக்கிறேன் தாத்தா.. என்னை அழிக்கும் நினைவுகளோடு போராடிக் கொண்டுதான இருக்கிறேன்.. ஆனால் என்னால் ஒரு அளவுக்கு மேல் போராட முடியவில்லை தாத்தா.. ஏன் படைத்தான் தாத்தா.. அந்த இறைவன் என்னை ஏன் படைத்தான். இப்படி ஒரு பிறவியை ஏன் கொடுத்தான்..?"

ஆதித்தன் வெடித்துச் சிதற தணிகாசலம் தட்டுத் தடுமாறி எழுந்து அமர்ந்து கொண்டார். பேரனை ஆதரவாய் அணைத்தவர்,

"கடவுளை நிந்திக்காதேலே.. ஏன் படைத்தான்னா கேட்குற.. இந்த தாத்தாவுக்கு நீ பேரனாகணும்ன்னு படைச்சான்லே.." என்றார்.

ஆதித்தனின் குமுறும் மனம் இந்த சொற்களைக் கேட்டதும் கொதித்துப் பொங்கி வந்த பாலில் நீர் தெளித்தாற் போல் அடங்கிப் போனது. அவரது காலடியில் சரிந்து அமர்ந்தவன் தனக்குள் கேட்டுக் கொண்டான்.

'நெஞ்சோடு நஞ்சை சேர்த்துப் படைத்த இறைவனை நிந்திப்பதா..? இல்லை அந்த நஞ்சிலும் தேன் துளியாய் தித்திக்கும் இந்த வயோதி-கரின் பாசத்தை அளித்தானே அதற்காக அவனை சிந்திப்பதா..? இந்த

முதியவரின் மடி கிடைக்காமலிருந்தால் மொட்டிலேயே அவன் வாழ்வு கருகிப் போயிருக்குமே.'

அன்று போல இன்றும் அவரின் மடியினில் தலை சாய்த்தான் ஆதித்தன். பேரனின் தலையைப் பாசத்துடன் தடவிய அந்தச் சுதந்திரப் போராட்டத் தியாகியின் உள்ளம் வேதனைப்பட்டது. வெள்ளைக்காரனை எதிர்த்து அவர் போராடிய போராட்டமெல்லாம் போராட்டமேயில்லை. இந்தப் பேரப் பிள்ளைக்காக அவர் போராடியது தான் பெரிய போராட்-டம்.

6

தியாகி தணிகாசலம் சுதந்திரம் வாங்கப் போராடிய லட்சக் கணக்கான தியாகிகளில் ஒருவர். 'இந்திய நாட்டின் கடைசி குடிமகன் வரை என்று முழு உடை அணிகிறார் களோ அன்று வரை அரை ஆடைதான் உடுத்துவேன்' என்று அரையில் ஒரு துணியும் கழுத்தில் ஒரு துணியு-மாக தடியை ஏந்தி நடை பயின்றாரே மகாத்மா காந்தி! அந்த மகானை பின்பற்றி சுதந்திரத் தீயில் குதித்து விடுதலை முத்தெடுத்தவர். சுதந்திரம் வாங்கியவுடன் நடுவயதைத் தாண்டிய நிலையில் இல்லற வாழ்க்கையில் மனதைத் திருப்பினார். அதற்காகவே காத்திருந்தது போல் மலையப்-பனைப் பெற்றுக் கையில் கொடுத்துவிட்டு மறைந்து விட்டாள் அவரது மனைவி வள்ளி நாயகி. மலையப்பனை வளர்த்து ஆளாக்கியபோது அவருக்கு மருமகள் தேடும் வேலையை வைக்காமல் தானாய் மனைவி-யைத் தேடிக் கொண்டான் மகன்.

"யாருலே இது..?"

"இந்த இடக்குத்தானே வேணாம்கிறது. மாலையும் கழுத்துமா வந்து நிக்கறோம். யாருன்னு கேக்கறீரே. எம் பொஞ்சாதி பூங்காவனம்ய்யா.."

"பொஞ்சாதியா..?" திகைத்துப் போய் கேட்டார் தணிகாசலம். அந்தப் பெண்ணின் கழுத்திலிருந்து புது மஞ்சள் கயிறு இப்போதுதான் கண்ணில் பட்டது. மனதில் திகில் பரவியது. காடுகரை, நன்செய், புன்செய் என்று தோட்டம் துரவுகளுடன் வாழும் ஊர் பெரிய மனிதர் அவர். தணிகாச-லம் ஜாதி, மத வித்தியாசம் பார்ப்பவரல்ல. ஆனால் மகனைத் திரும-ணம் புரிந்து கொண்டு வந்திருந்த அந்தப் பெண்ணின் அடித்துப் போடும் அழகு அவரை அச்சுறுத்தியது. கருப்பாய், குள்ளமாய் அழகில்லாமல் இருக்கும் மகனிடம் செல்வத்iத் தவிர வேறு எதையும் அவள் நாடி வந்-திருக்க மாட்டாள் என்று தெள்ளத் தெளிவாகத் தெரிந்தது. பணத்தின்

மேலுள்ள ஆசையாலேயே மகனை அவள் மணந்திருக்கிறாள் என்பதை அவர் அறிந்து கொள்ளும் வகையில் மருமகளாய் அந்த வீட்டில் காலடி வைத்த மறுநாளே வீட்டின் பணப் பொறுப்புக்களை அவள் கேட்டாள்.

பூங்காவனத்தின் ஆசைப்படி அனைத்தையும் அவள் பொறுப்பிலேயே ஒப்படைத்தார் தணிகாசலம். 'எதை வேண்டுமானாலும் எடுத்துக் கொள். என் மகனோடு வாழ்ந்தால் போதும்..' இதுதான் அவரது வேண்டுகோளாக இருந்தது. அவரது ஆசைப்படி மறு வருடமே ஆதித்தனைப் பெற்றுக் கொடுத்து அவரை ஆனந்தத்தில் மூழ்கடித்தவள் அவனுக்கு இரண்டு வயது நடக்கும்போது தணிகாசலம் பயந்ததை நடத்தியே காட்டி விட்டாள். இரவோடு இரவாக அவர்களின் ஊருக்கு வெளியே தொழிற்சாலை கட்ட வந்த வட மாநிலக்காரன் ஒருவனோடு ஊரை விட்டுச் சென்று விட்டாள் அவள்.

இடிந்து போன தணிகாசலத்தின் குடும்பத்தைச் சுற்றிக் கொண்டது சுற்றம். மலையென குவிந்திருக்கும் செல்வத்தின் சொந்தக்காரரான மலையப்பனுக்கு உடனே பெண் கொடுத்தது உறவினர் குடும்பம். மலையப்பனைப் போலவே கரிய நிறமாய் குள்ளமாய் சாதாரண தோற்றத்துடன் இருந்த வெள்ளையம்மாள் அவனின் இரண்டாவது மனைவியானாள். அடுத்தடுத்து மூன்று பிள்ளைகளை அவனைப் போலவே கரிய நிறத்தில் பெற்றுக் கொடுக்க ஆதித்தன் அநாதையானான். அனைவரும் உதறிய அவனது பிஞ்சுக் கரங்களை தணிகாசலத்தின் வயோதிகக் கரங்கள் ஆதரவுடன் இறுக்கிப் பிடித்துக் கொண்டன. சோர்ந்து மூலையில் கிடந்தவனை நிமிர்ந்து எழ வைத்தார் ஊரே 'ஓடிப் போனவளின் மகன்' என்று புறக்கணித்த சிறுவனை அவர் நெஞ்சில் உரமேற்றி வளர்த்தார்.

பூங்காவனத்தின் ஜாடையாய் அன்னையின் பிரதி பிம்பமாய் அழகின் மொத்த உருவமாய் திகழ்ந்தவனைப் பார்க்கும் போதெல்லாம் மலையப்பனின் ஆண்மை தவித்தது. அடியும் உதையுமாய் சிறு பிள்ளையென்று பாராமல் பெற்ற மகனை சித்திரவதை செய்தான். பெற்றவனின் கைகளில் புண்ணாகும் பேரனைப் பள்ளி விடுதியில் சேர்த்து படிக்க வைத்தார் தணிகாசலம்.

"ஓடிப் போனவ புள்ளைக்கு கொட்டிக் கொடுக்கத்தான் நாங்க சம்பாதிக்கிறமா..? தட்டுக் கெட்டவ பெத்த புள்ளைக்கு பட்டணத்துப் படிப்பு எதுக்கு..? இருக்கிற பணத்தை அள்ளி இறைக்கவா நா மறு தாரமா வாக்கப்பட்டு வந்தேன்."

வெள்ளையம்மாள் ஆதித்தனின் படிப்புச் செலவுக்குப் பணம் அனுப்ப தடை விதித்தாள். அவள் பெற்ற பிள்ளைகள் கல்வியை மறக்க ஆதித்தன் கல்வியே உயிராகப் போனதன் ஆங்காரம் வீட்டில் வெடிக்க வீடு ரணகளமானது. மலையப்பன் வெள்ளையம்மாள் கையில் வீட்டுப் பொறுப்பைக் கொடுத்து விட்டான்.

வேண்டாமென்று மறுத்த தியாகி பென்சனை மீண்டும் நடையாய் நடந்து பெற்றுக் கொண்டார் அந்த முதியவர். அந்த முதிய தியாகியின் பென்சனில் படித்து வளர்ந்தவன்தான் ஆதித்தன். இந்த இளம் வயதில் ஒரு பெரிய கம்பெனியின் ஜெனரல் மேனேஜர் என்ற பொறுப்பிலிருப்பவன். தணிகாசலத்தின் கரங்களை கண்ணில் ஒற்றிக் கொண்டான் ஆதித்தன். அந்தக் கரங்களில் ஈரம் படுவதை உணர்ந்த தணிகாசலம்.

"ஆதித்தா.. நான் ஒண்ணு சொன்னா கேப்பியாலே.." என்று கேட்டார்.

"சொல்லுங்க தாத்தா.."

"இந்த அழுவுற சோலிய விட்டுப் புடணும் அம்புட்டுத்தேன்."

"சரி தாத்தா.." என்று கேவியபடி கூறியவன் அவர் மடியில் முகம் புதைத்து வாய் விட்டு அழுதான்.

அக்கினியென்று அலுவலகத்தில் பேசப்படும் அந்த மானிடன் அலுவலகத்தில் உள்ளவர்கள் நினைப்பது போல் சாபம் கொடுக்கும் துர்வாசனல்ல.. அவனே ஒரு சாபம் வாங்கிய சபிக்கப்பட்ட மானிடன். அவனின் கொதிப்பையும், தவிப்பையும் யாரால் உணர முடியும்..? அவனுக்குத் தந்தையுண்டு. ஆனால் அவனுக்கு தந்தையாக அவர் இருக்கவில்லை. அவனுக்குத் தாயுண்டு. ஆனால் அவள் அவனுக்குத் தாயாக இருக்கவில்லை. இருவரும் வேறு வேறு திசையில் வேறு வேறு உறவில் இவன் மட்டும் தனியே.. ஒரு முதியவரின் துணையோடு. அவருக்கு ஏதாவது ஒன்று ஆகிவிட்டால்.. நினைத்துப் பார்க்கவே அவன் நெஞ்சம் நடுங்கியது.

"தாத்தா..." என்றான் அவன் இறைஞ்சும் குரலில்.

"என்னலே.." என்றது அநத் முதியவரின் குரல் பாசத்துடன்.

"என்னோடு சென்னைக்கு வந்து விடுங்கள் தாத்தா. நான் உங்களுக்கு ராஜ வைத்தியம் பார்ப்பேன் தாத்தா.. என் கண்ணுக்குள் வைத்துக் காப்பாற்றுவேன் தாத்தா. எனக்காக.. என் கூட வந்திடுங்க தாத்தா.."

"இது நான் பொறந்து வளர்ந்த ஊருலே. இந்த பனையூர் கிராமம்தான் என்னோட பேர் இருக்குமிடம்லே. எல்லாரும் வெளியூருக்கு பொழைக்கப் போயிட்டு சாகிற காலத்தில் பொறந்த மண்ணைத் தேடி வருவான்க. நான் பொழக்கிறதெல்லாம் எம் பிறந்த மண்ணில பொழைச் சுட்டு சாகப் போகிற காலத்தில் வெளியூர் போகணுமா..? சொல்லுலே.. எங்கட்டை சாகிறது எம் பொறந்த மண்ணா இருக்கணும்லே. இங்க செத்தாத்தான் எங்கட்டை வேகும் ராசா.. என் சிங்கமே.. நீ அஞ்சாதலே.. இந்தக் கிழவன் இப்ப போக மாட்டான். இன்னும் கொஞ்சக் காலம் இந்த மண்ணில உயிரோட இருப்பான். நீ கலங்காம போயிட்டு வா ராசா."

"தாத்தா.. நான் எப்படி அங்கே நிம்மதியா இருப்பேன். இங்கே நிர்கதியா நீங்க இருக்கும்போது எனக்கு எங்கே தாத்தா நிம்மதி வரும்..?"

"இருக்கணும்லே.. நீ நிம்மதியா இருக்கணும்லே. அதுதான் முக்கியம். அதுக்காகத்தான் இந்தக் கிழவன் அந்தப் பாடுபட்டான். புரியுதா..? சொல்லுலே நிம்மதியா இருப்பியா..?"

பதில் சொல்லாமல் மௌனித்தான் அவன். நிம்மதியா..? அவனது இறுதிவரையில் அவனை நெருங்காத சொல் அல்லவா அது..?

"ஐயா..!" என்று வாசலில் குரல் கேட்டது. இருவரும் திரும்பிப் பார்த்தார்கள். மலையப்பன் நின்றிருந்தார். அவன் கையில் உணவுப் பாத்திரம் தட்டு வைத்து மூடப்பட்டு இருந்தது. உள்ளே வந்தவர் தணிகாசலம் எழுந்து அமர்ந்திருந்ததைப் பார்த்து வியப்புடன்.

"ஐயா.. இது என்ன அதிசயமா இருக்கு.. எழுந்து உட்கார்ந்திருக்கீரு.." என்று வினவியபடி அவரின் அருகே யிருந்த மேஜையில் பாத்திரத்தை வைத்தார்.

"மலையப்பா.. வந்திருக்கிறது யாருன்னு பார்த்தியாலே.."

"எல்லாம் கீழேயே பாத்தாச்சு.. அதுக்கு என்ன இப்ப..?"

"என்னலே இப்படிப் பேசுற..? வந்தருக்கிறது உன் மகன்லே.."

"நீர் சாப்பிடும். மேஜை மேல் வைச்சிருக்கேன்.."

"ஏன்லே உன் மகனுக்கு சாப்பாடு கொண்டு வரலையா..?"

"எல்லாம் சேத்துத்தான் வைச்சிருக்கு. பாத்திரத்தைப் பாரும்.." என்று அவர் கூறிக் கொண்டிருக்கும் போது கீழேயிருந்து வெள்ளையம்மாளின் சத்தம் கேட்டது.

"ஆக்கி வைச்ச சோத்தையெல்லாம் அமுக்கி எடுத்துட்டுப் போயிட்டா.. இருக்கிறவங்க எதைத் திங்கறது..? மண்ணையா..? வாரவன் போறவனுக்கு வக்கணையா சோற போட இது என்ன அன்ன சத்திரமா..?"

மலையப்பன் பதில் பேசாமல் கீழே சென்று விட சற்று நேரம் கீழே பாத்திரங்கள் பறந்தன. பல குரல்களின் கலவையொலி கேட்டது. முகம் இறுகிப் போன ஆதித்தன் உணவைப் பரிமாறித் தாத்தாவுக்கு ஊட்டலானான்.

"நீ முதலில் சாப்பிடுலே" பெரியவரின் குரல் இறைஞ்ச..,

"நீங்க சாப்பிட்டதைப் பார்த்ததுமே வயிறு நிறைந்து விட்டது தாத்தா.." என்றவன் மாலை வரை அங்கே இருந்தான். மாலையில் பெரியவரிடம் விடை பெற்றுக் கிளம்பினான். அந்த நிமிடம் வரை அந்த வீட்டிலிருந்து ஒரு வாய் தண்ணீர் கூட அவன் குடிக்கவில்லை. அவனை வற்புறுத்தி அருந்த வைப்பவரோ படுக்கையில் கிடந்தார். ஆதித்தன் எவ்வளவு மன்றாடியும் சென்னை வர மறுத்து விட்டார் அவர். தனியே கிளம்பியவன் வாசலைத் தாண்டு முன் வீட்டுக் கதவு அடைபடும் சத்தம் கேட்டது. திரும்பிப் பார்க்காமல் அந்த ஊரை விட்டு வெளியேறியவன் முகத்தில் இறுக்கம் தெரிந்தது. பஸ் பனையூர் கிராம எல்லையைத் தாண்டியவுடன் அவனது சுவாசம் சீராக அவனது முகத்தில் பழைய அக்கினிப் பார்வை மீண்டது.

7

பஸ்ஸிலிருந்து இறங்கிய சந்தியா கைக்கடிகாரத்ப் பார்த்தாள். மணி ஒன்பது ஐம்பத்தைந்து.. பத்து மணிக்கு நேர்முகத் தேர்வு ஆரம்பமாகி-விடும். ஓட்டமும் நடையுமாய் விரைந்த சந்தியா 'மேக்னா பவர்ஸ் லிமி-டெட்'டின் அலுவலகத்தை ஐந்தே நிமிடத்தில் தொட்டு விட்டாள். பதற்-றத்துடன் கைக்கடிகாரத்தைப் பார்த்தபடி உள்ளே நுழைந்தவள் காரைத் திறந்து இறங்கிக் கொண்டிருந்த ஆதித்தன் மீது மோதி விட்டாள். சுதா-ரித்து விலகியவள் அவன் முகம் பார்க்காமல்,

"ஐ ஆம் சாரி.." என்றபடி நடக்க முயன்றவளை,

"ச்சு.. வேண்டுமென்றே இடிக்கிறது.. அப்புறம் சாரி சொல்கிறது.. இதுவே இவர்களுக்கு வேலையாகி விட்டது." என்ற அலட்சியக் குரல் நிறுத்தியது.

நின்ற சந்தியா, ஆதித்தனை ஏற இறங்கப் பார்த்தாள். அவளது பார்வையில் அவனது கண்களில் அலட்சியத்தோடு ஏளனமும் சேர,

"இது வேறா..?" என்றான் எகத்தாளமாக,

"எது.. சார்..?" என்றாள் சந்தியா அவனைப் போன்றே எகத்தாளக் குரலில்,

"இந்தப் பார்வை.." என்றான் அவன் எரிச்சலாக.

"ஏன் என் பார்வைக்கென்ன..?"

"உன் பார்வைக்கொன்றுமில்லை யென்றுதான் சொல்லுகிறேன். முன்பின் தெரியாத ஆணின் மேல் மோதிய தோடு மட்டுமில்லாமல் இப்-படி விழுங்குவது போல் நாணமின்றிப் பார்க்கிறாயே.. அந்தப் பார்வைக்கு அச்சம், மடம் நாணம் இல்லையென்றுதான் சொல்லுகிறேன்." என்றான் அவன் கோபமாக.

சந்தியா அவனை விடக் கொதித்துப் போயிருந்தாள். என்ன தைரியம் இருந்தால் அவளிடம், இவன் இவ்வாறெல்லாம் கூறுவான்..? சந்தியாவை யார் என்று நினைத்து விட்டான்..? கோபத்தில் அவளது முகம் சிவக்க,

"ஆமாமாம்.. நீங்கள் பெரிய ஆணழகன் பாருங்கள். உங்களைப் பார்க்கணும்னுதான் காலங் கார்த்தாலே எழுந்து அவதி அவதியாய் கிளம்பி ஓட்டமும், நடையுமாய் இங்கே வந்திருக்கிறேன்..? நினைப்பைப் பார்...

போய் கண்ணாடியில் உங்கள் அழகு முகத்தைப் பார்த்துக் கொள்ளுங்கள். கடுகடுவென கடுவன் பூனை மாதிரி இருக்கும் இந்த மூஞ்சியைப் போய் சைட் அடிக்க.. எனக்கென்ன தலையெழுத்தா..? அதுக்கு வேற ஆளைப் பாருங்கள். அச்சம், மடம், நாணமெல்லாம் என் பார்வைக்கு நிறையவே இருக்கிறது. உங்களை நேருக்கு நேராய் பார்த்தது உங்கள் அழகைப் பார்க்க இல்லை. இப்படியும் ஒரு மனிதர் இருக்க முடியுமாங்கிற ஆச்சரியத்தில் பார்த்தேன்.. அச்சம், மடம், நாணமாமே. முதலில் உங்களுக்கு மதிப்பு, மரியாதை பண்பாடு இருக்கிறதா..?" என்று பொரிந்து தள்ளியவள் உள்ளே விரைய யத்தனித்தாள். மீண்டும் அவளைத் தடுத்து நிறுத்தியது ஆதித்தனின் குரல்.

"என்ன ஒரு ஆணவம்..? ஒரு பெண்ணிற்கு இத்தனை திமிரா..?" சண்டைக் கோழியாய் சிலிர்த்து நிமிர்ந்த சந்தியா..

"ஏன்.. பெண்கள் உப்புப் போட்டுத்தானே சாப்பிடு கிறோம்.. ரோசமும் கோபமும் எல்லோருக்கும் பொதுதானே.?" என்று எகிறினாள்.

வார்த்தைக்கு வார்த்தை பதில் கூறியவளைப் பார்த்து எரிச்சலடைந்தவன் 'இவள் யார்..?' என்ற யோசனையுடன் அவளை ஏற இறங்கப் பார்த்து வைக்க இப்போது எகத்தாளமாய் நகைத்து, "அ...து.. சரி...?" என்று அவனது ஸ்டைலில் வார்த்தைகளை உச்சரித்தது சந்தியா.

அவளது கேலியைப் புரிந்து கொண்டவன் செய்வதறியாது அவளை முறைத்தவாறு உள்ளே விரைந்து விட்டான்.

அவன் சென்ற வேகத்தைப் பார்த்து தோளைக் குலுக்கிக் கொண்டாள் சந்தியா. அவனுடன் சண்டை போட்டுக் கொண்டிருந்தவள் வந்த வேலையை மறந்து விட்டது நினைவுக்கு வர மானசீகமாய் தன் தலையில் தானே குட்டு வைத்துக் கொண்டு உள்ளே அவசரமாய் ஓடினாள். வரவேற்பு பகுதியில் விசாரித்தாள். இன்டர்வியூ இன்னும் ஆரம்பிக்க-

வில்லை என்றார்கள். நிம்மதிப் பெருமூச்சுடன் உள்ளே சென்று அமர்ந்தாள். இன்டர்வியூவுக்கு வந்திருந்தவர்களை பார்வையால் எடை போட்டாள். எல்லோருமே முகத்தில் அறிவுக்களையோடும், கையில் கனத்த பைலோடும் பார்வைக்கு பளிச்சென்றும் இருந்தார்கள். இவர்களின் மத்தியில் போட்டி போட்டு ஜெயிக்க முடியுமா என்ற கவலை வந்தது. 'கடவுளே நான் செலக்ட் ஆகி விட வேண்டும்.' என்று வேண்டிக் கொண்டு மனதின் பயத்தை மறைக்க அருகிலிருந்த பெண்ணிடம் பேச்சுக் கொடுக்க ஆரம்பித்தாள். இன்டர்வியூ ஆரம்பித்தது. அவள் முறை வந்தது. ஆபிஸ் பியூன் வந்து "சந்தியா யாருங்க உள்ளே போங்க.." என்று கூற அவள் மனதில் உள்ள பதட்டத்தை மறைத்துக் கொண்டு எழுந்து சென்று இண்டர்வியூ நடந்த அறையின் கதவை ஒரு விரலால் நாசுக்காய் தட்டி, "மே ஐ கமின் சார்..?" என்று பவ்யமாய் வினவினாள்.

"யெஸ் கமின்" என்ற வார்த்தையைத் தொடர்ந்து உள்ளே நுழைந்தவளுக்குத் தூக்கி வாரிப் போட்டது. ஏனென்றால் அந்த அறையில் இன்டர்வியூ நடத்த அமர்ந்திருந்த மூவரில் ஒருவன் ஆதித்தன்.

அவளை அந்த இடத்தில் எதிர்பாராத ஆதித்தனின் புருவங்கள் மேலேறின. 'ஓகோ நீ இன்டர்வியூவுக்கு வந்தவளா..?' என்று ஏளனத்துடன் அவன் உதடுகள் வளைந்தன. 'வாவா. இன்றைக்குச் சரியான மண்டகப்படி உனக்கு நடத்துகிறேன். சரியான பாடம் கற்பிக்கிறேன். என்று மனதிற்குள் கறுவிக் கொண்டவன், சுவாரசியமாய் அவளின் முகபாவனைகளையும் செயல்பாடு களையும் வேடிக்கைப் பார்க்க ஆரம்பித்தான்.

'பொறியில் சிக்கிய எலி' போல் அவளைப் பார்த்தபடி தெனாவெட்டாய் ஆதித்தன் அமர்ந்திருக்க அவனை அந்த இடத்தில் எதிர்பாராத சந்தியா முதலில் அதிர்ச்சி அடைந்தவள் உடனே சமாளித்துக் கொண்டு முகத்தில் எந்தவித உணர்ச்சியையும் பிரதிபலிக்காமல் நின்றாள்.. அந்த அறையினுள் அமர்ந்திருந்த மூவரில் ஒருவர் பெண்மணி.. கொண்டை போட்டுக் கண்ணாடி அணிந்திருந்தாள் அந்த மாது. பார்ப்பதற்கு காலேஜ் லெக்சரர் போல் தோற்றமளித்தாள். இடது புறம் அவள் அமர்ந்திருக்க, வலது புறம் ஆதித்தன் அமர்ந்திருக்க நடுவில் அமர்ந்திருந்தவர் மற்ற இருவரையும் விட வயதில் மூத்தவராக இருந்தார். தங்க நிற பிரேமிட்ட கண்ணாடி அணிந்து ஆதித்தனைப் போலவே கோட், சூட் டை அணிந்து காணப்பட்டார். சந்தியா பொதுவாக 'குட்மார்னிங்'

என்றாள்.

"டேக் யுவர் சீட்.." என்றார் நடுவில் அமர்ந்திருந்த பெரியவர். சந்தியா நாற்காலி முனையில் அமர்ந்தாள். ஆதித்தனின் பார்வை துளைப்பதை அறிந்ததும் முகம் மாறாமல் அவர்களை நிமிர்ந்து பார்த்தாள்.

"கிவ் யுவர் செர்டிபிகேட்ஸ்" என்றான் ஆதித்தன்.

சந்தியா கொடுத்த சான்றிதழ்களை வாங்கிப் பார்த்தவன்,

"பிரிவியஸ் எக்ஸ்பீரியன்ஸ் ப்ளீஸ்" என்றான் தொடர்ந்து.

"நோ சார். இதுதான் என் முதல் இன்டர்வியூ. நான் லாஸ்ட் மன்த்தான் என்னுடைய டிகிரி செர்டிபிகேட்ஸை வாங்கினேன்.."

"எக்ஸ்பீரியன்ஸ் இல்லாமல் எப்படி அப்ளை பண்ணினீங்க..? நாங்க எக்ஸ்பீரியன்ஸ் வேணும்னு கேட்டிருந்தோமே. தேவையில்லாம அப்ளை பண்ணி எங்க டயத்தை ஏன் வேஸ்ட் பண்றீங்க.." என்றவாறு அவளது செர்டிபிகேட் அடங்கிய பைலை மேஜை மேல் தூக்கிப் போட்டான் ஆதித்தன்.

"யாராவது வேலை கொடுத்தால் தானே சார் எக்ஸ்பீரியன்ஸ் கிடைக்கும்? நீங்களே எனக்கு வேலை கொடுத்து அந்தத் தகுதியை ஏன் கொடுக்கக் கூடாது..?"

அவளின் வார்த்தைகளில் ஆதித்தன் கடுப்பாக அந்தப் பெரியவரோ நிமிர்ந்து அமர்ந்தார். அவரின் கண்களில் பாராட்டுத் தெரிந்தது.

"இங்கே நாங்கதான் உங்களை இன்டர்வியூ பண்ணுகிறோம் என்பது நினைவிருக்கட்டும். அன்டர்ஸ் டாண்ட்..? நாங்கள் கேட்கும் கேள்விகளுக்கு மட்டும் பதில் சொல்லுங்கள். நீங்கள் எங்களைக் கேள்வி கேட்காதீர்கள்.." என்று சாடிய ஆதித்தன் தனக்குத்தானே சொல்லிக் கொள்வது போல்.

"இதற்குத்தான் எக்ஸ்பீரியன்ஸ் வேணும்னு கேட்டது. காலேஜ் முடிச்சதும் பொழுது போகலைன்னு வேலைக்குப் போக ஆசைப்பட்டு இங்கே வந்து நம்ம கழுத்தை அறுக்கிறது... எங்கே எப்படிப் பேசணும்னு கூடத் தெரியாத ஆள்களை வைத்து வேலை பார்ப்பதா..? ரிடிகுலஸ்" என்றான்.

"ஈஸி ஆதித்தன்.." என்றார் அந்தப் பெரியவர்.

"அந்தப் பெண் கேட்ட கேள்வி கூட ஒரு வகையில் பதில்தான்."

மௌனமானான் ஆதித்தன் கண்களில் நெருப்புப் பொறியோடு சந்தியாவை அவன் பார்வையில் எரித்துக் கொண்டிருக்க,

"வெல் மிஸ் சந்தியா. டிகிரியோடு கம்ப்யூட்டர் கோர்ஸ், செக்ரட்டரி கோர்ஸ் முடித்திருக்கீங்க எப்படி..?" என்று அந்தப் பெரியவர் கேட்டார்.

"காலேஜ் முடிந்ததும் ஈவினிங் டைமில் இந்தக் கோர்ஸையெல்லாம் முடித்தேன் சார்."

"வெரிகுட்.. ஒரே நேரத்தில் படிப்பையும் பார்த்துக் கொண்டு அடிசி-னலா தேவைப்படற கோர்ஸையும் முடித்திருக்கீங்க.. ம்ம்.. உங்க பேமி-லியைப் பத்திச் சொல்லுங்க.."

"நான், என் அம்மா இவ்வளவுதான சார் என் குடும்பம்."

அந்தப் பெரியவரின் கண்களில் இரக்கம் வந்தது.

"ஓ! அப்பா இல்லையா..? இறந்து விட்டாரா..?" அனுதாபத்துடன் வினவினார் அந்தப் பெரியவர்.

"தெரியவில்லை சார்.."

அவளின் புதிரான பதில் அறையிலிருந்த மூவரையும் நிமிர்ந்து உட்-கார வைத்தது. அவளை விநோதமாய் பார்த்த படி,

"நான் என்ன கேட்டேன்னு புரிந்துதான் பதில் சொல்றீங்களா..?" என்றார் அவர்.

"என் அப்பாவுடன் நானும் என் அம்மாவும் இலலை. எனது பேமிலி மேட்டர் இந்த அளவுக்கு உங்களுக்குத் தெரிந்தால் போதும்ன்னு நினைக்கிறேன்."

"நோ.." என்றான் ஆதித்தன்.

"எங்கள் அலுவலகத்தில பணிபுரிபவர்கள் அதிலும் முக்கியமாக பெண்கள் சிக்கலான பின்னணி இல்லாமல் இருக்க வேண்டும்னு நினைக்கிறேன். இல்லா விட்டால் அவர்களது மனநிலை எங்கள் அலு-வலக வேலையை பாதிக்கும். எனவே உங்கள் பேமிலி பற்றி நாங்கள் தெரிந்து கொள்ள வேண்டியது அவசியம்.." என்று கூறிய ஆதித்தனி-டம்.

"என்ன தெரிய வேண்டும் சார்..?" என்று கேட்டாள் சந்தியா.

"உங்களது அம்மா ஏன் உங்கள் அப்பாவை விட்டு ஓடி வந்தார்கள் என்று தெரிய வேண்டும்."

"மைண்ட் யுவர் வெர்ட்ஸ் சார். என் அம்மா என் அப்பாவை விட்-டுவிட்டு ஓடி வரவில்லை.. விலகி வந்தார்கள்."

"இரண்டும் ஒன்றுதான்.."

"இல்லை இரண்டும் வேறுவேறு.."

"இரண்டிற்கும் இடையே பெரிய வித்தியாசமில்லை."

"மிகப் பெரிய வித்தியாசமுண்டு. என் அம்மா உன்னோடு வாழ முடியாது என்று என் அப்பாவிடம் நேரடி யாகச் சொல்லிவிட்டு என் கையைப் பிடித்துக் கொண்டு என் அப்பாவின் கண் முன்னால் வீட்டை விட்டு வெளியேறினார்கள். இது விலகல். ஓடிப் போவதில்லை."

ஆதித்தனின் அந்தரங்க மனம் குத்த அவன் முகம் இறுகியது.

"ஓ.கே. உங்க பாயிண்டுக்கே வருவோம். ஏன் விலகி வந்தார்கள்..?"

"அது என் சொந்த விஷயம். இன்னும் சொல்லப் போனால் என் அம்மாவின் தனிப்பட்ட விசயம். அதை இங்கே பகிரங்கப் படுத்தித்தான் எனக்கு இந்த வேலை கிடைக்கும் என்றால் எனக்கு இந்த வேலையே வேண்டாம்." என்று கூறிய சந்தியா அமர்ந்திருந்த இருக்கையை விட்டு எழுந்தாள்.

"வெயிட் மிஸ் சந்தியா.." என்றாள் இவ்வளவு நேரம் அவர்களது வாக்குவாதத்தைக் கவனித்துக் கொண்டிருந்த அந்தப் பெண்மணி.

"ஐ அக்ரி வித் ஹர் வெர்ட்ஸ் மிஸ்டர் ஆதித்தன்.. அந்தப் பெண்ணின் சொந்த விசயத்தில் நாம் தலையிடக் கூடாது."

"யு ஆர் கரெக்ட் விமலா.." என்றார் அந்தப் பெரியவர் தாடையைத் தடவியபடி. ஆதித்தன் அக்கினிப் பார்வை யுடன் சந்தியா பக்கம் திரும்பினான்.

"ஓ.கே.. ஓ.கே.. ஆனால் நான் இவங்களை இன்னும் இன்டர்வியூ பண்ணி முடிக்கல. நான் கேட்கிற கேள்வி களுக்கு இவங்க பதில் சொல்லட்டும்.."

என்றவனை விமலா முறைப்பாய் பார்க்க,

"பெர்சனலா கேட்க மாட்டேன் மேடம். சப்ஜெக்ட் சம்பந்தம்தான்." என்று அவளுக்கு ஒரு பதிலை வீசி விட்டு, சந்தியாவை கேள்வி கேட்க ஆரம்பித்தான். அடுத்த வந்த நிமிடங்களில் அவன் நுழைத்து, நுழைத்து யோசித்துக் கேட்ட அத்தனை கடினமான கேள்விகளுக்கும் நொடிப் பொழுதில் அவளிடமிருந்து பதில் வந்தது. அவளின் துடிப்பான புத்திசாலித்தனமான பதில்கள் மற்ற இருவரையும் திருப்திப்படுத்த ஆதித்தனுக்கு அதிருப்தியைத் தந்தது.

எல்லை மீறின சினத்துடன் அவளை வெறுப்பேற்றும் கேள்விகளை கேட்க ஆரம்பித்தான் ஆதித்தன். தன்னைக் கட்டுப்பாட்டுக்குள் வைத்துக் கொண்டு தன்னம்பிக்கையைக் கேடயமாகக் கொண்டு அவற்றை

முறியடித்தாள் சந்தியா. எதிரும் புதிருமாக இருவரும் முறைத்துக் கொண்டு நிற்பதற்கான காரணத்தை இருவருமே அறியவில்லை.

காலம் போடும் கணக்கை யார்தான் அறிய முடியும்..? சூரியனின் வெம்மையோடு ஆதித்தனும், நிலவின் குளிர்ச்சியோடு சந்தியாவும் ஒரு-வருக்கு ஒருவர் எதிர்மறைத் துருவங்களாய் அறிமுகமானார்கள். முதல் பார்வையிலேயே ஆதித்தனால் தான் வெறுக்கப்படுவதை உணர்ந்து கொண்டாள் சந்தியா. முதல் சந்திப்பிலேயே தன்னை ஒரு பெண் தோற்-கடித்ததை ஜீரணிக்க முடியாமல் நின்றான் ஆதித்தன். அவன் கையில் இவள் வேலை சிக்கியிருக்கிறது. அவன் பொறுமை காத்தாலோ இவளது பெருமை உணர்ந்தாலோ வேலை நிச்சயம். அவன் உணர்வானா என்ற நிராசையுடன் அவள் அவன் தொடர்ந்து கேட்ட கேள்விகளுக்குப் பதில் சொல்லலானாள்.

வாழ்க்கை இருவருக்குமே கரடு முரடான வாழ்க்கைப் பாதையைத்-தான் வாழ்வின் பயணத்தில் பரிசளித்தது.

ஆதித்தனோ அந்தப் பாதையில் நெஞ்சம் ரணமாகி முள் போன்ற சுபாவத்தைக் கொண்டான்.

சந்தியாவோ அந்தப் பாதையில் மனம் பண்பட்டு மற்றவருக்கு நிழல் கொடுக்கும் சேலையின் தன்மையைக் கொண்டாள்.

எதிர் மறைத் துருவங்கள் மோதிக் கொண்டால் என்ன ஆகும்..? ஈர்க்கும் என்பது அறிவியல் விதி. ஆதித்தனை சந்தியா ஈர்ப்பாளா இல்லை சந்தியாவின் வேலையை அவன் தீர்ப்பானா.. காலத்தின் கட்-டளை எதுவோ..?

8

ஏறக்குறைய ஒரு யுத்த களம்போல் அந்த இன்டர்வியூ அறை இருந்தது. ஆதித்தனின் கேள்விக் கணைகள் வில்லில் இருந்து செலுத்தப்படும் பாணங்களாகச் சந்தியாவை நோக்கி கண நேர இடைவெளி கூடக் கொடுக்காமல் பாய்ந்து வந்து கொண்டிருந்தன. கேள்விக் கணைகளை தன் பதில்களால் கண நேரம் கூட ஸ்தம்பிக்காமல் முறியடித்துக் கொண்டிருந்தாள் சந்தியா.. யுத்தம் முடிவேயுறாது என்று தோன்றிய நிலையில் ஆதித்தன்.

"எல்லாவற்றையும் தெரிந்து வைத்திருக்கிறீர்கள்.. பணிவைத் தவிர.." என்றான்.

"நீங்கள் என்ன சொல்ல வருகிறீர்கள் என்று எனக்குப் புரியவில்லை சார்.."

"உங்களுக்கா புரியாது..? குட் ஜோக். வேலை செய்யும் இடத்தில் மேலதிகாரிக்கு பணிந்து பேசணும். அதுதான் இந்த வேலைக்கான.. ஏன் எந்த வேலைக்குமான முதல் தகுதி.. அது உங்களிடம் இருப்பதாக எனக்குத் தெரியவில்லை."

"எதை வைத்து என்னிடம் பணிவில்லைன்னு சொல்கிறீர்கள் சார். நீங்கள் என்னைப் பார்த்து இரண்டு மணி நேரங்கள்தான் ஆகின்றன. அதற்குள் என்னைப் பற்றி உங்களுக்குத் தெரிந்திருக்க வாய்ப்பில்லை சார்.."

"....இதை.. இதை.. வைத்துத்தான் சொல்கிறேன். வார்த்தைக்கு வார்த்தை எதிர்த்துப் பேசுகிறது.. இது எப்படிப் பணிவாகும்..?"

"இது இண்டர்வியூ ரூம்ன்னு நீங்கள்தான் அடிக்கடி எனக்கு நினைவு படுத்தி வைத்திருக்கிறீர்கள் சார். கேள்விக்கு பதில் சொல்ல வேண்டாமா..?"

"பணிவுன்னா என்னவென்றே தெரியாத உங்களை வேலைக்கு வைத்துக் கொண்டு நாள் பூராவும் மூட்-அவுட் ஆக என்னாலெல்லாம் முடியாது."

"மன்னிக்க வேண்டும் சார். பணிவுன்னா என்ன சார்..? சுயமரியாதை இல்லாமல் காலில் விழுவதா..? ஆபிஸ் லெட்டரில் எல்லாம் முன்னால் 'தங்கள் பணிவுள்ள'ன்னு எழுதிக் கையெழுத்துப் போடுவாங்க. இப்ப எல்லாம் அப்படிப் போடுவது இல்லை சார். 'தங்கள் உண்மை யுள்ள'ன்னு எழுதிக் கையெழுத்துப் போடறாங்க. இதில் இருந்து ஒரு வேலையில் உண்மையாக மனச்சாட்சியோடு உழைத்தால் போதும். கூழைக் கும்பிடு போடத் தேவையில்லைன்னு தெரியலையா சார்..? நீங்கள் எனக்கு வேலை கொடுத்தால் வாங்குகிற சம்பளத்துக்கு உண்மையாக வேலை செய்வேன். கொடுக்கிற வேலையை சரியாகச் செய்வேன். இந்தக் கம்பெனிக்கு விசுவாசமாக உழைப்பேன். என் மேலதிகாரிகளிடம் மரியாதையோடு இருப்பேன். ஒரு வேலை செய்ய இதுதான் சரியான தகுதிகள்ன்னு நான் நினைக்கிறேன் சார்.."

"மேலதிகாரியிடம் மரியாதையா இருப்பீங்க.. ஆனா பணிவா இருக்க மாட்டிங்க.. அப்படித்தானே." என்றான் ஆதித்தன் காட்டமாக.

"மரியாதையாக இருப்பதும் ஒரு வகையில் பணிவு தான் சார்.."

"இது இன்டர்வியூ ரூம். இங்கேயே இப்படிப் பேசினீர்கள் என்றால் நாளைக்கு இங்கே உங்களுக்கு வேலை கொடுத்தால் எவ்வளவு பேச மாட்டீர்கள்..?"

"நீங்கள் கேட்ட கேள்விகளுக்கு பதில் சொல்ல வேண்டியது என் கடமை. அதைத்தான் செய்து கொண்டிருக்கிறேன். அதைப்போலக் கேட்கப்படும் கேள்விகளுக்கு என் மனதில் தோன்றும் உண்மையான பதில்களைச் சொல்ல வேண்டும்.. பொய்யான பணிவையல்ல.. அதைத் தான் சொல்லிக் கொண்டிருக்கிறேன்."

"இன்டர்வியூ முடிந்து விட்டது நீங்கள் போகலாம்."

சந்தியா எழுந்து மூவரிடமும் மரியாதை நிமித்தம் தலை அசைத்து விடை பெற்றுக் கொண்டு வெளியே வந்தாள். சுதந்திரமான காற்று முகத்தில் பட்டது. இதமாக இருந்தது. இந்த வேலை கிடைக்குமென்று அன்று காலை வரை இருந்த எதிர்பார்ப்பு இப்போது வற்றிப்போய் இருந்தத. சந்தியா நம்பிக்கை இழந்திருந்தாள். அந்த இளைஞன் பெண்களை வெறுப்பவனாக இருக்கிறான். அவன் நிச்சயம் இவளுக்கு வேலை

கொடுப்பதை விரும்பமாட்டான். அதை தடை செய்வான். அவன் முகம் நினைவில் வர 'கடுவன் பூனை' என்று மனதிற்குள் திட்டிக் கொண்டாள். 'அவன் பெயர் ஆதித்தனாமே. ஆனால் கடுவன் பூனைன்னு பெயர் வைத்ததுதான் சரி. மருந்திற்குக் கூடச் சிரிப்பு இல்லையே அவன் முகத்தில்' என்று எண்ணிக் கொண்டவள் 'எப்படித்தான் அவனால் சிரிக்காமல் இருக்க முடிகின்றதோ' என்று எண்ணி தனக்குத் தானே சிரித்துக் கொண்டாள். அவன் என்னதான் விரும்புகிறான்..? சந்தியாவிற்கு பணிவு இல்லையென்று யாரும் சொல்ல மாட்டார்கள். அவன் அவளிடம் பணிவை வேண்டவில்லை. அவளது சுய மரியாதையை அவன் விரும்பவில்லை. போகட்டும் சுயமரியாதை இல்லாமல் முதுகெலும்பு இல்லாமல் வேலை பார்க்க சந்தியாவும் விரும்பவில்லை. அவள் சந்தியா. சுயமரியாதை பெரிதென்று பெண் குழந்தையுடன் தன் கரங்களை மட்டுமே நம்பி வெளியேறினாளோ அந்த அன்னத்தின் மகள். இந்த உலகில் நிச்சயம் காலை ஊன்றுவாள்.

பஸ் ஏறி வீடு இருக்கும் தெருவில் இறங்கியவள் வீட்டை அடைந்தாள். வீட்டு நடையில் செருப்புக்களை அவிழ்த்து விட்டு உள்ளே சென்றாள். முன்புறம் மெஸ்ஸாகவும், பின்புறம் அவர்களுக்கான வீடாகவும் இருந்த 'அம்மா உணவக'த்திற்குப் போனபோது மதிய சாப்பாட்டு நேரம் முடிந்து பாத்திரங்களைக் கழுவிக் கொண்டிருந்தார்கள் அன்னமும், கனகமும், சிந்துவைக் கண்டதும்,

"வாடா செல்லம். என் சந்தியாக் குட்டிக்கு முக மெல்லாம் சோர்ந்திருக்கே. என்னடா தங்கம்.. இன்டர்வியூ கஷ்டமா இருந்துச்சா.." என்று கேட்டாள் அன்னம்.

"இல்லைம்மா.. எந்தக் கேள்வியையும் மிஸ் பண்ணாமல் எல்லாக் கேள்விகளுக்கும் பதில் சொல்லி விட்டேன். இந்த வேலை கட்டாயம் கிடைக்கும்மா" என்றாள் சந்தியா மனதில் வலியுடன்.

"கிடைச்சாலும் சரி கிடைக்கா விட்டாலும் சரி. நீ கவலையில்லாமல் முயற்சி பண்ணு.. கடவுளை நம்பு. கைவிட மாட்டார். அதற்காக நீ உன் முயற்சியை நிறுத்தாத. இப்போது சாப்பிட வா.. முகமெல்லாம் வாடிப் போயிருக்கு." என்று கூறிக்கொண்டே கழுவிய பாத்திரங்களை துடைத்து அடுக்கி வைக்கலானாள் அன்னம். அன்னையின் சொற்களை கேட்டு மனம் நெகிழ்ந்த சந்தியா.

'உன்னால் மட்டும் தான்ம்மா இப்படியெல்லாம் பேச முடியும்..' என்று மனதிற்குள் கூறிக் கொண்டாள்.

"சந்தியா சாப்பிட வரலை..?" என்று அன்னம் கூப்பிட,

"இதோ வரேன்ம்மா.." என்று கூறிக் கொண்டே அன்னையிடம் விரைந்தாள்.

சந்தியாவிற்குச் சாப்பாடு போட்டுக் கொண்டிருக்கும் போது அறை வாசலில் நிழலாட நிமிர்ந்து பார்த்தாள் அன்னம். கனகம் நின்றிருந்தாள்.

"என்ன கனகம். வேலையை முடிச்சிட்டயா.. சரி போய்ட்டு வா. சாயந்திரம் சீக்கிரம் வந்து விடு. ராத்திரி கடைக்குச் சட்னி அரைக்கணும், காய் நறுக்கணும் வேலை நிறைய இருக்கு.." என்றவள் கனகம் போகாமல் தயங்குவதைக் கண்டு,

"சொல்லு கனகம் வேறு எதுவும் வேணுமா..?" என்று கேட்டாள்.

"ஆமாம்க்கா.. ஐநூறு ரூபாய் முன் பணம் வேணும்.."

"அப்படியா.." என்று யோசித்த அன்னம், "நாளைக்குக் கொடுத்தால் போதுமா..?" என்று கேட்டாள்.

உடனே முகம் மலர, "நாளைக்குக் கொடுத்தால் போதும்க்கா. என் மகன் படிக்கிற பள்ளிக் கூடத்தில் டூர் போறாங்களாம்.. அதுக்கு ஐநூறு ரூபாய் பணம் கட்டணுமாம். இன்னும் இரண்டு நாளில் கட்டணும்னு சொன்னான். நீங்க நாளைக்குக் கொடுத்தால் நாளை மறுநாள் பணம் கட்டிருவான்க்கா.." என்ற கனகம் உற்சாகமாய் சென்று விட்டாள்.

உணவு பரிமாறிக் கொண்டிருந்த அன்னத்தை நிமிர்ந்து பார்த்தாள் சந்தியா. வீட்டு நிலவரமும், உணவுக் கடை நிலவரமும் அவளுக்குத் தெரியும். பற்றாக்குறையில் இருந்தது. காலையில் அவள் கிளம்பும்போதே அன்னம் பணப் பற்றாக்குறையினால் குறைவான காய்கறிகளை வாங்கி வந்ததைப் பார்த்திருந்தாள். சந்தியாவின் பார்வையில் கேள்வி இருந்ததைக் கண்ட அன்னம்,

"என்னடா..?" என்றாள் அன்பாக.

"அம்மா வீட்டு பட்ஜெட் இடிக்குது போல இருக்கே..?"

"பட்ஜெட்டுன்னா அப்படித்தான். இடிக்கத்தான் செய்யும்.." கனிவாய் கூறியவள் குழம்பை ஊற்ற சாதத்தை பிசைந்து கொண்டே சந்தியா தாயைப் பார்த்து,

"அம்மா நீங்க கோவிச்சுக்கலைன்னா நான் ஒன்னு கேட்கவா..?"

"கேளுடா செல்லம்.. நீ கேட்காமல் அம்மா கிட்ட யாரு கேட்-பாங்க.."

"கனகம் சித்திக்கு ஏற்கனவே ஆயிரக் கணக்கில் முன் பணம் கொடுத்திருக்கீங்க.. இப்போ நாம பணம் பத்தாம கடையை நடத்தவே சிரமப்படும்போது அவங்களுக்கு எப்படிம்மா ஐநூறு ரூபாய் கொடுக்க முடியும்..? ஏன் தரேன்னு சொன்னீங்க.."

"நாளைக்கு நான் சீட்டு எடுத்த பணம் வருதும்மா.. அதிலிருந்து தரலாம்.. பாவம் அவ பையன் ஸ்கூல் டூருக்கு வேணும்னு கேட்கிறா.."

"அதனால்தாம்மா சொல்கிறேன். அது ஒன்னும் முக்கியமான அத்-தியாவசிய செலவில்லையே.. இப்போ ஸ்கூல் ஃபீஸ் கட்டறதா இருந்த-தாலோ இல்லை புத்தகம் வாங்க வேண்டியிருந்ததாலோ.. நீங்க கையி-லிருப்பதைக் கணக்குப் பார்க்காமல் நம்ம நிலைமையை யோசிக்காமல் கொடுக்கலாம் தப்பில்லை. ஆனால் ஸ்கூல் டூர்தானே கனகம் சித்தி நினைத்தால் அதைத் தவிர்க்கலாமே.."

"அவ நினைச்சா தவிர்க்கலாம்தான். ஆனா ஏன் அவ தவிர்க்கலே.. அவளுக்கே நல்லாத் தெரியும். அவ ஆயிரக் கணக்கில் முன் பணம் வாங்கியிருக்காள்ன்னு. அந்தக் கடன் அடையவே இன்னும் ஆறேழு மாசம் ஆகும். இந்த மாதிரி இருக்கிறப்போ ஏன் இன்னும் ஐநூறு ரூபாய் கேட்டு அவளோட கடன் தொகையை அதிகப்படுத்திக்கிறா..?"

சந்தியாவிற்கு சிரிப்பு வந்தது. இன்று என்ன கேள்விக்கு எதிர் கேள்-விதான் பதிலா..? அவள் இன்டர்வியூவில் ஆதித்தனின் கேள்விகளுக்கு எதில் கேள்வியையே பதிலாகக் கொடுத்து விட்டு வந்தால் வீட்டில் அம்மா அதையே திருப்பித் தருகிறாளே.

'முற்பகல் செய்யின் பிற்பகல் விளையும்' என்பது இதுதான் போலும் என்று நினைத்தவள் வாயில் உணவை வைத்துக் கொண்டு சிரித்தாள். புரையேறப் பதறிப்போன அன்னம் அவசரமாய் தண்ணீரை எடுத்துக் கொடுத்து,

"போக்கிரி.. வாயில் சோற்றை வைச்சுக்கிட்டு துடுக்குத்தனமாய் எதையாவது நினைச்சு சிரிச்சு வைக்கிறே. புரையேறுது பார்.." என்று கடிந்து கொண்டாள்.

"இல்லைம்மா.. நான் கேள்வி கேட்டால் பதில் சொல்லாம நீங்க கேள்வி கேட்கறீங்களேன்னு நினைச்சுச் சிரித்தேன்.." என்று சமாதானம் சொன்னவள் அன்னையை ஏறிட்டுப் பார்க்க, மகளின் மனம் புரிந்தவ-

ளாய்,

"ஏன் கனகம் அவ இருக்கிற கஷ்டத்திலயும் கடன் வாங்கியாவது மகனை டூருக்கு அனுப்பனும்னு நினைக்கிறா தெரியுமா... அவ அம்மா! அதனால்தான்.. நம்ம கஞ்சியோ கூழோ குடிச்சாலும்.. நம்ம பிள்ளை தங்கத்தடில் பாலும் பழமும் சாப்பிடணும்னு நினைக்கிறது தான் அம்மாவோட மனசு.. அவ மகனுக்கு டூர் போகலைன்னா ஏமாற்றம் வரும். மத்த பசங்கள் போறாங்களே நாம போக முடியலையேன்னு ஏக்கம் வரும்.. அதை அவனுக்கு வர விடக் கூடாதுன்னு நினைக்கிறா.. அவளோட கஷ்டங்களோட நிழல், அவ மகனின் வாழ்க்கையில் விழக்கூடாதுன்னு வைராக்கியமா உழைக்கிறா.. தான் தரையில் தூசியாகக் கிடந்தாலும் தான் பெத்தபிள்ளை கோபுரத்தில்தான் இருக்கணும்ன்னு எவ ஒருத்தி நினைக்கிறாளோ, போராடுகிறாளோ... அவள்தான் அம்மா! கனகம் ஒரு அம்மா சந்தியா.. அவ கடன் கேட்கிறது. தன் சுமையைக் கூட்டிகிறது.. எல்லாமே தன் பிள்ளைக்காக.. அதனால்தான் அவ கேட்டபோதெல்லாம் நான் பணம் கொடுக்கிறேன்.. இப்ப புரியுதா" என்றாள் தோழமையுடன்.

அன்னையின் முகத்தையே பார்த்தாள் சந்தியா.. அவள் போன ஸ்கூல் டூரெல்லாம் நினைவில் ஆடின. ஒவ்வொரு டூருக்குப் பின்னாலும் அவள் தாயின் போராட்டம் எத்தனை இருந்ததோ..? அவள் உடுத்திய உயர்ந்த ரக உடைகளுக்குப் பின்னே இந்த மாதிரியான கதைகள் எத்தனை மறைந்திருந்ததோ..? அவளது பெயருக்குப் பின்னால் இருக்கும் பட்டப் படிப்பிற்கும், மற்ற கோர்ஸ்களுக்கும் அவள் தாயின் உழைப்பு எத்தனை தேவைப்பட்டதோ..?

'அம்மா! நீ வாழ்கையில் தோற்றுப் போனாய். ஆனால் எனக்கு ஜெயிக்க கற்றுக் கொடுத்தாய்.. வெயிலான வாழ்க்கையில் உன் காலடிகள் புண்ணாகப் போராடினாய். ஆனால் எனக்கு என்றுமே நிழல் தரும் சோலையாய் வரமளித்தாய். நான் சுணங்கும்போதும், உறங்கும் போது மடி தாங்கினாய்.. இன்று நோயினால் நீ சுணங்கி நிற்கின்றாய் என்பதை நீ அறிய மாட்டாய். உனக்குத் தேவை இப்போது ஓய்வம்மா.. உன்னை என் மடி தாங்கி ஓய்வு கொடுக்கத் துடிக்கின்றேன். அது முடியாமல் போகின்றதே.. என்ன செய்வேன்..' மௌனமாய் மனதிற்குள் அரற்றிக் கொண்ட சந்தியா எழுந்து கைகழுவச் சென்றாள். மகளின் மனம் படும்பாட்டை அறியாத அன்னம் வேலையைப் பார்க்கச் சென்றாள்.

9

ஆதித்தன் பைலை தூக்கிப் போட்ட வேகத்திலிருந்தே அவனது கோபத்தின் பரிணாமம் தெரிந்தது. 'மேக்னா பவர்ஸ் லிமிடெட்' கம்பெனியில் மேனேஜிங் டைரக்டரான நாராயணனும், அட்மினிஸ்ட் ரேடிவ் ஆபிஸரான விமலாவும் ஒருவரை ஒருவர் பார்த்துக் கொண்டனர்.

"எதற்காக இவ்வளவு கோபம் மிஸ்டர் ஆதித்தன்..?" என்று அவன் கோபத்தை அலட்சியம் செய்யாமல் விமலா கேட்டாள்.

"நான் செலக்ட் பண்ணின ராமநாதனை ஏன் வேண்டாம்கறீங்க.."

"நாங்கள் இரண்டு பேரும் செலக்ட் பண்ணியிருக்கிற சந்தியாவை நீங்கள் ஏன் வேண்டாமென்று சொல்கிறீர்கள்..?"

"நீங்கள் செலக்ட் பண்ணியிருக்கிற கேண்டிடேட் சரியில்லை."

"எதனால்.. எதளால் சரியில்லை..? ப்ளீஸ் டெல் மி த ஆன்ஸர்.. நீங்கள் செலக்ட் பண்ணியிருக்கிற ராமநாதனை விட டெக்னிக்கல் குவாலிபிகேஷன் சந்தியாவிடம் தான் அதிகமிருக்கு.. கம்ப்யூட்டரில் இருக்கிற எல்லா கோர்ஸையும் படித்திருக்கிறது அந்தப் பெண். சந்தியா செக்ரட்டரி கோர்ஸ் முடித்திருப்பது போல ராமநாதன் முடிக்க வில்லை. சந்தியா டிகிரியில் யுனிவர்சிடி ரேங்க் வாங்கியிருக்கும் பெண். ராமநாதன் வெறும் செகண்ட் கிளாஸ். தவிரவும் இன்டர்வியூவில் நீங்கள் உட்பட நாம் மூவரும் கேட்ட எந்தக் கேள்விகளுக்கும் ராமநாதன் பதில் சொல்லவில்லை. சந்தியா எந்தக் கேள்விக்கும் பதில் சொல்லாமல் விடவில்லை. நாங்கள் இருவரும் இன்டர்வியூக்கு வந்திருந்தவர்களுக்கு கொடுத்திருக்கும் மார்க்குகளில் முதலிடம் வாங்கியிருப்பது சந்தியாதான். இவ்வளவு காரணங்களிருக்கு நாங்கள் அந்தப் பெண்ணை செலக்ட் செய்ய."

"நான் அந்தப் பெண்ணை ரிஜக்ட் செய்யவும் ஆயிரம் காரணங்கள் இருக்கு.."

"ஆயிரம் காரணங்கள் எதுக்கு மிஸ்டர் ஆதித்தன்? ஒரே ஒரு காரணம் போதுமே நீங்கள் அந்தப் பெண்ணை ரிஜக்ட் செய்ய.." டேபிள் வெயிட்டை உருட்டியவாறு விமலா கூறினாள். ஆதித்தன் அவளை முறைத்தான்.

"என்ன காரணம்..?"

"அதுதான்.. அந்தப் பெண்.. 'ஒரு பெண்' என்கிற காரணம்.."

"வாட் டு யு மீன்..?"

"ஐ மீன் வாட் ஐ ஸே.. உங்களைப் பற்றி எனக்குத் தெரியாதா மிஸ்டர் ஆதித்தன். உங்களுக்குப் பெண்கள் என்றால் பிடிக்காது. ஆனால் அதற்காக ஒரு வேலைக்குத் தகுதியான சிறப்பம்சம் எல்லாவற்றையும் வைத்திருக்கும் ஒரு நபரை 'பெண்' என்கிற காரணத்துக்காக மறுப்பீங்கன்னு நிச்சயம் நான் எதிர்பார்க்கவில்லை மிஸ்டர் ஆதித்தன். உங்கள் தகுதிக்கு இது அழகல்ல.."

ஆதித்தனின் முகம் விமலாவின் நேரடித் தாக்குதலால் சிவந்தது.

"நீங்க கூறும் குற்றச்சாட்டில் ஆதாரமில்லை மிஸஸ் விமலா.."

"வேறு எதனால் எல்லாத் தகுதியும் இருந்தும் இன்டர்வியூவில் கேள்விகளுக்கு நன்றாகப் பதில் கொடுத்தும் அந்தப் பெண்ணை வேண்டாம் என்கிறீர்கள். இத்தனைக்கும் நீங்கள்தான் அந்தப் பெண்ணை அதிக கேள்விகள் கேட்டீர்கள். இன்னும் சொல்லப் போனால் இன்டர்வியூ அட்டெண்ட் பண்ணின அத்தனை பேரில் நீங்கள் மிக அதிகமான கேள்விகளைக் கேட்டது சந்தியாவிடம்தான். அதே போல் நீங்கள் கேட்ட அத்தனை கேள்விகளுக்கும் பதில் சொன்ன ஒரே கேண்டிடேட் அந்தப் பெண்தான். அப்படியிருந்தும் நீங்க வேணாம்ன்னு சொன்னால் என்ன அர்த்தம்..? நீங்கள் வேண்டுமென்றே செய்கிறீர்கள் என்றுதானே அர்த்தம்."

"உங்களுடைய குற்றச்சாட்டையே எடுத்துக் கொள்வோம். சந்தியா ஒரு பெண் என்பதால் நான் வேண்டாம்ன்னு சொல்வதாய் சொல்கிறீர்களே.. நீங்களும் 'ஒரு பெண்' என்பதாலேயே சந்தியாவை செலக்ட் பண்ணனும்ன்னு சொல்கிறீர்கள்ன்னு நான் ஏன் சொல்லக் கூடாது..?"

"சொல்லலாமே.. தாராளமாய் சொல்லலாம்.. உண்மையும் அதுதான் மிஸ்டர் ஆதித்தன். நானும் ஒரு பெண் என்பதால்தான் தகுதியுள்ள

பெண்ணிற்கு அநியாயம் நடந்து விடக்கூடாது என்று வாதாடுகிறேன்."

அதுவரை அமைதியாய் அவர்களது வாக்கு வாதத்தைக் கவனித்துக் கொண்டிருந்த நாராயணன் வாய் திறந்தார்.

"சந்தியாவை செலக்ட் பண்ணியது விமலா மட்டுமில்லை ஆதித்தன். நானும் தான். விமலா ஒரு பெண் என்பதால் சந்தியாவிற்கு சப்போர்ட் பண்ணிப் பேசுவதாக சொல்கிறீர்கள்.. நான் ஒரு ஆண்.. அந்தப் பெண்ணை செலக்ட் பண்ணியிருக்கும் இந்தக் கம்பெனியின் எம்.டி. என்னை என்ன சொல்லப் போகிறீர்கள்..?"

ஆதித்தன் மௌனம் சாதித்தான். அவன் வார்த்தைகள் அடங்கிப் போயின. நாராயணன் அந்தக் கம்பெனியின் எம்.டி. தியாகி தணிகாசலத்தின் நண்பரின் மகன். ஆதித்தனின் பின்புலம் அறிந்தவர். அவனது குணத்தைப் புரிந்தவர். கோபம் அதிகமிருந்தாலும் அதைவிட அதிகமான.. மிகமிக அதிகமான திறமையை உடையவன் ஆதித்தன். அந்தக் கம்பெனியில் ஆணி வேர் போன்றவன். அதன் வளர்ச்சிக்கு நேரம் காலம் பாராமல் உழைப்பவன். எனவே அவனைத் தட்டிக் கொடுத்து வேலை வாங்க வேண்டிய அவசியத்தை உணர்ந்த நாராயணன் எப்போதும் ஆதித்தனின் முடிவுகளில் தலையிட்டதில்லை. ஆனால் இப்போது நடப்பது விமலா சொல்வது போல திறமையான பெண்ணிற்கு நடக்கவிருக்கும் அநியாயம். அந்தக் கம்பெனியின் முதலாளி என்ற முறையில் ஆதித்தனின் இந்த செயல்பாட்டை அவர் தடுக்க வேண்டியது அவசியமாகி விட்டது.

"லுக் ஆதித்தன்.. நமக்கு வேண்டியது திறமையும் உழைப்பும். இது இரண்டும் அந்தப் பெண்கிட்ட இருக்கிறது என்பதை நீங்கள் மறுக்க முடியாது. எனவே அந்தப் பெண்ணுக்கே அப்பாயிண்ட்மென்ட் ஆர்டர் அனுப்பி விடுங்கள்.."

முதலாளியின் வார்த்தைகளுக்குக் கட்டுப்பட்டுத் தானே ஆக வேண்டும்..? விமலா வெற்றிப் பார்வையுடன் வெளியேற, அவள் மேலிருந்த கோபத்தை யார் மேல் காட்டலாம் என்ற கொதிப்புடன் வந்தவனின் கண்களில் பட்டுத் தொலைத்தாள் டெலிபோன் ஆபரேட்டர் சுசிலா. யாருடனோ அவள் போனில் மும்முரமாய் பேசிக் கொண்டிருக்க இவன் வெறி கொண்ட வேங்கையாய் அவள் அருகில் சென்றான். இவன் வருவதைக் கவனிக்காமல் பேசிக் கொண்டிருந்த சுசிலா அருகே நிழலாடவும் நிமிர்ந்து ஆதித்தனைப் பார்த்தவள் பதறிப் போய் போனை வைத்தாள்.

ஆதித்தனின் பார்வை இரை தேடும் கழுகாய் முறைக்க, அவன்,

"ஏன் போனைக் கட் பண்ணிட்டிங்க..? இன்னும் ரெண்டு மணி நேரம் பேசியிருக்கலாமே.. ஆபிஸ் நேரமும் முடிஞ்சிருக்கும். உங்களுக்கும் பொழுது போனது மாதிரி இருக்கும்.." என்றான் வெகு அக்கறையாக, அவசரமாய் எழுந்து நின்ற சுசிலா.

"இல்லை சார். வீட்டில் இருந்து முக்கியமான கால் வந்தது.." என்று நடுங்கினாள்.

"அதைச் சொல்லுங்க.. உங்க வீட்டில் இருந்து வரும் போன் கால்கள் தான் முக்கியமான கால்கள்.. இந்தக் கம்பெனிக்கு அதுதான் வேண்டும். வேறு.. ஏஜென்ஸி எடுத்தவங்க.. இனி எடுக்கப் போறவங்க.. டெண்டர் சம்பந்தமாக பேச வேண்டியவங்க.. யாருக்கும் இந்த லைன் கிடைக்கவே கூடாது. அதுவா இந்தக் கம்பெனிக்கு முக்கியம்..? அவங்களுக்கு லைன் கிடைச்சு என்ன ஆகப் போகுது. நீங்க உங்க வீட்டுக்குப் பேசுவதற்காகத்தானே ஆபிஸில் போன் இருக்கு. பேசுங்க.. பேசிக்கிட்டே இருங்க.."

"சாரி சார்.." என்ற சுசிலாவின் கண்களில் நீர் தளும்பியது.

"இதில் ஒன்றும் குறைச்சலில்லை.. இந்தப் பெண்கள் எல்லோருக்கும் எப்படிம்மா முணுக்கென் பதற்குள் கண்ணில் தண்ணீர் வந்து விடுகிறதோ தெரியவில்லை. கண்ணில் டேம் கட்டி வெச்சி ருக்கீங்களா..? உடனே பொலபொலன்னு மடை திறந்து கண்ணீர் விடறீங்களே.. ஏன் மேடம் இப்ப நான் என்ன சொல்லிட்டேன்னு சீன் கிரியேட் பண்றீங்க. ஒழுங்கா வேலையைப் பாருங்கன்னு சொன்னால் ஏதோ பெரிய கொடுமை பண்ணி விட்டது போல் கண்ணீர் விட்டுக் கலக்குறீங்க. போங்க மேடம், வேலையைப் பாருங்க.." என்று திரும்பிய ஆதித்தன் மற்றவர்களில் யார் சிக்குவார்கள் என்பது போல் ஒரு பார்வை பார்க்க அத்தனை பேரின் நெஞ்சமும் அதிர மனதிற்குள் ஊரிலுள்ள கடவுள்களை யெல்லாம் காப்பாற்ற வரும்படி அழைத்தபடி வேலை செய்வதாக பாவனை செய்து கொண்டிருந்தார்கள். எரிச்சலுடன் ஆதித்தன் அந்த இடத்தை விட்டு நகர்ந்ததும் அத்தனைப் பேரும் சொல்லி வைத்தாற் போல் நிம்மதிப் பெருமூச்சு விட்டுக் கொண்டு ஒருவரை ஒருவர் பார்த்துக் கொண்டனர். அந்த நேரம் பார்த்து பியூன் பரமசிவம் வந்து ஆதித்தனை வழி மறிக்க மீண்டும் அனைவரும் மூச்சுத் திணற மனதிற்குள் கடவுளை அழைக்க ஆரம்பித்தார்கள்.

"என்ன பரமசிவம்.. என்ன விசயம்..? இத்தனை நேரமா எங்கே போயிருந்தாய்..? இத்தனை நேரமா பெல்லடிச்சு ஓய்ந்து போனேன். முக்கியமான தபாலைக் கொண்டு போய் ஸ்பீடு போஸ்டில் அனுப்பி விட்டு வரணும்னு உன்னைத் தேடினால் எங்கே மாயமாய் மறைந்து விட்டாய்.. என்ன வேலை வேண்டுமா..? வேண்டாமா..? வேலையை விட்டுத் தூக்கி விடவா..?" என்றான் ஆதித்தன் கோபமான குரலில்.

"சார்.. சார்.. கோவிச்சுக்காதீங்க சார்.. பையனுக்கு ஒடம்பு சொகமில்லயாம்.. வீட்டிலிருந்து தகவல் வந்துச்சு. அதான் ஓடிப்போய் டாக்டரண்டை காமிச்சு ஒரு ஊசி போட்டு வூட்டில் வுட்டுட்டு ஓடியாந்தேன் சார்.. சார்.. சார்.. டாக்டர் பெரிசா என்னமோ சொல்லுறாரு. கொஞ்சம் காசு பத்தல.. கைமாத்து வாங்கிப் போலாமுன்னு ஆபிசுக்க ஓடியாந்தேன் சார்.."

"பையனுக்கு உடம்புக்கு என்ன..?"

"அது இன்னாமோ மலேரியாக் காய்ச்சலாம் சார்.. மாசக்கடைசியில மனுசனுக்கு சாப்பாட்டுக்கே தாளம் போடணும் சார். இதுல மலேரியா காய்ச்சல் வந்தா நான் இன்னா செய்வேன்..? யாரைத் துட்டுக் கேட்பேன்..?"

"சரி சரி புலம்பாதே.. இந்தா வைத்துக் கொள்.." என்று பேன்ட் பாக்கெட்டில் கைவிட்டு பர்ஸை எடுத்தவன் ஐநூறு ரூபாய் நோட்டு ஒன்றை எடுத்துக் கொடுத்தான்.

"செலவுக்கு வைத்துக் கொள். பையன் உடம்பை நன்றாகக் கவனித்துக் கொள். பத்தவில்லைன்னால் தயங்காமல் என்னிடம் கேள். இப்ப பெர்மிசன் போட்டுட்டு வீட்டுக்குப் போ.. நாளையிலிருந்து தேவையானால் லீவு போட்டுக் கொள்.." என்று கனிவான குரலில் கூறினான்.

பரமசிவம் கைகூப்பி வணங்கி விட்டு பணத்தை வாங்கிக் கொண்டு நகர்ந்தான். இதை என்னவென்று சொல்வது..? கல்லுக்குள் ஈரமென்று சொல்வதா..? ஆனால் இந்தக் கல் மனம் பெண்களுக்கு மட்டும் ஏன் இளக மாட்டேன் என்று இரும்பாகிறது. ஆண்களிடம் மட்டும் ஈரம் சுரக்கிறது..?

காலம்தான் பதில் சொல்ல வேண்டும்.

10

‘ஆதித்தனின் இருமுகங்களில் அவனது உண்மையான திருமுகம் எது..?’ என்று எண்ணிப் பெருமூச்சு விட்ட மங்கையர் குலம் கண்களைத் துடைத்துக் கொண்டிருந்த சுசீலாவைச் சுற்றிச் சூழ்ந்தது.

"போதும்டி சுசி. இன்னும் எவ்வளவு நேரம் தான் கண்ணீர் விடுவ..? முகமே வீங்கி விட்டது."

"தாங்கலை பிரியா.. என் குழந்தைக்கு இரண்டு நாளா காய்ச்சல்.. லீவு கேட்டால் துர்வாச முனி இல்லைன்னு சொல்லிடுச்சு. காய்ச்சல்கார குழந்தையை என் மாமியார் கிட்ட விட்டு விட்டு வந்தேன். ஆபிஸில் வேலையே ஓடலை. அதுதான் என் மாமியாருக்கு போன் பண்ணி குழந்தையைப் பத்தி விசாரிச்சேன். அதுக்கு அந்த ஆட்டம் போட்டு விட்டு பரமசிவம்கிட்ட மட்டும் என்ன அக்கறையாய் விசாரித்துப் பணம் கொடுக்குது பார்த்தாயா..? நானும் குழந்தையைப் பெத்தவள்தானே. என்கிட்ட மட்டும் ஏன் இந்த ஓரவஞ்சனை..? இந்த ஆளுக்கு நான் என்ன கெடுதல் பண்ணினேன்..? என்னை மட்டும் ஏண்டி கரிச்சுக் கொட்டணும்..?"

"எதோ உன்னை மட்டும் கரிச்சுக் கொட்டிட்டு எங்களையெல்லாம் கொண்டாடுகிற மாதிரியில்ல நீ பேசுகிறாய்.. ஏண்டி.. இப்போ நீ புலம்பினதைத்தான் நேத்து வசுமதி புலம்பினா. முந்தா நாள் வனஜா புலம்பினா. போன வாரம் நான் புலம்பினேன். அதுக்கு முதல் வாரம் நீயே புலம்பின. திருப்பி திருப்பி உலகம் சுழல்வது போல் இது நடந்துக்கிட்டுத்தான் இருக்கப் போகுது.. சுசீ இந்தப் புலம்பலுக்கு ஆன்ஸர் ஒன்றுதான்.."

"என்னடி.?" என்று மற்றவர்கள் கோரஸாகக் கேட்க,

"துர்வாசர் எப்ப என்ன நினைக்கும்ன்னு கடவுளுக்குத் தான் தெரியும். துர்வாச முனி எப்ப ஒழுங்கா பேசும்.. எப்ப மேல விழுந்து பிடுங்கும்ன்னு தெரியாத புரியாத புதிர்டி. அதைப் புரிஞ்சது கடவுள் மட்டும்தான். நாமெல்லாம் சாதாரண மனிதப் பிறவிகள்டி." என்று பிரியா பெருமூச்சு விட எல்லாரும் ஆளுக்கு ஒரு தர்ம அடி அவளுக்குப் போட்டனர்.

"ஏதோ வழி சொல்லப் போறாள்ன்னு பார்த்தால் கதா காலட்சேபம் பண்றா.." என்று பொறுமியபடி மற்ற பெண்கள் அவரவர் இடத்தில் சென்று அமர்ந்தாலும் எல்லோரின் அடிமனதிலும் பிரியா சொன்னதுதான் உண்மை என்ற ஆமோதிப்பு இருந்தது.

பெருமாள் கோவில் வாசலில் நுழையும்போதே கோபுரத்தில் பொறிக்கப்பட்டிருந்த நாமத்தைப் பார்த்து கன்னத்தில் போட்டுக் கொண்டாள் சந்தியா.

"எல்லோரும் மூட்-அவுட் ஆனால் பீச்சுக்குப் போவாங்க. நீ கோவிலுக்கு வருகிறாய்.." என்றான் பிரதீப், சந்தியாவுடன் நடந்து கொண்டே.

"உனக்குப் புரியாதுண்ணா. எனக்கு விவரம் தெரிந்த நாளிலிருந்து எனக்கு மனசு சரியில்லேன்னா இந்தப் பெருமாள் கிட்ட வந்திடுவேன். அவர்கிட்ட என் மனபாரத்தை இறங்கி வைச்சிட்டேன்னு வை. உடனே தீர்வு கிடைச்சிரும்."

"அப்போ பெருமாள் உனக்குக் கடவுளா இல்லை நண்பனா..?"

"இரண்டும். என் கவலைகளை துன்பங்களை, குறைகளை, சோகங்களைக் காது கொடுத்துக் கேட்கும் என்ற நம்பிக்கையில் அவரிடம் ஒப்பிக்கும்போது பெருமாள் என் நண்பன். அவற்றைத் தீர்க்கும்போது பெருமாள் என் கடவுள்."

"கவலை வந்தால் தான் உன் பெருமாளிடம் வருவாயா..?"

"சந்தோசம் வந்தால் வீட்டிலிருந்தபடியே அவரிடம் சொல்லிக் கொள்வேன். கவலை வந்தால் இந்தக் கோவில்தான் எனக்கு இன்னொரு தாயின் மடி அண்ணா. நம்பி வந்தவரை கைவிடாத நாராயணனின் பாதம் தான் என் புகலிடம். அவன் தான் என் சுமை தாங்கி."

அதற்குள் கர்ப்பக் கிரகம் வந்துவிட இருவரும் பேச்சை நிறுத்தி கடவுளை வணங்கினார்கள். தீபாராதனை முடிந்து துளசி தீர்த்தம் வாங்கிக் கொண்டு வந்த இருவரும் கோவிலின் வெளிப்பிரகாரத்தில் அமர்ந்தார்கள்.

"இப்போது என்ன சுமையை உன் பெருமாளிடம் இறக்கி வைக்க வந்து இருக்கிறாய் சந்தியா..? அதை இந்த அண்ணனிடம் சொல்லக்-கூடாதா..?"

"அம்மாவின் உடல்நிலைதான் அண்ணா வேறு என்ன..?"

"நேற்றுப் போன இன்டர்வியூ என்ன ஆனது..? வேறு என்ன..?"

"தெரியவில்லை. என் வெற்றியும் தோல்வியும் ஒரு கடுவன் பூனை-யின் கையில் இருக்கிறது."

"கடுவன் பூனையா..?" என்று திகைத்த பிரதீப்பிடம் ஆதித்தனைப் பற்றியும் அவனுடன் நடந்த மோதலைப் பற்றியும் கூறிவிட்டு,

"அந்தக் கடுவன் பூனைதான் அந்தக் கம்பெனியின் ஜி.எம்மாம். எனக்கு எப்படி வேலை கிடைக்கும் நீயே சொல்லு.." என்று சந்தியா சிரித்தாள்.

ஆனால் பிரதீப் சிரிக்கவில்லை.. அவன் முகத்தில் தீவிர சிந்தனை தெரிந்தது.

"என்ன அண்ணா அமைதியாகி விட்டாய்..?" என்று சந்தியா வினவ பிரதீப் குண்டைத் தூக்கிப் போட்டான்.

"அங்கே வேலை கிடைக்காவிட்டால்தான் உனக்கு நல்லது சந்தியா.. அங்கே வேலை கிடைத்தாலும் வேண்டாமென்று சொல்லிவிடு."

சந்தியா ஆச்சரியமடைந்தாள். அவன் உளருகிறானா? என்று கேட்-டாள்.

"நான் உளரவில்லை சந்தியா. உன் நன்மைக்குத் தான் சொல்கி-றேன்.." என்றான் அவன். சந்தியா விடாமல் விளக்கம் கேட்க அவன் சொன்ன விளக்கம் அதுவரை அவள் அறியாதது. ஆண் மகனான பிரதீப் ஆண்களின் மனநிலை எப்படியிருக்கும் என்பதை சந்தியாவிற்-குப் புரிய வைக்க முயன்றான். சந்தியாவோ அண்ணன் படும் கவலை தேவையில்லாதது என்று அவனுக்குப் புரிய வைக்க முயன்றாள்.

"உன் முகத்தை கண்ணாடியில் பார்த்திருக்கிறாயா..? உன்னைப் போலிருக்கும் ஒருவனை ஒரு பெண் சைட் அடிப்பாளான்னு கேட்டு வைச்சிருக்கிற சந்தியா.."

"அதனால் என்ன அண்ணா.. அவர் ஒரு வார்த்தை என் மனம் புண்படும்படி பேசினார். நான் பதிலுக்குப் பேசினேன். அவ்வளவுதானே."

"அவ்வளவு எளிதாக இதை நினைக்காதே சந்தியா. எங்கள் ஆம்-பளை புத்தியை என்னன்னு நினைத்தாய்..? இப்போ.. இவ்வளவு நடந்-

திருந்தும் நீ அவனை 'அவர்'ன்னு ஏன் மரியாதையாய் சொல்கிறாய்..?"

"இது என்னன்னா கேள்வி.. அவர் அந்தக் கம்பெனியின் ஜி.எம். அந்தப் பதவிக்கான மரியாதையைக் கொடுக்க வேண்டாமா..?"

"இது உன் குணம் சந்தியா. ஆம்பளைக் குணம் வேறு. இதே அந்த ஆதித்தன் தன் நண்பன் கிட்ட உன்னைப் பற்றிப் பேசுவதாக இருந்தால் 'அவள்'ன்னு மரியாதை இல்லாமல் தான் பேசியிருப்பான்."

"பேசினால் பேசிட்டுப் போகட்டுமே. காணாமல் பேசுகிறவர்களை என்ன செய்ய முடியும் சொல்லு. அதற்காகவா அங்கே வேலை கிடைத்-தால் போகக் கூடாதுன்னு தடுக்கிறாய்..?"

"இல்லைம்மா.. ஒரு ஆம்பளையப் பார்த்து 'உன்னை ஒருத்தி திரும்-பிப் பார்ப்பாளான்'னு கேட்டு வைத்திருக்கிறாய். இது அவனைப் பார்த்து நீ விட்ட சவால். இதை அவன் சும்மா விடமாட்டான்."

"இது என்னண்ணா 'சவாலே சமாளி'ன்னு பயமுறுத் துகிறாய். சும்மா விடாமல் என்ன செய்யப் போகிறார்..? என்னை கோதண்டடத்தில் போட்டு விடுவாரா..?"

"ஸ்ஸ்.. இது விளையாட்டு விசயமில்லை சந்தியா.. அவன் வேட்டை நாயாய் உன்னைத் துரத்த ஆரம்பித்து விடுவான்."

சந்தியா தூணில் சாய்ந்த வண்ணம் ஆதித்தனின் தோற்றத்தை நினைவு கூர்ந்தாள். கடுமையான முகபாவம். ஆனால் கண்ணியமான பார்வை.. அவனாவது.. வேட்டை நாயாய் துரத்துவதாவது.. சீச்சீ.. அண்ணன் தேவையில்லாமல் பயப்படுகிறான். மனதில் நினைத்ததை வாய் விட்டுச் சொன்னாள்.

"அண்ணா! நீ அர்த்தமில்லாமல் பயப்படுகிறாய். அந்த ஆதித்-தனுக்கு முசுட்டுக் குணம். அவ்வளவுதான். மற்றபடி அவரிடம் ஒரு வெறுப்புப் பார்வையை உணர்ந்தேனேயொழிய துச்சாதனப் பார்வையை உணரவில்லை. ஓர் உதாசீனம் தான் அவர் நடவடிக்கையில் தெரிந்தது. தேவையில்லாத வழிசல் இல்லை. முகம் பார்த்துப் பேசினார். அவர் கண்கள் அலை பாயவில்லை. நேர் கொண்ட பார்வை பார்த்தார். அண்ணா! அங்கே வேலைக்குச் சேர்ந்தால் தேவையில்லாமல் வேலை சம்பந்தமாக நான் தண்டிக்கப் படலாம். அது நடக்கக்கூடும். ஆனால் நான் எங்கு வேலைக்குச் சென்றாலும் பிரச்னைகள் வந்தால் சமாளிக்-கத்தானே வேண்டும்..? மற்றபடி நீ பயப்படுவது போல் கீழ்த்தரமான குணம் படைத்தவராக இருக்க மாட்டார் என்பது எனக்கு நிச்சயம்.

அந்தக் கம்பெனியின் ஜி.எம். என்ற கர்வத்தில் இன்டர்வியூக்கு வந்த என்னை விரட்டிப் பார்க்க நினைத்திருக்கலாம் அவ்வளவுதான்." என்றாள் சந்தியா கண்டிப்பான தொனியில்.

இதுதான் சந்தியா.. யாரையும் பார்த்தவுடன் எடை போட்டு விடுவாள். ஆதித்தன் அவளை மனரீதியாக துன்புறுத்தியும் தன் வேலைக்கு அவன் தடையாக இருப்பான் என்பதை நன்கு உணர்ந்திருந்தும் அவனைப் பற்றிய சந்தியாவின் விமரிசனம் மரியாதைக்குரியதாகவே இருந்தது. அங்கே ஆதித்தனின் மனநிலையோ முதல் முதலாய் தோற்று விட்ட காட்டத்தில் இருந்தது. மேஜையின் மேலிருந்த அவன் கையெழுத்துப் போட வேண்டிய சந்தியாவின் அப்பாயிண்ட்மென்ட் ஆர்டரை எடுத்துப் பார்த்தான். சந்தியாவின் உருவம் அதில் தோன்ற அவனைப் பார்த்துச் சிரிப்பது போல் இருந்தது.. இறுதியில் ஜெயித்து விட்டாளே..? கோபத்துடன் அதில் கையெழுத்துப் போட்டான். இன்டர்காமை எடுத்துப் பிரியாவை அழைத்தான்.

"யெஸ் சார்.." என்று உள்ளே வந்தவளிடம் சந்தியா விற்கான அப்பாயிண்ட்மென்ட் ஆர்டரைக் கொடுத்து,

"இதைக் கவரில் போட்டு ஸ்பீடு போஸ்டில் அனுப்பி விடுங்க.." என்றான்.

"ஓகே சார்.." என்று கூறிவிட்டு அவள் வெளியேறி விட்டாள்.

சுழல் நாற்காலியில் தலையைப் பிடித்துக் கொண்டு சுழன்ற ஆதித்தனின் மனமும் அவனுடன் சேர்ந்து சுழன்றது. அந்தப் பெண் சந்தியாவை தேர்வு செய்ததில் ஏன் இத்தனை மனக்குறை அவனுக்கு..? அவள் அழகானவள் எனபதாலா..? பதிலுக்கு பதில் அவனுடன் பயப்படாமல் வார்த்தையாடினாளே அதற்காகவா..? அவளது தாய் கணவனை விட்டு விலகி வந்தாள் என்ற காரணத்தினாலா..? என்னவென்று தெரியாத ஏதோ ஒன்று அவனைத் தடுத்தது. அது அவனுக்கே தெரியாமல் அவளது வரவை வெறுக்க வைத்தது.

11

"அம்மா போஸ்ட்.." வாசலில் போஸ்ட்மேனின் சத்தம் கேட்டது. கனகம் சென்று விசாரித்துவிட்டு உள்ளே வந்தார்.

"என்ன கனகம் தபாலை வாங்காமல் வர்றே..?"

"சந்தியாவுக்கு ஸ்பீடு போஸ்ட் தபால் வந்திருக்காம்மா.. கையெழுத்துப் போட்டு சந்தியாதான் வாங்கணுமாம்.." கனகம் பதில் கூற அன்னம் நிமிர்ந்து பார்த்தாள்.

கைவேலையை நிறுத்திவிட்டு, "சந்தியாவிற்கு ஸ்பீடு போஸ்ட் வந்திருக்கா..?" என்று தனக்குத்தானே கேட்டுக் கொண்டவள் உள்ளே திரும்பி, "சந்தியா.." என்று அழைத்தாள்.

"என்னம்மா..?" என்று கேட்டபடி சந்தியா அங்கு வந்தாள்.

"உனக்கு ஸ்பீடு தபால் வந்திருக்காம். போஸ்ட் மேன் வாசலில் காத்துக்கிட்டு இருக்கார். சட்டுன்னு போய் வாங்கிட்டு வா. அவர் நாலு இடத்திற்குப் போக வேண்டியவர்." என்று அன்னம் கூற வாசலுக்கு விரைந்த சந்தியா போன வேகத்தில் தபாலுடன் திரும்பி வந்தாள்.

"எங்கேயிருந்தும்மா தபால் வந்திருக்கு.."

"நான் இன்டர்வியூக்கு போன 'மேக்னா பவர்ஸ் லிமிடெட்' கம்பெனியில் இருந்து வந்திருக்கும்மா.." என்று சந்தியா பதில் கூறினாள். மகளின் முகத்தில் படபடப்பை உணர்ந்த அன்னம் மகளின் அருகே வந்தாள்.

"பெருமாளை மனசில் நினைத்துக்கிட்டு பிரிச்சுப் பாரு. நல்ல சேதியாகத்தான் இருக்கும். பயப்படாமல் பிரிச்சுப் படி.." என்று மகளின் தலை கோதினாள்.

தாயின் அருகாமையில் அமைதி அடைந்த சந்தியா கவரைப் பிரித்துப் படித்தாள். அவள் முகம் காலைக் கதிரவனாய் பிரகாசித்தது.

ஆனந்தத்துடன் அன்னத்தின் கழுத்தைக் கட்டிக் கொண்டவள்,

"வெற்றி.. அம்மா.. வெற்றி.." என்று கூவினாள்.

"இது என்ன கண்ணு பழைய சினிமாவில் முதல் ஸீனில் வரும் டயலாக் மாதிரி பேசுற.." என்று கனகம் சிரித்தாள். அன்னமும் அதை ஆமோதித்து புன்னகை செய்ய சந்தியா தாயின் கன்னங்களில் முத்த-மிட்டு,

"அம்மா எனக்கு வேலை கிடைச்சிருச்சும்மா. இது அப்பாயிண்ட்-மென்ட் ஆர்டர் நாளைக்கே ஜாயின் பண்ணனுமாம்.." என்று குதூக-லத்துடன் கூறினாள்.

அன்னத்தின் முகம் மலர்ந்தது. அப்பாயிண்ட்மென்ட் ஆர்டரை வாங்கிக் கொண்டு சுவாமி மாடத்துக்குப் போனவள் பெருமாள் படத்தின் கீழ் அதை வைத்து வணங்கினாள். சந்தியா உள்ளே வந்து தாயின் பாதம் தொட்டு வணங்கினாள்.

"கடவுளுக்கு முன்னால் மனிதர்களை கும்பிடக் கூடாது சந்தி-யாம்மா.."

"கடவுளுக்கு முன்னால் மனிதக் கடவுளைத்தான் கும்பிடுகி-றேன்ம்மா.."

"ஐஸ் வைக்காமல் வா. இன்னைக்கு ரவா கேசரி பண்ணுகிறேன்."

"அம்மா எனக்கு கேசரிக்குப் பதில் ஒரு பிராமிஸ் பண்ணுங்க. அது போதும்.."

"என்னடி புதிர் போடறே.. நீயென்ன கேட்டாலும் அம்மா செய்ய மாட்டேனா. இதில பிராமிஸ் எதுக்கு.." என்று மகளின் கன்னத்தை செல்லமாய்த் தட்டியவாறு அன்னம் கூறினாள். சந்தியா தாயின் கரங்க-ளைப் பிடித்துக் கொண்டு அவளின் முகத்தைக் கூர்ந்து பார்த்தவாறு,

"நான் வேலைக்குப் போய் முதல் மாதச் சம்பளம் வாங்கினதும் நீங்க இந்தக் கடையை மூடிவிட வேண்டும். நாம் வேறு வீடு பார்த்துப் போயி-டலாம்.." என்றாள்.

"அதை அப்புறம் பார்த்துக்கலாம். இப்ப நீ உள்ளே போய் ரெஸ்ட் எடு. இது மதிய நேரம். எல்லோரும் சாப்பிட வர ஆரம்பித்து விடுவார்-கள்."

"ஊகும். நீங்க எனக்கு பிராமிஸ் பண்ணாமல் நான் விட மாட்டேன். அம்மா ப்ளீஸ். என் மனம் படும் பாடு உங்களுக்குத் தெரியாது. நான் சீரியஸா சொல்கிறேன் கேளுங்கம்மா.." என்று சந்தியா கெஞ்சி-

னாள். அன்னம் புன்னகைத்தாள். மகளின் முதுகில் ஆதரவாய் தட்டிக் கொடுத்தவாறு,

"சந்தியா.. நீ இந்த வார்த்தைகளைச் சொல்லும்போது கேட்க என் மனசுக்கு ரொம்ப சந்தோசமாயிருக்கு. என் குழந்தை என்னை உட்கார வைத்துக் காப்பாத்துற அளவுக்கு வளந்துட்டாள்ன்னு நினைக்கும்போது நான் பட்ட பாடுக்கு பலன் கிடைச்சிருச்சுன்னு நிம்மதி வருது. ஆனா நான் உடனே கடையை மூட முடியாது." என்று கூறினாள். சந்தியா முகம் வாட, "ஏம்மா..?" என்று கேட்டாள்.

"உனக்கு இன்னும் வெளியுலகம் தெரியவில்லை சந்தியா. உனக்கு வேலை கிடைச்சிருப்பது தனியார் கம்பெனியில். இது அரசாங்க வேலையில்லை. அங்கே உனக்கு மதிப்பும், மரியாதையும் கிடைக்கணும். சம்பளத்துக்காக அவமரியாதையை சகித்துக் கொள்ளும் பெண் நீயில்லை. அப்படி ஏதாவது நடந்தால் நீ வேலையை விட்டு விடுவாய் உன்னை எனக்குத் தெரியும். நீ போகணும்னு சொன்னாலும் அப்படிப்பட்ட இடத்துக்கு நீ வேலைக்குப் போவதை நான் அனுமதிக்க மாட்டேன். என்னையும் உனக்குத் தெரியும். அங்கே எல்லாம் நல்ல படியா இருந்து நீயும் தொடர்ந்து வேலை செய்கிறேன்னு வை. அதுக்கப்புறம் உன் வேலை நிரந்தரமானதும் அதற்குக் குறைந்தது இரண்டு வருசமாவது ஆகும். அதுக்குப் பின்னாலதாண்டா. நான் என் வேலையை நிறுத்த முடியும்."

இதில் இவ்வளவு இருக்கிறதா..? கண்கள் விரிய நோக்கிய மகளின் கன்னத்தில் தட்டி விட்டு உள்ளே சென்றாள் அன்னம். சந்தியா சிந்தனைல் ஆழ்ந்தாள். வேலைக்குப் போகப் போகும் இடத்தில் பிரச்னைகள் வருமா..? இந்த சந்தியா சமாளிக்க இயலாதவளா..? அவள் மனம் உறுதியுடன் உரைத்தது. சந்தியா கட்டாயம் சமாளிப்பாள். அன்னத்தை உட்கார வைத்துக் காப்பாற்றுவாள்.

மறுநாள் காலையில் கோவிலுக்குப் போய் அர்ச்சனை பண்ணி விட்டு வேலைக்குக் கிளம்பினாள் சந்தியா. அழகான வேங்கடகிரி காட்டன் புடவை. தலைக்குக் குளித்து நீண்ட பின்னலிட்டு பூச்சூடியிருந்தாள். மங்கல கரமாய் நின்றவளின் கன்னம் தொட்டு திருஷ்டி கழித்து வேலைக்கு அனுப்பி வைத்தாள் அன்னம். தாயின் பாதம் தொட்டு பணிந்து, வேலையில் சேரக் கிளம்பினாள் மகள்.

சரியான நேரத்திற்குள் அலுவலகம் சென்று விட்டாள் சந்தியா. மரியாதை நிமித்தம் எம்.டி. நாராயணனை முதலில் சந்தித்து நன்றி கூறினாள். பின்னர் தன் பிரிவின் மேனேஜரை சென்று பார்த்து வேலையில் சேர்வதற்கான கையொப்பம் இட்டு அன்று முதல் 'மேக்னா பவர்ஸ் லிமிடெட்'டின் ஊழியர்களில் அவளும் ஒருத்தி ஆனாள். மேனேஜர் ஜெனரல் மேனேஜரைப் பார்த்துவிட்டு வந்துவிடும்படி கூற ஆதித்தனின் அறைக்குச் சென்று கதவைத் தட்டி, "மே ஐ கமின் சார்" என்று அனுமதி கேட்டாள். "யெஸ் கமின்" என்ற ஆதித்தனின் அனுமதி கிடைத்தவுடன் உள்ளே சென்றாள்.

"குட்மார்னிங் சார்.." என்ற குரலில் நிமிர்ந்தவன் எதிரே நின்று கொண்டிருந்தவளைப் பார்த்ததும் எரிச்சலுற்றான். 'இவளா..?' என்று பல்லைக் கடித்தவன் யோசனையின்றி,

"வரும்போது கதவைத் தட்டி அனுமதி கேட்டுவிட்டு வரணும்கிற மேனர்ஸ் கிடையாதா..? ஆனால் இந்த ஆபிஸில் அது தேவை.." என்று முகத்தில் அடித்தாற்போல் கூறினான்.

"சார். நான் கதவைத் தட்டினேன். நீங்கள்தான். 'யெஸ் கமின்'ன்னு சொன்னீர்கள். அதன் பின் தான் நான் உள்ளே வந்தேன்." என்று சந்தியா முகம் மாறாமல் கூற அனுமதி கேட்டது அவள் என்று அறியாமல் வரச் சொல்லி விட்ட தன் மடமையை நொந்தபடி அதைச் சுட்டிக் காட்டியவளை எந்த முறையில் நோகடிப்பது என்று சிந்தனையுடன்,

"ஓகே.." என்றான் முகத்தை கடுமையாய் வைத்துக் கொண்டு பின்னர்,

"என்ன வேண்டும். என் நேரத்தை வீணாக்காமல் சீக்கிரம் சொல்லிவிட்டு இடத்தைக் காலி பண்ணுங்க" என்றான். அதற்கும் முகம் மாறாத சந்தியா,

"சார் நான் இன்றைக்கு இந்தக் கம்பெனியில் ஜாயின் பண்ணியிருக்கிறேன்." என்று கூறினாள்.

"ஜாயின் பண்ணினால் வேலையைப் பார்க்க ஆரம்பியுங்கள். அதுக்கு ஏன் என் நேரத்தை வீணடிக்கிறீங்க.." என்றான் அவன் உதாசீனக் குரலில்.

"சார் நான் மேனேஜர் கிட்ட ஜாயினிங் ரிப்போர்ட் கொடுத்து விட்டேன். அவர்தான் உங்களை மரியாதைக்காக பார்த்துவிட்டு வரச் சொன்னார்." என்று அவனது உதாசீனத்தை உதாசீனப்படுத்தி விட்டுப்

பதில் சொன்னாள் சந்தியா.

அவன் விழிகளோ சினத்தில் சிவந்தன.

"அவர் சொல்லாட்டி உங்களுக்கு மரியாதை தெரிந்திருக்காது. அப்படித்தானே."

"உங்களுக்குப் பிடிக்காததை நான் செய்திருக்க மாட்டேன்."

"அதாவது எனக்கு மரியாதை கொடுத்தால் பிடிக்காது. அப்படித்தானே.."

"உங்கள் நேரத்தை வீணடித்தால் உங்களுக்குப் பிடிக்காது."

பொறியில் சிக்காத எலியாய் அவள் பதிலுரைக்க அவன் இன்னும் கோபமானான்.

"ஸோ.. ஒரு ஆபிஸின் ஜி.எம்மைப் பார்க்க உங்களுக்கு மேனேஜர்தான் சொல்லிக் கொடுக்கணும். உங்களுக்காசுயமாய் தெரியாது."

"எனக்கு சுயமாய் தெரிந்தாலும் என் மேலதிகாரி சொல்வதையும் நான் காது கொடுத்துக் கேட்கணும். அதுதானே சரி. எல்லாம் எனக்குத் தெரியும்ன்னு இருக்கக் கூடாது. சரிதானே சார்..?"

இப்போது அவள் பொறியை வைத்தாள். இதற்கு என்ன பதில் சொல்வது..? 'இல்லை. நீ சுயமாய் செயல்படு' என்று மேலதிகாரியான அவன் எப்படிச் சொல்வது..? காரணமின்றி எரிந்து விழுந்து,

"போங்க போய் வேலையைப் பாருங்க. காலங்கார்த்தாலே வந்து உன் உயிரை வாங்காதீங்க. 'வார்த்தை படிச்சவங்க வேலைக்கு உதவ மாட்டாங்க'ன்னு நான் சொன்னால் கேட்டால் தானே. பெண்ணுக்கு பெண் சப்போர்ட் பண்ணினாங்க. அந்த விமாலாவால் உங்களை வேலைக்குச் சேர்க்க வேண்டியதாகி விட்டது. இப்போ என் உயிர்தான் போகுது. போங்க.. போங்க.." என்று ஒற்றை விரலால் வெளியேறச் சொன்னான்.. சந்தியா புன்னகையுடன் அவன் அறையிலிருந்து வெளியே வர அலுவலகத்தில் பணிபுரிந்தவர்கள் 'ஆ'வென்று திறந்தவாய் மூடாமல் பார்த்துக் கொண்டிருந்தார்கள்.

ஆதித்தன் மேஜை மேலிருந்த முக்கியமான லெட்டர் களைப் படித்து விட்டு அதற்கு என்ன பதில் கொடுப்பது என்று மனதில் முடிவெடுத்துக் கொண்டு தன் செயலாளரை அழைக்க மேஜை மேலிருந்த இன்டர்காமை அழுத்தினான். கதவைத் தட்டும் சத்தம் கேட்டது. "யெஸ் கமின்.." என்றபடி லெட்டரை படித்துக் கொண்டு பதிலை யோசித்தவாறு எதிரே வந்து நின்றவளைக் கவனித்ததும் மீண்டும் கடுப்பானாள். எதிரே

நின்று கொண்டிருந்தது சந்தியா..!

"ஏம்மா.. நீங்க ஏன் வந்தீங்க..? ஒழுங்காய் வேலை பார்க்கற உத்தேசம் இல்லையா..?" என்று அவன் எரிந்து விழுக,

"நீங்கள்தானே சார் இன்டர்காமில் அழைத்தீர்கள். வேலை பார்க்கத்தானே வந்திருக்கிறேன்..?"

"ச்சு... நான் என் செக்ரட்டரியைத்தானே கூப்பிட்டேன்."

"நான்தானே சார் ஜி.எம்மின் பர்ஸனல் செக்ரட்டரி. அந்தப் போஸ்டில்தானே இன்றைக்குக் காலையிலிருந்து ஜாயின் பண்ணியிருக்கிறேன்.."

"சட்.." அவன் மண்டையில அடித்துக் கொண்டான். என்ன துன்பம் இது.. இவளைக் கண்டாலே ஆகவில்லை. ஆனால் இவளைச் செயலாளராக நியமிக்க வேண்டிய கட்டாயம் வந்து விட்டது. இவனது செயலாளராக அவளை ஏற்றுக் கொள்ள வேண்டியது நிச்சயம் துன்பம்தான். கடுப்பானவன்.

"உட்காருங்கம்மா.. அதை வேற நான் தனியா சொல்லணுமா.. செக்ரட்டரி வேலைக்கு வந்திட்டிங்கல்ல.. உட்கார்ந்து தொலையுங்கள்.." என்று எரிந்து விழுந்தான்.

சந்தியா வாதம் பண்ணாமல் அவன் கோபத்தை புரிந்து கொண்டவளாய் எதிரே அமர்ந்தாள். ஆதித்தன் வரிசையாக பதில்களைக் கூறிக் கொண்டே வர குறுக்கிடாமல் விரைவாய் கையேட்டில் குறிப்பெடுத்துக் கொண்டாள்.

"கம்ப்யூட்டர் தெரியுமில்லை.." என்று கேட்டவனிடம்,

'நீதானே இன்டர்வியூ பண்ணினாய்.. அதில் எத்தனை கோர்ஸ் முடித்திருக்கிறேன் என்று தெரியாதா..?' என்று மனதிற்குள் வினவிக் கொண்டவள் வெளியே பவ்யமாய்,

"தெரியும்.." என்றாள்.

"நல்லவேளை..! வாயடிக்க மட்டும்தான் தெரியுமோன்னு நினைத்தேன்."

"வேலையும் தெரியும் சார்.." என்று நறுக்கான பதிலைச் சொன்னவளை ஒரு முறை ஏற இறங்க புருவத்தை மேலேற்றியவாறு எடை போட்டவன்,

"நல்லது.. பார்க்க அழகாக இருந்தால் மட்டும் போதாது நடவடிக்கையும் ஐ மீன்.. வேலையும் நல்லாச் செய்யணும். அழகாகச் செய்ய-

ணும். புரியுதா..?" என்றான் எகத்தாளமாய்.

"ஓகே சார். ஆனால் ஒரு சந்தேகம் சார். நீங்க பார்க்க அழகாக இருக்கிறதாக யாரைச் சொன்னீர்கள் சார். என்னையா..?" என்று கேட்டாள் சந்தியா.

"அது.. சரி.. இந்தக் கேபினுக்குள் நீங்கள்தானே என் முன்னாடி உட்கார்ந்துக்கிட்டு இருக்கீங்க. அப்புறமென்ன இதில் சந்தேகம்..? என் வாயால் இன்னொரு முறை நீங்கதான்னு சொல்லிக் கேட்கணுமா..?"

அவளை மட்டம் தட்டும் வேகத்தில் அவன் பேச சந்தியா விறைப்புடன்,

"இது ஆபிஸ் சார். நீங்கள் ஜி.எம். நான் உங்கள் பெர்ஸனல் செகரட்டரி. அப்படி என்ன இங்கே அழகிப் போட்டியா நடக்கிறது..? நீங்கள்தான் ஜட்ஜா..? நான்தான் அதில் கலந்து கொள்பவளா..? அழகைப் பற்றிய பேச்சு இங்கே எதற்கு..? உங்கள் ஜி.எம். போஸ்டிற்கு இது அழகில்லை சார். ஜி.எம். என்ற முறையில் என் வேலையைப் பற்றி என்ன வேண்டுமானாலும் பேசுங்கள். திட்டுங்கள். நான் கேட்டுக் கொள்கிறேன். அழகைப் பற்றிப் பேச வேண்டாம். அத்தோடு ஒருவரை அழகு என்று உருவத்தைப் பார்த்து எப்படி சார் சொல்ல முடியும். உள்ளத்தைப் பார்த்துச் சொல்ல வேண்டும் சார்.. என்னைக் கேட்டால் ஐஸ்வர்யாராயைவிட அன்னை தெரஸாதான் அழகு என்று சொல்வேன். இனி இந்த மாதிரிப் பேச்சுக்களை நாம் தவிர்த்து விடலாம சார்.." என்று கூறியவள் எழுந்து வெளியே சென்று விட்டாள்.

ஆதித்தன் அசையாமல் ஆணி அடித்தது மாதிரி அமர்ந்து விட்டான். முதல் முறையாக அவனை எதிர்த்து வாதாடும் அந்தப் பெண்ணின் மேல் எரிச்சல் போய் மரியாதை வந்தது. அவளது வார்த்தைகளில் இருந்த உண்மையை அவனது நெஞ்சம் ஏற்றது. அழகென்று சொன்னால் முகம் மலரும் மனிதரிடையே 'எது அழகு..? என் முகமா இல்லை அகமா..?' என்று கேட்டு விட்டுச் சென்று விட்டாள். அவனது இருபது வயதிலிருந்து இந்த இருபத்தியெட்டு வயது வரை அவன் சந்தித்த பெண்கள் அவனது அழகான தோற்றத்தில் ஈர்க்கப்பட்டிருக்கிறார்கள். அதன் பின் அவனது முள்ளான சுபாவத்திற்கு அஞ்சியே தள்ளி நின்றிருக்கிறார்கள். தாயின் வெகுமதியான அவளது அழகான தோற்றத்தில் தானிருப்பதை எண்ணி அவன் மனம் நொந்திருக்கிறான். அதுதானே அவனது தந்தையை அவனை விட்டுப் பிரிய வைத்தது..? தனது

அழகிய முகத்தை கண்ணாடியில் பார்க்கக்கூட அவன் விரும்ப மாட்டான். எவ்வளவு தெளிவு அவளிடம்..? என்னவென்று கூறினாள்..? 'உருவத்தைப் பார்க்காதே உள்ளத்தைப் பார்' யார் பெண்ணே அவ்வாறு பார்க்கிறார்கள்..? முகத்தை வைத்துத்தானே எல்லோரும் அடையாளம் காணப் படுகிறார்கள். மனதை யார் பார்க்கிறார்கள்..? ஆதித்தன் வியப்புடன் அவள் வார்த்தைகளை நினைத்துப் பார்த்தான். ஏனோ அவன் நெஞ்சில் ஆண்டாண்டு காலமாய் அழகிய பெண்கள் மீது இருந்த வன்மம் குறைந்து ஏதோ ஓர் இதம் அவன் நெஞ்சில் பரவியது.

12

மதிய உணவு நேரத்தில் கம்ப்யூட்டர் முன் வேலை செய்து கொண்டிருந்த சந்தியாவின் முன் வந்து நின்றாள் வசுமதி.

"ஹலோ என்ன இன்னும் கம்ப்யூட்டர் கிட்ட கதை பேசிக்கிட்டு இருக்கீங்க. மணி என்ன தெரியுமா..? மதியம் ஒன்று."

"ஒரு மணியானால் என்ன..? வேலை இன்னும் முடியவில்லையே."

"அது முடியவே முடியாது சந்தியா. நாமதான் முடிச்சுக்கணும். முடிச்சுக்கிட்டு நம்ம ராஜ்யத்துக்குள்ள டயத்துக்கு பிரசண்ட் ஆகிடனும்."

சந்தியா வியப்புடன் பார்த்தாள்.

"நம்ம ராஜ்யமா..? எது அது..? அப்புறம் அது என்ன டயம்..?"

"டைனிங் ஹால்தான் நம்ம ராஜ்யம். டைம் மதியம் ஒன்றிலிருந்து இரண்டு. அதற்கு மேல் நாம் ராஜ்ய பரிபாலனம் பண்ணினால் துர்வாச முனிவர் சபிச்சுடுவார்."

"துர்வாச முனிவரா..?" தன் அழகிய பெரிய விழிகள் விரியக் கேட்டாள் சந்தியா.

"இதுக்கு இப்படி முழிச்சா இந்த ஆபிஸில் இருக்கிற மத்தவங்களுக்கு நாங்க வைத்திருக்கும் பெயரைக் கேட்டா முழியே வெளியே வந்திடும் போல.."

வசுமதியின் சுவையான பேச்சை ரசித்தபடி எழுந்த சந்தியா கம்ப்யூட்டரை அணைத்து விட்டு மதிய உணவு டப்பாவை எடுத்துக் கொண்டு அவளுடன் சென்றாள். அங்கிருந்த மற்ற பெண்கள் உற்சாகத்துடன் அவர்களை அறிமுகம் செய்து கொண்டனர்.

"காலையில் இருந்தே எனக்கு உங்க கூடப் பேசணும்னு ஒரே ஆவல்.." என்றாள் வனஜா.

"ஏன்னா நீங்க கட்டியிருக்கிற சேலை ரொம்ப அழகாயிருக்கு.. அது-தானே வனஜ்.." என்றாள் பிரியா.

"போடி.. சேலையை விட்டா வேற மேட்டரே இல்லையா..?"

"ம்ம்.. நான் சொல்றேன். நான் சொல்றேன்.. உங்க பின்னல் ரொம்ப நீளமாயிருக்குன்னு அட்மைர் பண்ணனும்னு நினைச்சிருப்பா. சரியா வனஜ்.." என்றாள் சுசிலா.

"அதை நீதாண்டி காலையில் இருந்து சொல்லிக்கிட்டு இருக்கே."

"உங்க செயின் ரொம்ப அழகாயிருக்குன்னு.. காலையில் இருந்து பேசிக்கிட்டு இருக்கோம். அது எத்தன பவுன். எங்கே வாங்கினதுன்னு விசாரிக்கணும்னு ஆசைப் பட்டிருப்பா. அப்படித்தானே வனஜ்.." என்-றாள் வசுமதி.

"அடி போங்கடி. நீங்களும்.. நீங்கள் கெஸ் பண்ற லட்சணமும்.. சேலை,நகை, பின்னல் இதெல்லாம் இப்ப மேட்டரே இல்லைடி. உலக மகா அதிசயம் ஒண்ணு இன்னைக்கு நடந்திருக்கு. நானே அசந்து போயிருக்கேன். நீங்க வேற.."

"என்னடி.. ஒரே சஸ்பென்ஸ் வைக்கிற.. என்ன விஷயம்ன்னு சொல்லு.." பிரியா தூண்ட, சாப்பாட்டு டப்பாவைத் திறந்து கொண்டே சந்தியாவும் சுவாரஸ்யமாய் கவனித்தாள்.

"கவனிங்கடி.. நம்ம துர்வாச முனிவர் குகைக்குள்ள போய் அதுகிட்ட காலங்கார்த்தால வாங்கிக் கட்டியும் அழுகாமல் வந்த முதல் பெண்குல திலகம் மிஸ்.சந்தியாடி. அதைப் பாராட்டணும்னு நான் கிடந்து துடிக்கி-றேன். நீங்க வேற.."

"உண்மையாகவா வனஜா.." என்று வசுமதி வாய் பிளந்தாள்.

"மெள்ள.. மெள்ள.. வாயை இப்படித் திறந்தால் பருந்து ஏதாவது பறந்து வந்து வாய்க்குள் கூடுகட்டி விடப்போகிறது. வாயை மூடு. இதுக்கே வாய் பிளந்தால் எப்படி..? இன்னும் இவங்க துர்வாச முனிவர் கிட்ட மாட்டாமல் அவரை மாட்டிவிடுகிற மாதிரி கேள்விகளை கேட்ட-தைப் பார்த்திருந்தால் என்ன செய்திருப்பாயோ..?"

"கேள்வியா.. யார் யாரைக் கேட்டது..?" என்று பிரியா கேட்க,

"ம்ம்.. கேள்வியின் நாயகன் நான்தான்னு பட்டம் கட்டிக்கிட்டு இருந்த துர்வாச முனிவரை கேள்வியின் நாயகனே.! இந்தக் கேள்விக்-குப் பதில் சொல்லய்யான்னு நம்ம சந்தியா பதிலுக்குப் பதில் கேள்வி கேட்டு விளாசி தள்ளிட்டாங்கப்பா.." என்று அன்று காலையில்தான்

வேலையில் சேர்ந்து இருந்த சந்தியாவை 'நம்ம சந்தியா' என்று உரிமை கொண்டாடிக் கூறினாள் வனஜா.

"சொல்லு.. சொல்லு.. கேட்போம்.." அனைவரும் வனஜாவை சூழ்ந்து கொள்ள வேடிக்கை பார்த்துக் கொண்டிருந்த சந்தியாவிற்கே 'தான் என்னதான் சொன்னோம்' என்று அறிந்து கொள்ளும் ஆவலை அந்தச் சூழ்நிலை உண்டு பண்ணியது. வனஜா நாடக பாணியில் சாய்ந்து அமர்ந்து கொண்டாள்.

"கேளுங்கடி.. காலையிலேயே ஜி.எம். கிட்ட முக்கிய மான பைலில் கையெழுத்து வாங்க வேண்டியிருந்தது. காலையில் துர்வாசரின் சாபம் நம்மகிட்ட இருந்து ஆரம்பமான்னு விதியை நொந்து கொண்டே வெளியே காத்திருந்தேன். இவங்களை துர்வாச முனிவர் மூட்-அவுட் பண்ற மாதிரி.. கேள்வி கேட்கிறார். இவங்க அவர் கேட்கிற கேள்விகளுக்கெல்லாம் டான் டான்னு பதில் கொடுக்கிறாங்க. எல்லாருடைய மூக்கையும் துர்வாச முனிவர்தான் எப்போதும் உடைப்பாருன்னு தான் நமக்குத் தெரியும். இவங்க என்னன்னா துர்வாச முனிவரின் மூக்கையே உடைச்சிட்டு சாபம் வாங்காமல் வெளியே வந்தாங்கண்ணா பாரேன். இவங்க வந்தவுடன் நான் கையெழுத்து வாங்கப் போனேனா.. எங்கே இவங்க மேல இருக்கிற கோபத்தை நம்ம மேல் காட்டிடுவாரோன்னு பயந்துக்கிட்டே போறேன். முகமெல்லாம் ஜிவுஜிவுன்னு வச்சிக்கிட்டு பேயறைந்த மாதிரி இருந்தவர் ஒரு வார்த்தை.. ஒரு வார்த்தைக்கூடப் பேசாமல் கையெழுத்துப் போட்டுட்டார். எனக்கு ஒரே ஆச்சர்யம் சந்தடி சாக்கில் நாளைக்கு வாங்க வேண்டிய கையெழுத்தை எல்லாம் இன்னைக்கே வாங்கி விட்டேன். மத்த நாள்ன்னா ஒரு கையெழுத்துப் போட ஓராயிரம் கேள்வி கேட்டுக் குடையும். இன்னைக்கு ஒரு பத்து கையெழுத்து வாங்கியிருப்பேன். வாயைத் திறக்கவில்லையே.." என்று மற்றவர்களிடம் கூறி வனஜா சந்தியாவிடம்,

"சந்தியா நான் இந்த அலுவலகத்தில் வேலைக்குச் சேர்ந்து நான்கு வருடங்களாகிறது. இத்தனை வருடத்தில் ஜி.எம்மிடம் பாட்டு வாங்காமல் நான் கையெழுத்து வாங்குவது இதுதான் முதல் தடவை. தேங்க்ஸ்.." என்றாள்.

சந்தியா குழம்பிப் போனாள். இப்போதுதான் வனஜா வையே பார்க்கிறாள். அவள் ஏன் சந்தியாவிற்கு நன்றி சொல்கிறாள்..?

"முதலில் துர்வாசர்ன்னா யாருன்னு சொல்லுங்க.."

"அது தெரியாதா..? என்னப்பா இது.. விடிய விடிய ராமாயணம் கேட்டுட்டு விடிஞ்சதும் சீதைக்கு ராமன் காட்பாதரான்னு கேட்கிறது போல இருக்கு. துர்வாசர்ன்னா நம்ம ஜி.எம்."

"அவர் பெயர் ஆதித்தன் ஆயிற்றே.."

"அது அவரைப் பெற்றவர்கள் வைத்த பெயர்.."

"அப்போ துர்வாசர்ங்கிற பெயர்..?"

"இந்த அலுவலகத்தில் உள்ள மற்றவர்கள் வைத்த பெயர்."

"அப்படியா..?" என்று திகைத்த சந்தியா ஆதித்தனை துர்வாச கெட்-அப்பில் ஒரு கணம் மனதில் கற்பனை செய்து பார்த்துவிட்டு வாய்விட்டுச் சிரித்தாள்.

"பொருத்தமான பெயர்.. யார் இந்தப் பெயரை வைத்தது..?"

"ஏன் நான்தான்.." என்று பிரியா பெருமையுடன் சிரித்தாள். எல்லோரும் அதன் பின்னால் மற்ற பேச்சுக்களுக்குத் தாவி பிரியா சந்தியாவைப் பார்த்து,

"சந்தியா நீங்க என்ன படிச்சிருக்கீங்க..?" என்று கேட்டாள்.

"வாங்க, போங்கன்னு மரியாதை எதுக்கு..? சும்மா வாடி. போடின்னே கூப்பிடுங்க.."

"அப்பாடா.. பெரிய ரிலீப் கிடைத்தது. எனக்கு இந்தாங்க போடறதுன்னாலே அலர்ஜி. ஆனால் நீ மட்டும் 'ங்க' போடறியே நியாயமா..?"

"நான் உனக்கு மட்டும் சொல்லவில்லை பிரியா.. எல்லோருக்கும் சேர்த்துச் சொன்னேன். பன்மைன்னா 'ங்க' தான் போடணும். என்ன பிரியா நான் சொன்னது சரிதானே.."

"ரொம்பச் சரி.." என்று பிரியா அணைத்துக் கொள்ள எல்லோரும் சிரித்தனர்.

வாசலில் காலிங்பெல் சத்தம் கேட்டவுடன் கதவைத் திறந்தாள் சந்தானலட்சுமி. சந்தியா நின்றிருந்தாள். கைகளை வாத்சல்யத்துடன் விரித்து,

"அடடா.. என் சந்தியாக் குட்டி வந்திருக்கு.. வாடி செல்லம். பெரியம்மா நினைப்பு இப்போதுதான் வந்ததா..?" என்று சந்தானலட்சுமி அழைக்க அவளது விரித்த கைகளுக்குள் புகுந்து அவளின் கழுத்தைக் கட்டிக் கொண்ட சந்தியா,

"அண்ணன் எங்கே பெரியம்மா.." என்று சலுகையுடன் அவள் தோள் சாய்ந்து கேட்டாள். சந்தானலட்சமி பதில் அளிக்கும் முன்.

"வந்தவுடனே பெரியம்மா தோளில் ஊஞ்சலாடுகிறது. அப்புறம் அண்ணன் எங்கேன்னு தேடிக் கொண்டு ஓடிவிடுகிறது... ம்ம்ம்.. இந்தப் பெரியப்பாவை நினைக்க யார் இருக்கிறார்களாம்.." என்று குறை கூறு-வது போல் சோகமாக முகத்தை வைத்துக் கொண்டு கூறியவாறு கோபா-லன் அங்கு வந்தார். அவரைக் கண்டதும் சந்தானலட்சுமியை விட்டு விலகி கோபாலனின் அருகே சென்ற சந்தியா.

"ஏன் பெரியப்பா.. இவ்வளவு மனக்குறை..? இந்தப் பெரியப்பாவை நினைக்க சந்தியா இருக்கிறாளே.." என்று சிரித்தாள்.

"ரொம்பத்தான் கதை அளக்காதே.. நானும் இருக்கிறேன், நானும் இருக்கிறேன்னு நானாக கரடியாய் கத்தி உன் முன்னால் வந்து நின்-றால்தான் உன் கண்ணுக்குத் தெரிகிறேன் இல்லையா.." என்று இன்னும் கோபமாய் இருப்பது போல் பாவனை காட்டியபடி அங்கிருந்த சோபாவில் அமர்ந்தார் கோபாலன். அவர் அருகே உரிமையுடன் அமர்ந்த சந்தியா,

"என்ன பெரியப்பா..? இன்றைக்குத்தான் வேலையில் சேர்ந்திருக்-கிறேன். காலையில் நேரமாகி விட்டதால் உங்களையெல்லாம் பார்த்து விட்டுப் போக முடியவில்லை. சாயந்திரமாவது பார்த்துச் சொல்லிவிட்டுப் போகலாம்ன்னு வந்தால் நீங்க கோபித்துக்கறீங்க.. ம்ம்.." என்று சிணுங்-கினாள்.

"பொண்ணு முதல் நாள் வேலை செய்து விட்டு வந்த சந்தோசத்தை சொல்ல வந்தால் அவள் கூட வம்பா இழுக்கிறீர்கள்.." என்று செல்ல-மாகக் கடிந்தபடி கையில் காபி தம்ளர்கள் அடங்கிய டிரேயோடு வந்-தாள் சந்தான லட்சுமி. பின்னாலேயே வந்த பிரதீப் அன்னை நீட்டிய காபியை வாங்கிக் கொண்டு சந்தியாவின் எதிரே அமர்ந்தவாறு,

"எப்படியிருக்கு சந்தியா உன் புது ஆபிஸ்..?" என்றான்.

"வேலை எப்படியிருக்குன்னு கேளுண்ணா.."

"வேலை எப்படியிருந்தாலும் நீ நன்றாகச் செய்து விடுவாய். ஆபிஸ் சூழல் நன்றாக இருக்க வேண்டும். மன அமைதிக்கு அதுதான் முக்கி-யம்."

"பண அமைதிக்கு வேலை முக்கியம் அண்ணா!"

"இருந்தாலும் சந்தியா பிரச்னை ஏதும் வராமலிருக்க வேண்டும்.."

"வராது அண்ணா! வந்தால் உன்னிடம் சொல்லாமல் யாரிடம் சொல்வேன்..?"

"அதுதானே இந்தப் பெரியப்பாகிட்டயா சொல்லப் போகிறாள். உன்னிடம்தான் சொல்வாள்.." என்று கோபாலன் சிரிக்க,

"பிரதீப்போடு போட்டிபோட இன்னொரு பிள்ளை பெத்துக்கலைங்கிற குறையே எனக்கு இல்லை. அதான் நீங்க இருக்கீங்களே.." என்று சந்தானலட்சுமி அலுத்துக் கொள்ள சந்தியா சிரித்தபடி விடை பெற்றாள்.

"இரு சந்தியா உன்னை வீட்டில் விட்டு விட்டு வருகிறேன்." என்று பிரதீப் அவனது வண்டியை எடுத்தான். அவன் பின்னால் ஏறி உட்கார்ந்து கொண்ட சந்தியா சந்தானலட்சுமியையும், கோபாலனையும் பார்த்துக் கை அசைத்தாள். வண்டி தெரு முனையில் திரும்பி மறையும் வரை கை ஆட்டிவிட்டு சந்தானலட்சுமியும் கோபாலனும் உள்ளே வந்தனர்.

'அம்மா உணவகம்' எதிரில் வண்டியை நிறுத்தி விட்டுப் பிரதீப் பின்னே வர சந்தியா முன்னே வந்தாள். உள்ளே நுழைந்தவர்களைக் கண்டதும்,

"ஏன் லேட்டா வர்றே சந்தியா.. ஓ பிரதீப் வந்திருக்கானா..? சந்தானம் வீட்டுக்குப் போயிருந்தாயா..? பிரதீப் உட்காருடா.. இதோ காபி கொண்டு வர்றேன்.." என்றபடி அன்னம் உள்ளே போய் விட்டாள்.

"ஐயோ இன்னொரு காபியா..? ஏன் சந்தியா.. வீட்டுக்கு விருந்தாளி வந்தால் உடனே காபி கொடுக்கணும்னு கண்டு பிடிச்ச மேதாவி யாரு..."

"ஏன் தெரிந்து என்ன செய்யப் போகிறாய்..?"

"என்ன செய்யப் போகிறேனா.. காபியைத் தவிர வேறு எதுவும் சாப்பிடக் குடுக்காமல் தண்டனை கொடுத்தேன்னு வை.. ஒரே நாளில் ஆசாமி அம்பேல்.."

அன்னம் காபியுடன் வர வாயை மூடிக் கொண்ட பிரதீப், அன்னம் நீட்டிய காபியை வாய் திறக்காமல் வாங்கிக் குடித்தான். சந்தியாவின் கண்களில் கேலியைக் கண்டவன் அதைக் கண்டு கொள்ளாதவன் போல்,

"இப்போது உடம்புக்கு எப்படி இருக்கிறது சித்தி.." என்று வினவினான்.

"நன்றாக இருக்கிறேன்டா கண்ணா.. அம்மாவும் அப்பாவும் எப்படி இருக்கிறார்கள்.. நன்றாக இருக்கிறார்களா..?"

"அவங்களுக்கென்ன சித்தி. நன்றாக இருக்கிறார்கள். அம்மாவுக்கு உங்கள் நினைவு தான் எப்போதும்.."

"எனக்கும் அவள் ஞாபகம்தான் ஒரு தடவை வந்திட்டுப் போகச் சொல்லுடா.."

"சொல்கிறேன் சித்தி.." என்றவன் காபி குடித்து முடித்த தம்ளரைக் கொடுக்க அதை வைக்க அன்னம் உள்ளே சென்றாள். பிரதீப் அவசரமாய் சந்தியாவைப் பார்த்து,

"சந்தியா... அந்தக் கடுவன் பூனை.. எப்படி பிஹேவ் பண்ணுகிறது.. ஒன்றும் விபரீதமாய் தெரியவில்லையே.." என்று கேட்டான்.

"நினைச்சேன். இதைக் கேட்கத்தான் ஒட்டுப் புல் மாதிரி ஒட்டிக் கொண்டு ரொம்ப அக்கறையாய் கொண்டு வந்து விட்டாயாக்கும்.. ஏண்ணா இப்படி பயப்படுகிறாய்..? நீ நினைக்கிறது போல் இல்லை.. எங்க ஜி.எம். அவர் பாட்டுக்கு அவர் வேலையைப் பார்த்தார். நான் பாட்டுக்கு அவர் வேலையைப் பார்த்தேன்."

"என்னது...? நீ அவர் வேலையைப் பார்த்தாயா..?"

"பின்னே..? நான்தானே அவரின் பெர்ஸனல் செக்ரட்டரி. அவர் வேலையை நான் தானே செய்ய வேண்டும்." அலட்சியமாய் கூறுவது போல் சந்தியா கூற அலறினான் பிரதீப்.

"என்ன.. அவனுக்கே பெர்ஸனல் செக்ரட்டரியா.. நீ முதலில்.."

"கடைசி வரைக்கும் வேலையை விட மாட்டேன். அதனால் நீ முதலில்ன்னு அலறாமல் நிப்பாட்டு.."

அன்னம் வந்துவிட பிரதீப் சந்தியாவை முறைத்துக் கொண்டே விடை பெற்றான். அவனது அக்கறையை நினைத்துப் பெருமைப்பட்ட சந்தியா தாயுடன் அன்று நடந்தவற்றைப் பகிரிந்து கொள்ளச் சென்றாள்.

13

காமராஜர் அரங்கின் வெளியே காரை நிறுத்தினான் ஆதித்தன். விளக்குகளின் ஒளிச்சிதறலில் சொர்க்கலோகம் போல் மின்னிக் கொண்டிருந்தது இரவு நேர சென்னை மாநகரம். காமராஜர் அரங்கின் வி.ஐ.பி.க்களுக்கான நுழைவாயிலின் வழியே உள்ளே நுழைந்தான் அவன். ஆதித்தனின் நெருங்கிய நண்பர் ஒருவர் திரைப்படத் தயாரிப்பாளர். அவரது புதிய படத்தின் பாடல்கள் அடங்கிய கேசட் வெளியீட்டு விழாவிற்கு அவனுக்கு அழைப்பிதழ் அனுப்பியிருந்தார். தனிமை சூழ்ந்த அவனது வாழ்வின் சூன்யம் பிடித்த மாலை நேரங்களை இது போன்ற ஜனரஞ்சகமான பொழுதுபோக்குகளில் கழித்துவிட்டு பின்னிரவில் வீடு திரும்பி உறங்கி விடுவது அவன் வழக்கம். உள்ளே சென்றவன் முன் வரிசை சீட்டுக்களில் ஒன்றில் அமர்ந்தான். மேடையில் நிகழ்ச்சி ஆரம்பமாகியது. யாரோ... யாரோ ஒருவரை புகழ்ந்து பேச இவன் அசிரத்தையாய் சுற்றிலும் வேடிக்கை பார்த்தான்.

அவன் அமர்ந்திருந்த வரிசையில் சற்றுத் தள்ளி அமர்ந்திருந்த அந்தப் பெண்மணியைக் கண்டதும் அவன் முகம் சுருங்கியது. அந்தப் பெண்மணி கையில்லாத ரவிக்கை அணிந்து வட மாநிலப் பெண் போல் தோற்றம் அளித்தாள். அவளது இடப்பக்கம் அமர்ந்திருந்த வட இந்தியர் அவளது தோளைச் சுற்றி கை போட்டிருந்தார். வலது பக்கம் ஆணும், பெண்ணுமாய் அந்தப் பெண்ணின் ஜாடையில் இளம் வயதினர் இருவரும் அமர்நதிருந்தனர். அவர்களது பேச்சிலிருந்து அவர்கள் அந்தப் பெண்மணியின் கணவரும், பிள்ளைகளும் என்பது தெரிந்தது. கணவனின் ஜோக்கிற்கு 'கலகல'வென நகைத்த வண்ணம் திரும்பிய அந்தப் பெண்மணியின் முகம் அவனுக்கு மிகப் பரிச்சயமானது போல் அவனுக்குத் தோன்றியது. அந்தப் பெண் பார்ப்பது போலத் தோன்றியதும்

பார்வையைத் திருப்பிக் கொண்டவன் மீண்டும் அவளது நகைப்பொலி-யைக் கேட்டு தன்னிச்சையாய் அவளைத் திரும்பிப் பார்த்தான். அதே நேரம் அவனைப் பார்த்த அந்தப் பெண்ணின் கண்களில் ஓர் வியப்புத் தோன்றி மறைந்தது. நிச்சயம் அந்தப் பெண் அவனுக்கு அறிமுகமான-வள்.

'யாராயிருக்கும்' என்று எண்ணமிட்டபடி சேரில் சாய்ந்து அமர்ந்-தான். மேடையில் கேசட்டை புகழ் பெற்ற இயக்குநர் ஒருவர் வழங்க தயாரிப்பாளர் பெற்றுக் கொண்டிருந்தார். மேடையிலிருந்து இறங்கிய ஆதித்தனின் நண்பர் அவனை நோக்கி வந்தார்.

"வெல்கம் ஆதித்தன். ரொம்ப பிஸியாயிருந்தேன். கவனிக்க முடி-யலை.."

"அதனாலென்ன..?"

"எல்லாம் வசதியாயிருக்கா..?"

"ரொம்ப வசதியாயிருக்கு.. கவலைப்பட வேண்டாம்."

ஆதித்தனுடன் பேசிக் கொண்டிருந்தவரின் கவனத்தை அந்தப் பெண்மணியின் நகைப்பு ஈர்த்தது. திரும்பிப் பார்த்த ஆதித்தனின் கண்-களில் தீப்பொறி பறந்தது. 'கூட்டத்தின் மத்தியில் மற்றவர்கள் கவனத்தை ஈர்க்கும் படி என்ன சிரிப்பு வேண்டிக் கிடக்கிறது..' என்று அவன் எரிச்-சலுற அவனது நண்பரோ உற்சாகமாய்.

"ஓ! மிஸ்டர் அண்ட் மிஸஸ் கபூர் குடும்பத்தோடு வந்திருக்காங்-களா..?" என்றபடி ஆதித்தனின் நண்பர் அந்தக் குடும்பத்தை நோக்கிச் சென்றார். அவர் நீட்டிய கைகளை தாராளமாய் பற்றிக் குலுக்கிய அந்-தப் பெண் அவனுடன் மிகச் சரளமாய் பேசிக் கொண்டிருந்தாள். பேச்சு வாக்கில் திரும்பிய ஆதித்தனின் நண்பர் அவனை அழைத்தார். இவன் எழுந்து அவர்கள் அருகில் சென்றான்.

"இவர் மிஸ்டர் கபூர். இவங்கதான் மிஸஸ் கபூர்.."

"ஏன் எனக்கென்று பெயரில்லையா ராதா.."

ராதாகிருஷ்ணன் என்ற ஆதித்தனின் நண்பரது பெயரைச் சுருக்கி 'ராதா' என்று அழைத்துச் சிரித்தாள் அந்த மிஸஸ் கபூர்.

உடனே மனைவி ஏதோ பெரியா ஜோக்கை சொல்லி விட்டது போல் 'ஓஹ்ஹோ' என்று விழுந்து விழுந்து சிரித்த அந்தக் கபூர்,

"அவள் பெயரைத்தான் சொல்லி விடுங்களேன் மிஸ்டர் ராதாகி-ருஷ்ணன். என்ன ஹனி.. உனக்காக நான் சிபாரிசு செய்து விட்டேன்.

இப்போ திருப்திதானே.." என்றார் அவருடன் சேர்ந்து சிரித்த ராதாகி-ருஷ்ணன்.

"ஆதித்தன் இவங்க மிஸஸ் பூங்கா கபூர்" என்று கூறினார்.

"என்ன இது 'பூங்கா'ன்னு ஒரு பெயரான்னு உங்க பிரண்ட் நினைச்-சிடப் போறார். அப்புறம் என் பிள்ளைகளின் பெயர்கள் செடி,கொடின்னு வருமோன்னு பயந்திடப் போறார்." என்று பூங்கா என்று அறிமுகப்படுத்-தப்பட்ட அந்தப் பெண் சொல்லிச் சிரிக்க, கூடச் சேர்ந்து அவள் கணவ-ரும் சிரிக்க ஆரம்பித்தார்,

'சிரிப்பாய் சிரிக்கிறது தான் இவங்க பழக்கம் போல. என்ன பழக்-கமோ.. என்ன குடும்பமோ..' என்று நினைத்தபடி கை குலுக்க நீட்டிய அவளது கைகளைப் புறக்கணித்து கபூருக்கு கை நீட்டியவனின் மனதில் இடி இடித்து மின்னல் வெட்டியது.

படாரென்று திரும்பி கையிலாத ஜாக்கெட் அணிந்து உதடுகளில் சாயம் தீட்டி தலைமுடியைக் கவனமாய் வெட்டி முதுகில் விரிய விட்டு நவநாகரிக வட இந்தியப் பெண்ணின் ஓர் அங்கமாய் நின்றிருந்த அந்த மாதை உற்றுப் பார்த்தான். 'பூங்கா'.... பூங்காவனம்.. மலையப்பனின் மனைவியாக இருந்த பூங்காவனம்.. இவனைப் பெற்றுப் போட்டு விட்டு எவனோ ஒரு வட இந்தியனுடன் தலை மறைவாகிப் போன பூங்கா-வனம்.. அந்த பனையூர் கிராமத்து வீட்டின் தேவையில்லாத சாமான்-கள் போடும் அறையில் கண்ணாடி நொறுங்கிய பிரேமிட்டபடத்தில் சிரித்துக் கொண்டிருந்த பூங்காவனம்.. தாயின் முகம் எப்படி இருக்கும் என்று இவன் தேம்பி அழுதபோது தியாகி தணிகாசலம் தேடி எடுத்-துக் கொடுத்த படத்திலிருந்த பூங்காவனம்.. இங்கே வட இந்தியன் ஒரு-வனின் மனைவியாக எதிரில் நின்றாள்.

அவள் அருகில் நின்று கொண்டிருந்த இளம் வயது பெண்ணையும், இளைஞனையும் காட்டி, "மோனிகா இவங்க மகள். இது சுனில் இவங்க மகன்.." என்று அறிமுகம் செய்து வைத்தார் ராதாகிருஷ்ணன்.

"அழகான, அனவான பேமிலி.." என்று கூறி அதற்கும் பூங்கா சிரிக்க அவளது கணவர் அவளை தோளோடு அணைத்துக் கொண்டார். பிள்ளையும், பெண்ணும் அவளருகில் வந்து ஏதோ கேட்க கணவரின் அணைப்பிலிருந்து விலகி பெண்ணையும், பையனையும் இருகைகளா-லும் அணைத்துக் கொண்டு அவள் பதில் கூறினாள்.

அவனைப் பெற்ற தாய். வேறு ஒரு மனிதரின் பிள்ளைகளுக்குத் தாயாக அவன் எதிரில் நிற்கிறாள். இந்தக் கொடுமையை அவன் எங்கே போய் சொல்வான்..? இப்படியே பூமியில் புதைந்து போனால்தான் என்ன..? தசைகள் இறுக முகத்தைத் திருப்பிக் கொண்டவன் நகரப் போனான்.

"எங்களையெல்லாம் யாருன்னு தெரிஞ்சுகிட்டு நீங்க யாருன்னு சொல்லாமப் போனால் எப்படி..?" என்ற பூங்காவனத்தின் கேள்வியில் நின்றான்.

"என் நண்பன் ஆதித்தன். மேக்னா பவர்ஸ் லிமிடெட் கம்பெனியின் ஜி.எம்." என்று அவனை அறிமுகப்படுத்தினார் ராதாகிருஷ்ணன்.

"ஓ.. இந்த இளம் வயதிலேயே ஜி.எம்மா..?" என்று கண்களை விரித்த பூங்கா அவனை உற்றுப் பார்த்தாள்.

"உங்களை எங்கேயோ பார்த்த மாதிரி இருக்கே.."

"நீங்க சென்னைக்கு இப்போதுதான் முதன் முதலா வந்திருக்கீங்க.. நீங்க ஆதித்தனைப் பார்த்திருக்க முடியாது மிஸஸ் கபூர்."

"நோ மிஸ்டர் ராதாகிருஷ்ணன். பூங்கா நார்த் இண்டியன் வுமனில்லை. மதராஸிதான். சுத்த தமிழ் பொண்ணு. பார்த்தோம் காத-லிச்சோம். கல்யாணம் பண்ணிக்கிட்டோம். ஹோஹ்ஹோ.." என்று கபூர் சிரிக்க இந்த முறை பூங்கா கபூரின் சிரிப்பில் கலந்து கொள்ள வில்லை. இறந்த காலத்தை தேடுபவளாய் எதிரில் நின்றவனை உற்றுப் பார்த்துக் கொண்டு நின்றாள். மனைவியின் முகமாறு தலைக் கவனித்த கபூர் மனைவியைத் தொடர்ந்து ஆதித்தனை உற்று நோக்கினார்.

"ஓ! ஆச்சரியம் ஹனி..! இவரைப் பார்த்தால் நம்ம சுனில் மாதிரியே இல்லை. அதனால்தான் உனக்கு அவரை எங்கேயோ பார்த்தது போல் தோன்றுகிறது.."

கபூரின் வார்த்தைகளில் தூக்கி வாரிப் போட்டு தந்நிலைக்கு வந்த பூங்கா சுனிலைப் பார்த்தாள். தாயின் ஜாடையை அப்படியே எடுத்தது போல் பூங்காவின் ஜாடையிலிருக்கும் சுனிலின் ஜாடையிலேயே ஆதித்-தனும் இருப்பது எப்படி..? கலங்கித் தவித்தது அவளின் இதயம். எதிரில் நின்றவனின் எரிக்கும் விழிகள் எதையோ உணர்த்த,

"உங்க சொந்த ஊர் எது மிஸ்டர் ஆதித்தன்.." என்று கேட்டாள்.

"தெரிஞ்சு என்ன செய்யப் போறீங்க மேடம்."

"ஓஹ்ஹோ..!" என்று அவன் பெரிய ஜோக்கை சொல்லி விட்டது போல் கபூர் சிரிக்க ஆரம்பிக்க மனதிற்குள் அலுப்புடன் ராதாகிருஷ்ணன் பக்கம் திரும்பினான் அவன்.

"ஓகே. ராதா நான் வருகிறேன். பை.."

விடைபெற்றுக் கொண்டு அவன் விரைய கண்களிலிருந்து அவன் மறையும் வரை இமைக்காமல் பார்த்துக் கொண்டிருந்தாள் பூங்கா.

"அவனுடைய சொந்த ஊர் குற்றாலம் பக்கம் ஒரு கிராமம்ன்னு சொல்வான் மேடம்.." என்றார் ராதாகிருஷ்ணன்.

அதிர்ந்து போன பூங்காவின் காலடியில் பூமி நழுவியது. ஐயோ..? அவன் யாரோ ஒருவனில்லை. அவள் பெற்ற பிள்ளைதானா..? தாயறியா சூள் இல்லை. அவனைக் கண்டதும் அவள் நெஞ்சம் நடுங்கியது இதனால்தானா..?

அவளது மனப் போராட்டத்தை அறியாத கபூர்.

"என்ன ஹரி அவரைப் பற்றி நிறைய டிடெயில் கேட்கிற.. ஒரு வேளை நம்ம மோனிகாவுக்கு ஏத்த மாப்பிள்ளையாய் இருப்பாரோன்னு பார்க்கிறாயா..?" என்று கேட்டு வைக்க அதிர்ந்துபோன பூங்கா,

"நான்சென்ஸ்." என்று கத்தினாள்.

எதிர்பாராத அவளின் இந்தக் கோபத்தில் திகைத்துப் போன கபூர்..

"எதற்கு இத்தனை கோபம் ஹனி.." என்றார் புரியாத வராய்.

"நத்திங்.." என்றபடி தலையைப் பிடித்துக் கொண்டவளிடம்,

"ஆதித்தன் இஸ் வெரி ஹேண்ட்சம். இல்லைம்மா.." என்றாள் மோனிகா.. அவ்வளவுதான் பொறுமை எல்லை மீற படாரென்று மகளின் கன்னத்தில் ஓங்கி அறைந்து விட்டாள் பூங்கா. அடிபட்ட கன்னத்தை பிடித்துக் கொண்டு குழந்தையாய் நின்ற மோனிகாவின் கண்ணீர் குளம் கட்டி நிற்க மகளை முறைத்துப் பார்த்தவள் அந்த இடத்தை விட்டு வேகமாக அகன்றாள்.

"ஸாரி மிஸ்டர் ராதாகிருஷ்ணன். அவளுக்கு தலைவலி போல.. நாங்கள் கிளம்புகிறோம். பை" என்றபடி நிலைமையைச் சமாளித்து விடை பெற்ற கபூர் பூங்காவைத் தொடர்ந்து சென்றார். மோனிகாவின் தோளில் கை போட்டு சமாதானம் செய்தபடி தமக்கையை அழைத்துச் சென்றான் சுனில்.

தனது அடுக்கு மாடிக் குடியிருப்பிற்கு சென்று தன் அபார்ட்மென்டின் கதவைத் திறந்ததும் விளக்குகளைப் போடாமல் அப்படியே கதவை

அடைத்து விட்டு படுக்கையறைக்குள் சென்று படுக்கையில் விழுந்தான் ஆதித்தன்.

'அழகான, அளவான பேமிலி..' பூங்காவனத்தின் சிரிப்பு காதுகளில் எதிரொலிக்க அதிலிருந்து தப்பிக்க முனைபவன் போல் காதுகளை மூடிக் கொண்டு தலையணையில் முகம் புதைத்துக் கொண்டான் அவன்.

மூடிய கண்களுக்குள் பிள்ளைகள் இருவரின் தோள்களிலும் கை போட்டு அணைத்தபடி தாய்மைப் பெருக்கோடு நின்றிருந்தவளின் உருவம் தெரிந்தது.

'அவர்கள் தான் நீ பெற்ற பிள்ளைகளா..? அப்போது நான்..? நான் யார்...?.. சொல்லு நான் யார்...?'

அந்தராத்மா அலற எழுந்து உட்கார்ந்து தலையைப் பிடித்துக் கொண்டான்.

குந்திக்கு அர்ஜுனன் தானே பிள்ளை..? கர்ணன் அநாதைதானே.. கண்ணீர் பெருக்கெடுத்து வழிந்தது. அந்தக் கலியுக கர்ணனின் விழிகளில். உறங்காத இரவின் ஒவ்வொரு மணித்துளியும் போராட்டமாய் நகர விடியும் போது அவன் உடல் கொதிக்க ஆரம்பித்திருந்தது.

14

மதியச் சாப்பாட்டு நேரம் முடிந்து சோம்பலான தூக்கம் கலந்த பின் மதிய வேளை. இனி இரவு கடைக்கான வேலைகளை மாலை ஆறு மணி அளவில் துவக்கினால் போதும். பாத்திரங்களைக் கழுவி வைத்துவிட்டுக் கடையைப் பெருக்கி விட்டுக் கனகம் விடை பெற்றுச் சென்று விட்டாள். ஆடியபாதம் தேவையான முன் வேலைகளைச் செய்து விட்டுச் சென்று விட, அன்னம் வாசல் கதவை மூடிவிட்டு உள்ளே வந்தாள். நாற்காலியில் கிடந்த சந்தியாவின் துவைத்து உலர்ந்த துணிகளை மடித்து வைக்க ஆரம்பித்தபோது வாசல் கதவு தட்டப்பட்டது. சென்று திறந்தாள். சந்தானலட்சுமி நின்று கொண்டிருந்தாள்.

"வா சந்தானம். இப்பத்தான் வழி தெரிஞ்சதா..? உள்ளே வா.." என்றவள் சந்தானலட்சுமி உள்ளே வந்தவுடன் கதவை மூடிவிட்டு வந்து சமையலறைக்குச் சென்றாள். சந்தானம் பின் பக்க அறையில் அமர்ந்து அன்னம் மடித்துக் கொண்டிருந்த சந்தியாவின் துணிகளைத் தொடர்ந்து மடிக்க ஆரம்பித்தாள். இரண்டு தம்ளர்களில் காபியுடன் வந்த அன்னம் சந்தானலட்சுமியிடம் ஒரு காபி தம்ளரைக் கொடுத்து விட்டு எதிரேயிருந்த நாற்காலியில் அமர்ந்தாள். அதற்குள் சந்தியாவின் துணிகளை மடித்து விட்டிருந்த சந்தானலட்சுமி காபியைக் குடித்தவாறு அன்னத்தைப் பார்வையால் ஆராய்ந்து கொண்டிருந்தாள். தோழியின் துளைக்கும் பார்வையைக் கண்டும் காணாதவள் போல் காபியை குடித்து முடித்த அன்னம்,

"என்னடி பார்வையால் என்னை பொத்தல் போடறே. என்ன விஷயம்.." என்று வினவியபடி சந்தானலட்சுமி கொடுத்த காலி தம்ளரையும் அவள் குடித்த தம்ளரையும் பாத்திரம் கழுவும் இடத்தில் போட்டு விட்டு அமர்ந்தாள்.

"சந்தியா சொன்னால் கேட்க மாட்டேன் என்கிறாயாம். அவளும் வேலைக்குப் போய் நான்கு மாதங்களாகி விட்டது. கை நிறைய சம்பளம். 'இன்னும் பிரமோஷன் வந்தால் சம்பளம் எதிர்பார்க்காத அளவில் கூடக் கிடைக்கும் பெரியம்மா'ங்கிறாள். 'கடையை மூடிட்டு ரெஸ்ட் எடும்மா'ன்னு அவள் கெஞ்சினால் விதண்டாவாதம் பேசுகிறாயாம். இது என்ன பிடிவாதம் அன்னம். சுவரிருந்தால்தான் சித்திரம் வரைய முடியும். நீ தெம்பாக ஆரோக்கியமாக இருந்தால் தான் சந்தியாவிற்கு துணையாக இருக்க முடியும். இதுவரைக்கும் நீ உழைச்சதில் அர்த்தமிருக்கு.. இப்போதுதான் உன் குறிக்கோள் நினைவேறிருச்சே.. இனிமேல் யாருக்காக நீ இந்த ஓட்டம் ஓட வேண்டும்..? உன் ஓட்டத்தையும் உழைப்பையும் நிறுத்து அன்னம். இனி உன் உடம்பு இந்த உழைப்பைத் தாங்காது. நீ நினைத்ததை சாதிச்சுட்டே. சந்தியாவைப் படிக்க வைச்சு ஆளாக்கி அவளோட சொந்தக் காலில் நிற்க வைச்சுட்டே. நீ கனவு கண்டது போல அவளும் சுயமாய் சம்பாதிக்க ஆரம்பிச்சுட்டாள். இனிமேலும் ஏண்டி நீ இறக்கை கட்டிக் கிட்டுப் பறக்கிற..? அவ குழந்தைடி.. உனக்கு ஏதாவது ஒண்ணு ஆகிட்டா அந்தக் குழந்தை மனசு தாங்காதுடி அன்னம். நீ ஓய்வெடுக்க ஆரம்பி.."

"சந்தானம் அவள் குழந்தைன்னு நீயே உன் வாயால் சொல்லிட்டே. அவளுக்கு தான் புரியாது. உனக்குமா என் வேதனையும், தவிப்பும் புரியலை..?"

"எதைச் சொல்கிறாய்டி..? வேலை நிரந்தரமாகனும்னு நீ சந்தியாவிடம் சொன்னதைச் சொல்கிறாயா..? அன்னம் சந்தியாவுக்கு எக்ஸ்ட்ரா குவலிபிகேஷன் நிறைய இருக்கு. ஊரில் இருக்கிற அத்தனை கோர்ஸையும் நீ படிக்க வைச்சிருக்கிற.. அவ தகுதிக்கு இந்த வேலை போனாலும் ஆயிரம் வேலை உடனுக்குடன் கிடைச்சிடும். அவ சம்பாதிக்கிறது நிற்காதுடி அன்னம். நீ உட்கார்ந்து சாப்பிடு."

"சந்தானம். நான் அவளைப் படிக்க வைச்சது வேலைக்கு அனுப்பினது அவளுடைய எதிர்காலத்தின் நன்மைக்காக.. அவ தன் காலில் நிற்கணும்கிறதக்காக.. எனக்கு வந்த அவல நிலை என் பெண்ணுக்கு வந்து விடக்கூடாது என்பதற்காக.. அவள் சம்பாத்தியத்தில் நான் உட்கார்ந்து சாப்பிடணும் என்பதற்காக இல்லை."

"எனக்குப் புரியலை அன்னம். நீ என்ன சொல்ல வர்றேன்னு எனக்குப் புரியலை. அம்மா, பொண்ணுக்கிடையே ஈகோ எதுக்குடி..?"

"சந்தானம். என்னடி இப்படிச் சொல்றே. என் பொண்ணு கிட்ட நான் ஈகோ பார்ப்பேனா..? என்னைப் புரிந்துக் கிட்டது இவ்வளவுதானா..?"

"மன்னிச்சுக்கடி அன்னம் நீதான் என் மரமண்டைக்கு புரிவது மாதிரி உடைச்சுப் பேசி விடேன். நீ என்னதான் நினைக்கிறாய்..?"

"எனக்கு நேர்ந்த கதி என் பெண்ணுக்கு நேர்ந்து விடக் கூடாது. நாலு சுவருக்குள் அடைபட்டு வெளியுலகம் தெரியாமல் என் வாழ்க்கையை நான் தோற்ற மாதிரி என் பெண்ணும் கிணற்றுத் தவளையாக இருந்து ஏமாந்து விடக் கூடாது. எனக்குத் தோள் கொடுக்கவும், பாதுகாப்பு கொடுக்கவும், வழி காட்டவும் நீயும் உன் குடும்பமும் இருந்தீங்கடி. நீங்கள் எல்லோரும் இல்லாவிட்டால் என் கதி என்ன ஆகியிருக்கும்..? உழைக்க ஆயிரம் வழி இருக்கலாம். ஆனால் மரியாதையோடு வாழ வேண்டாமா அதைத்தான் என் பெண்ணுக்கு தேடிக் கொடுத்தேன். சந்தயா பெண் சிங்கம் சந்தானம். எந்தச் சூழ்நிலையையும் சந்திப்பாள். எல்லாவற்றையும் ஜெயித்து வந்து விடுவாள். எனக்கு வேண்டியது அதுதான். அதை விட்டு விட்டு அவ சம்பாதிப்பா அவகாசில் நான் உக்காந்து சாப்பிட்டு உயிரை வளத்துக்கலாம்னு நினைச்சு அவளை ஆளாக்கலை சந்தானம்."

"பாத்தியா.. இப்பத்தானே என் பொண்ணு கிட்ட நான் ஈகோ பார்ப்பேனான்னு கேட்டே..? இப்ப இப்படிப் பேசுறயே. அவ இதைக் கேட்டால் தாங்குவாளா..?"

"எனக்கும் தெரியும்டி. அதுதான் உன்கிட்ட என் மனசைத் திறந்து சொல்றேன். உன்கிட்ட சொல்லாம நான் யார் கிட்ட சொல்லுவேன்..? சொல்லு.."

தோழியின் வார்த்தைகளில் மனம் நெகிழ்ந்த சந்தான லட்சுமியின் கண்களில் நீர் தளும்பியது.

"என் கிட்டத்தான் சொல்லணும். என்கிட்ட உன் மனச்சுமையைப் பூராவும் இறக்கி வைச்சுடுன்னுதானே நான் சொல்றேன். இன்னும் ஏன் மனசில் போட்டுக் குமைஞ்சுக்கிட்டு இருக்கே. உன் உடம்பு இருக்கும் நிலை உனக்குத் தெரியாதுடி. அது தெரிந்தால் நீ இப்படிப் பேச மாட்டாய். அது எங்களுக்கும் உன் பெண்ணுக்கும் தான் தெரியும். அதனால் தான் அவ இந்தப் பாடுபடறா.."

"எனக்கும் தெரியும் சந்தானம்.." அன்னத்தின் அமைதியான பதில் சந்தான லட்சுமியை அலற வைத்தது.

"என்னடி தெரியும் உனக்கு..?"

"எனக்கு வந்திருக்கிறது இதய நோய்ன்னு தெரியும்.."

"அடிப்பாவி! எப்படிடீ... உனக்குத் தெரிஞ்சது..?"

"சந்தியா இல்லாத சமயம் எனக்கு நெஞ்சு வலி வந்திருச்சு. என்னோட மெடிகல் ரிப்போர்ட்டை எடுத்துக் கிட்டு நானாக வேற ஒரு டாக்டர்கிட்டப் போனேன். அவர் தான் எனக்கு வந்திருக்கிறது இதய-நோய்ன்னு சொன்னார்."

"உன்கிட்ட நேராவே சொன்னாரா..? அப்படிச் சொல்லலாமா..? தெய்வமே!"

"அவர் மேல் தப்பில்லை சந்தானம். 'யாரும் உங்க கூட வரவில்லையா'ன்னு கேட்டார்."

"'நான் யாருமில்லாத அநாதை'ன்னு சொன்னேன் அதனால் வேறு வழியில்லாமல் என் நோயைப் பற்றி என்னிடமே சொன்னார்."

"ஏண்டி பாவி அப்படிச் சொன்னே..?"

"என் புருசனைப் பத்தித்தான் முழுசாத் தெரிஞ்சுக்காம கோட்டை விட்டுட்டேன். என் நோயைப் பத்தியாவது எனக்கு முழுசாத் தெரிய வேண்டாமா..?"

"தெரிஞ்சுக்கிட்ட இல்ல.. அப்புறம் ஏன்டி பிடிவாதம் பிடிக்கிறே. உன் உயிரோடு ஏன் இந்த விளையாட்டு விளையாடறே. அந்தப் பச்சை மண்ணை ஏன்டி பரிதவிக்க விடறே. உனக்கு ஏதாவது ஆச்சுன்னா அவ தாங்குவாளா..?"

"இப்போத்தான் அவளை பெண் சிங்கம்ன்னு சொன்னேன். நீ பச்சை மண்ங்கிறே.. அவ ஜெயிக்கப் பிறந்தவடி."

"உன்னைத் தோற்ற பின்னாலே அவ எதை ஜெயித்து என்ன பண்ண..?"

"வாழ்க்கை பூராவும் அம்மா கூடவே வரமாட்டாள்ன்னு அவளுக்குப் புரிய வைடி.."

"அதுதான் ஏன்..? அன்னம். உன் உயிரை நீயே குறைச்சுக்கணும்னு ஏண்டி கங்கணம் கட்டிக்கிட்டு நிற்கிறே..?"

"இருந்து என்ன செய்யப் போகிறேன் சந்தானம். சந்தியாவிற்கு நான் செய்ய வேண்டிய கடமையைச் செய்தாகி விட்டது. என் வேலை முடிந்து விட்டது. இனிப் போக வேண்டியதுதானே..?"

"எல்லாக் கடமையையும் முடிச்சிட்டயா..? சந்தியாவிற்கு கல்யாணம்ன்னு ஒன்னைப் பண்ணி வச்சிட்டயா.. பொறு.. நகை வாங்கி வச்சிட்டேன்னு சொல்லாதே. நீ கெட்டிக்காரி. ஐம்பது பவுன் நகையைச் சேர்த்துட்ட.. அதை என் கிட்ட கொடுத்து வைக்கும்போது 'இது சாப்பாட்டுக் கடை ஆளும் பேரும் வந்து போற இடம். நம்ம கிட்ட இருந்தா பத்திரமா இருக்கும்ன்னு நினைச்சுக் குடுக்கிறா'ன்னு தான் வாங்கி வச்சேன். உன் மனசில் இந்த சூதுவாது இருக்கும்ன்னு நினைச்சு வாங்கி வைக்கலை அன்னம் நீ பறக்கத் துடிக்கற. அதனால் சந்தியாவின் பொறுப்பை என்கிட்டக் கொடுக்கிறன்னு தெரியாமல் போச்சேடி. பாவி. ஏண்டி இப்படிப் பண்ற..?"

"சந்தானம். நான் போகணும்னு ஆசைப்படறேண்டி. சந்தியா ஆசைப்பட்டால் அவளுக்குக் கல்யாணம் பண்ணி வை. இல்லைன்னா அவ விருப்பப்படி விட்டு விடு."

"இது வேறயா..? ஏண்டி இன்னைக்கு நல்ல வார்த்தையே பேசக்கூடாதுன்னு தீர்மானம் பண்ணி யிருக்கியா கல்யாணமகிறது எவ்வளவு பெரிய விஷயம். பெத்தது ஒத்தப் பொண்ணு.. அது கல்யாணம் வேணாம்னால் விட்டு விடணுமாம். புத்திக் கித்திக் கெட்டுப் போச்சா உனக்கு. அறிவு கெட்டவளே!"

"கல்யாணம்தான் ஒரு பெண்ணுக்கு வாழ்க்கைல ஒரு குறிக்கோளா..? அதுதான் பெரிய விஷயமா..? போடி முட்டாள். என் கல்யாணத்துக்கு எங்கண்ணன் விக்காததை எல்லாம் வித்துக் கல்யாணம் பண்ணி வச்சார். தாய், தகப்பனில்லா பொண்ணுங்கற குறை தன் தங்கச்சிக்கு தெரிய கூடாதுன்னு மாஞ்சு, மாஞ்சு சீர் செஞ்சார். கடைசியில் என் கதி என்ன ஆச்சு..? என் கல்யாணம் என்னை வாழ வைச்சதா..? கடைசி வரைக்கும் நானும் என் பெண்ணும் வாழக் கூரைக் கொடுத்ததா..? எனக்குக் கல்யாணத்துக்கு செலவழிச்ச பணத்தை எங்கண்ணன் என் பேரில பிக்ஸட் டெபாசிட்டில் போட்டு வச்சிருந்தாருன்னு வை. என் காலம் பூராவும் அந்த வட்டிக் காசில் நான் உட்கார்ந்து சாப்பிட்டிருப்பேன். போடி நீங்களும் உங்கள் கல்யாணமும்."

"எல்லோருடைய கல்யாணக் கதையும் உன் கதை போலவே இருக்குதா அன்னம்..? இப்ப என்னையே எடுத்துக்க.. என் தாய், தகப்பன் வசதியில்லாதவங்க.. உங்கண்ணன் உனக்கு செஞ்ச சீர் வரிசையில் ஆயிரத்தில் ஒரு பங்கு கூடச் செய்யலை. பொன்னை வைக்கிற இடத்-

தில் பூவை வைத்துத்தான் கல்யாணம் பண்ணிக் கொடுத்தார்கள். பிரதீப் அப்பா என்னைச் சீரும், சிறப்புமாக வாழ வைக்கலையா..?"

"ஒரு பெண்ணுக்கு கல்யாண வாழ்க்கை அமையறது அவள் அதிர்ஷ்டத்தைப் பொறுத்ததுன்னு ஆகிப் போயிருச்சு. கல்யாண வாழ்க்கையில் வெற்றி வருமா தோல்வி வருமான்னு யாராலும் சொல்ல முடியாது. ஆனால் சந்தானம்.. ஜெயித்தால் சந்தோஷம் இரண்டு பேருக்கும், தோற்றால் துக்கம் பெண்களுக்கு மட்டும்தான் கிடைக்குது."

"அதனால் உன் பெண்ணுக்கு கல்யாணமே தேவை யில்லைன்னு நினைக்கலாமா..?"

"நான் அப்படிச் சொல்லலை சந்தானம். சந்தியா அவ கல்யாணத்தை அவளே முடிவு பண்ணட்டும். அவளோட கணக்குத் தப்பாது. நல்லது கெட்டதை அவளே அலசி ஆராய்ந்து முடிவு பண்ணட்டும். நான் வாழ்க்கையில் தோற்றுப் போனவ. அவ கல்யாணத்தை முடிவு பண்ண நான் இருக்கணும்னு அவசியமில்லை."

"நீ போறதிலேயே குறியாயிரு. ஏண்டி இப்படி எங்களைப் பாடாய் படுத்தற..?"

"ஏன்னா.. ஏன்னா.. நான் அந்தப் பாடு பட்டுக்கிட்டு இருக்கேன்டி.. பாடாய்ப் பட்டுக்கிட்டு இருக்கேன். சந்தானம்... நான் உன்னை ஒண்ணு கேட்கிறேன் பதில் சொல்லு. எனக்கு இந்த நோயில்லைன்னு வை. 'நான் கடைசி வரைக்கும் சம்பாதிக்கிறேன். நீ உட்கார்ந்து சாப்பிடு'ன்னா சந்தியா கேட்பாளா..?"

"என்னடி இது.. அவளோட வேலை அவளோட அடையாளம்டி. அதை எப்படி விடுவா..?"

"ம்ம்.. அதையேதான் நான் சொல்றேன். இது என் வேலை. என்னோட அடையாளம். இதை எப்படி நான் விடமுடியும்..? சந்தானம். என் வாழ்க்கையில் நான் தோத்துப் போய் அநாதையாய் பெண் குழந்தையோடு வெளியே வந்தப்போ எனக்குத் தாலி கட்டின மனுசன் சொன்னான். 'நீ படிக்காத முண்டம்டி.. எப்படிப் பிழைப்பேன்'னு. அப்ப எனக்கு வாழ வழி காட்டினது இந்தத் தொழில்டி. இப்போ நான் இரண்டு பேருக்குச் சம்பளம் கொடுக்கிற முதலாளி. என்னோட சமையலுக்கு எத்தனை ரசிகர்கள் தெரியுமா..?

'அம்மா உணவகம்' இந்த ஏரியாவில் பேமஸ். என்னுடைய இந்த அடையாளத்தை விட்டு விட்டு என்னை இந்தப் பூமிக்கு பாரமாக வாழச்

சொல்கிறாயா..?"

இந்தக் கேள்விக்கு என்ன பதில் கூறுவாள் சந்தான லட்சுமி. கவிதைகளில் மனதைப் பிழிய வைத்து அதில் தேசப்பற்றை சுடேற்றி வைத்த எட்டயபுரத்து மீசைக் கவிஞனே.

'சொல்லடி சிவசக்தி! நிலச்சுமையென வாழ்ந்திடப் புரிகுவையோ..'

என்று புலம்பியிருக்கிறானே. இந்த அன்னம் புலம்பு வதில் ஆச்சரியமென்ன இருக்கிறது. ஆனால்...

"நீ நோயாளி அன்னம்.."

"என்னோட இப்போதைய சந்தோசமே அதுதாண்டி."

"அடிப்பாவி என்னடி இப்படிச் சொல்லுற..?"

"பதறாதே சந்தானம். இத்தனை நாள் என் உயிரை எடுக்க நாள் குறிக்காத கடவுள் இப்போ குறிச்சிருக்கான்னா அவன் எவ்வளவு கருணையானவன் பார்ததாயா..? சந்தியாவை வளர்த்து ஆளாக்கிவிட்டேன். வேலை முடிஞ்சாச்சு. இனிப் போக வேண்டியதுதான்."

"அன்னம். என் நெஞ்சில் நெருப்பை அள்ளிக் கொட்டாதேடி."

"அழுகாதே சந்தானம். இத்தனை நாள் என் நெஞ்சில் தான் நெருப்பு எரிஞ்சுக்கிட்டு இருந்துச்சு.. என் பெண்ணை தவிக்க விட்டுறக்கூடாது. அடுத்தவர்கிட்ட கையேந்தி நிற்கிற நிலை அவளுக்கு எந்தக் காலத்திலும் வந்துவிடக் கூடாதுங்கிற வைராக்கியத் தீ எரிந்துகிட்டு இருந்தது. அந்தத் தீயில் என் அடி மனசின் ஆழத்தில் இருந்த அந்த மனுசனின் நினைப்பு அமுங்கிப் போயிருந்தது. இப்பக் கடமை முடிஞ்சதும் அந்த நினைப்பு மேலே வருது சந்தானம். என்னால் தாங்க முடியலையே. உன் உயிரையே அந்த ஆள் மேல் வைச்சிருந்தேனடி. அரை நிமிசத்தில் என் ஆவியை குடிச்சுப் புட்டானே. நான் இருந்து என்ன செய்யப் போகிறேன்டி. இந்த வேலையை நிறுத்தாமல் செய்தால்தான் என்னால் அவனை மறக்க முடியும். நிறுத்தினேன்னு வை. யோசிக்க ஆரம்பிச்சுருவேன். அந்த யோசனையில் இன்னும் கொஞ்ச நாள் இருக்கப் போற உயிர் கூடப் பொட்டுன்னு போயிடும். நான் சும்மா இருக்கக் கூடாது. சந்தானம் என்னை வேலை செய்ய விடு. அந்தப் பாவியை அவன் செய்த துரோகத்தை மறக்கவிடு. நினைக்க வைக்காதே.."

பொங்கி எழுந்த அன்னத்தின் உணர்வுகளை சுனாமிப் பேரலையாக சந்தானத்தை அடித்துச் சென்றது. அதில் மூழ்கிப்போன இரு தோழிக-

ளும் எத்தனை நேரம் அப்படியே அமர்ந்து இருந்தார்களோ.. தெரியாது.. வாசல் கதவு தட்டப்பட உணர்வு பெற்று எழுந்தார்கள். கண்களைத் துடைத்துக் கொண்ட சந்தானலட்சுமி சென்று கதவைத் திறந்தாள். சந்தியா நின்று கொண்டிருந்தாள்.

"எப்போ பெரியம்மா வந்தீங்க..?"

"மதியமே வந்திட்டேன். உள்ளே வா.."

"அம்மா என்ன சொல்றாங்க பெரியம்மா.. பேசியிருப்பீங்கல்ல..?"

"அவளை அவ வழியிலேயே விட்டுவிடு சந்தியா. இருக்கிற காலம் வரை நிம்மதியாக இருக்கட்டும்.."

சந்தானலட்சுமி உள்ளே சென்று விட சந்தியா திகைத்து நின்றாள். அப்படியானால்.. அம்மாவின் நிம்மதி வேலை செய்வதில்தான் இருக்கிறதா..? சந்தியாவின் நிம்மதியில் இல்லையா..? அம்மா..? மனம் அரற்ற அவள் அசையாது அங்கேயே நின்றாள்.

15

காலையில் எழுந்திருக்கும் போதே தலை பாரத்தை உணர்ந்தான் ஆதித்தன். ஆனால் அதை அலட்சியம் செய்து குளித்து அலுவலகம் சென்றான். அவன் அலுவலகத்தில் நுழைந்து அரை மணி நேரம் கழித்து பதறியோடி வந்த ஷீலா பதட்டத்துடன், "ஜி.எம். வந்திட்டாரா பிரியா..?" என்று வினவினாள்.

"அப்பவே வந்தாச்சு.."

"ஐயையோ.. வந்துவிட்டாரா.. போச்சு.. இன்னைக்கு நான் மாட்டினேனா.."

"அதெல்லாம் மாட்டமாட்டாய். பயப்படாமல் உட்காரு."

"நான் சீட்டில் இல்லாததை கவனிச்சிருப்பாரா.."

"யாருடி இவ. அதுதான் பதற்றப்படாதேன்னு சொல்கிறேனில்லை. காரணம் இல்லாமல் சொல்வேனா..? அதெல்லாம் நீ சீட்டில் இல்லாததை கவனிச்சிருக்க மாட்டார்."

"அதை எப்படிடீ அவ்வளவு நிச்சயமாய் சொல்கிறாய்..?"

"அதுவா.. ரொம்ப சிம்பிள். நானும் வனஜாவும் டேபிள் மேலே ஏறி உட்கார்ந்து இருந்ததையே துர்வாசர் கவனிக்காமல் போனார். நீ சீட்டில் இல்லாததையா கவனிச்சிருப்பார்..? அப்படிங்கிற அனுமானம்தான்."

"டேபிள் மேலே ஏறி உட்கார்ந்து இருந்தீங்களா..? ஏன்டி வானரங்களா, சேர் எதுக்குடி வாங்கிப் போட்டிருக்கு."

"அது நாம் வேலை செய்யும் போது உட்கார, அரட்டை யடிக்கும் போது யாராவது சேரில் உட்காருவாங்களா..?"

"அரட்டை வேற அடிச்சீங்களா.. துர்வாசர் கொன்னு போட்டுருமே."

"இல்லையே.. இந்தக் கதையைக் கேளு வனஜாவை நேற்று மாலை பெண் பார்க்க வந்தாங்களாம்.. மாப்பிள்ளையோட போட்டோவை

கொண்டு வந்திருந்தாள். நான் பார்த்திட்டு தரேன்னு ஒழுங்காத் தாண்டி கேட்டேன். அதுக்கு 'என் வுட்பியோட போட்டோவை நீ சைட் அடிக்க நான் கொடுக்கிறதா'ன்னு சொல்லித் தர மாட்டேன்னு அடம் பிடிச்சா. நான் பிடுங்கப் போனேன். அவன் என்கிட்ட இருந்து தப்பிக்க டேபிள் மேல ஏறினாள். நானும் விடாம டேபிள் மேல் ஏறி பைட் பண்ணி போட்டோவைப் பிடுங்கிக்கிட்டு இருந்தேனா...? துர்வாசர் வந்தாச்சு. அப்படியே ஸ்தம்பிச்சு இரண்டு பேரும் டேபிள் மேலேயே நின்று விட்-டோம்."

"அப்புறம்...?" என்றாள் ஷீலா ஆர்வமாய்.

"மர்மக் கதையைக் கூட இவ்வளவு ஆர்வமா கேட்க மாட்டாடி இவ.. ஆனாலும் நீங்க சுத்த மோசம்டி.. ஜி.எம். துர்வாசர் அவதாரமெ-டுக்கிறதில் தப்பேயில்லை.." என்று மேஜையை சரி பண்ணிக் கொண்டே வசுமதி கூறினாள்.

"நீ ஏண்டி சொல்ல மாட்டே.. இந்நேரம் வரைக்கும் இந்தக் கதையை வாயில் ஈ நுழையறது கூடத் தெரியாமல் கேட்டுக்கிட்டு இருந்தவதானேடி நீ. இப்ப மேடம் மங்கையர் குல திலகம் மாதிரி அட்வைஸ் பண்ண வந்திட்டாங்க. கேளுங்கடி.."

"அவ கிடக்கிறா ப்ரியா.. நீ சொல்லு துர்வாசர் கிட்ட மாட்டாமல் எப்படித் தப்பிச்சிங்க..?" என்று ஷீலா தூண்டினாள்.

"நாங்க எங்கேடி தப்பிச்சோம். அப்படியே 'ஙே'ன்னு முழிச்சுக்கிட்டு டேபிள் மேலேயே உட்கார்ந்து விட்டோம்."

"அடிப்பாவிகளா.. இறங்கித் தொலைக்கவே இல்லையா..?"

"இல்லைடிங்கறேன். இன்றைக்குக் காலையிலேயே பாட்டுக் கச்சேரி ஆரம்பிக்கப் போகுதுன்னு நாங்க பயந்து நடுங்கிக்கிட்டு உட்கார்ந்திருக்க அவர் பாட்டுக்கு கல்லையும், மண்ணையும் பார்க்கிறது போல என்னை-யும் இவளையும் பார்த்துக்கிட்டு போய்க்கிட்டே இருக்கார். இது எப்படி இருக்கு..?"

"பேஷ்! பேஷ்! ரொம்ப நன்னாயிருக்கு.." என்றாள் சுசிலா.

"ஒருவேளை உன்னையும், இவளையும் கல்லு, மண்ணுன்னே நினைச்சிட்டாரோ என்னவோ.. என்ன சொன்னாலும் திருந்தாத ஜென்-மங்கள். லூசில் விட்டுறலாம்னு போயிட்டார் போல.." என்றாள் ஷீலா கிண்டலாய்.

"ஹலோ மேடம். டேபிள் மேல நின்னாலும் நாங்க கரெக்ட் டயத்-துக்கு வந்து நின்னுட்டோம். நீங்க ஐந்து நிமிசம், பத்து நிமிசம் கூட இல்லை முழுசா அரை மணி நேரம் லேட்டா வந்திருக்கீங்க.. இப்ப ஜி.எம். முன்னால் போய் நின்னு சர்மா கம்பெனி டெண்டர் பைல் இன்-னும் ரெடியாகலை. ஷீலா கிட்டத்தான் முக்கியமான என்ட்ரி நோட் இருக்கு. அவ இன்னும் வரலைன்னு போட்டுக் கொடுத்தேன்னு வை. உன் கதை கந்தலாகிடும். என்ன செய்யவா..?"

"ஐயோ பிரியா..! என் செல்லமே..! உன்னைப் போய் சொல்வேனாடி. இது சும்மா.. ஜூஜூபி விளையாட்டு.. என் ஐஸ்கிரீம் பேபியில்ல.. மலையிறங்குடி தாயே.."

"ஆ.... அது.. அந்தப் பயமிருக்கட்டும்."

அந்தப் பெண்களின் அரட்டையைக் கவனித்துக் கொண்டிருந்த சந்-தியாவிற்கு சிரிப்பு வந்தது. ஆதித்தன் ஒரு நாள் காலையில கொஞ்-சம் கவனிக்காமல் அவனது அறைக்குள் சென்று விட்டதற்கே இந்தக் கொண்டாட்டமா..? அவளது முகம் சிரிப்பில் மலர்ந்ததைக் கண்ட பிரியா ஷீலாவை விட்டு விட்டு சந்தியாவை பிடித்துக் கொண்டாள்.

"என்ன சந்தியா எதையோ நினைச்சுச் சிரிக்கிற..? யார் நினைவு..?"

"ஆபிஸில் வந்து யாரை நினைக்கப் போறேன் பிரியா.."

"அதுதானே.. துர்வாசரை நினைச்சாப் பத்தாதா..?" என்று பிரியா.. கிண்டலடிக்க, "ஆமாம்.. அதை நினைத்தாலும். சில்லுன்னு ஆயிடும்.." என்று வனஜா எரிச்சல் பட்டாள்.

"பயத்தில் உடம்பு சில்லுன்னுதானே விறைச்சிரும்.." என்று விளக்கம் கொடுத்த வசுமதி.

"அது சரி சந்தியா.. ஒரு நாளில்.. ஒரு நிமிசம் அதுகிட்ட கையெ-ழுத்து வாங்கணும்னாலும் எங்களுக்கு உயிர் போய் உயிர் வருது. நீ எப்-படி நாள் முழுவதும் அந்த முசுட்டு மூஞ்சிகிட்ட வேலை பார்க்கிற..?" என்று அதிசயப்பட்டாள்.

அது என்ன கொடுமையான விசயமா..? இதமான ஓர் உணர்வு சந்-தியாவுக்குள் பரவியது. ஆதித்தனின் கம்பீரமான தோற்றம்... நிமிர்ந்த நேர் கொண்ட பார்வையுடன் கூடிய அவனது நடை.. கண்களை மூடிக் கொண்டு பதில் சொல்லும் அவனது ஆழ்ந்த அறிவு.. நேரம் காலம் பார்க்காமல் அவன் உழைக்கும் உழைப்பு.. இமைப் பொழுதில் எண்-ணற்ற தோற்றங்கள் அவள் இதயத்தில் தோன்றி மறைந்தன.. எதிர்

மறைத் துருவங்கள் ஈர்க்கப் படுக்கின்றதோ என்று சமீப காலமாக சந்தியாவின் மனதில் சஞ்சலம் ஏற்படுத்திய சம்பவங்கள் அவள் நினைவில் ஆடியது.

முதல் நாளைய சம்பவத்திற்குப் பின்னால் மோதல்கள் நிகழாமல் இல்லை. நாள்தோறும் மோதல்கள் நிகழ்ந்தன. சந்தியாவின் புத்திசாலித்தனத்தால் அவை தகர்ந்தன. ஆனால் அவை தகர்த்தப்படும்போது அவன் பார்க்கும் பார்வை.. அது நிச்சயம் எரிக்கும் பார்வையல்ல.

ஒரு நாள் அவன் பேனா முனையைப் கடித்துக் கொண்டே பதில்களைக் கூற குறிப்பெடுத்துக் கொண்டிருந்தவள் தற்செயலாய் அவன் முகம் பார்த்தபோது அவன் கடித்துக் கொண்டிருந்த சிவப்பு மை பேனாவின் முனை அவன் இதழ்களில் படிந்து சிவப்புக் கறை படிந்திருந்தது. எப்படிச் சொல்வது என்று தெரியாமல் அவள் அடிக்கடி அவன் மீது பார்வையைப் படர விட அவன் முகத்தில் யோசனை வந்தது. ‘ஏன் இப்படிப் பார்க்கிறாள்’ என்ற கேள்வி எழ அவன் புருவங்களை உயர்த்தி அவளை ‘ஏன்’ என்னும் பாவனையில் நோக்கினான். தன் பார்வையைக் கண்டு கொண்டானே என்று முகம் சிவந்து போன சந்தியா, தடுமாற்றத்துடன் கால்குலேட்டரை அவன் பக்கம் நகர்த்தினாள். அதன் ஸ்கிரீனில் உள்ள சிறு கண்ணாடித் திரையில் தன் முகத்தைப் பார்த்துக் கொண்ட ஆதித்தன் தன் வாயில் படிந்திருந்த சிவப்பு மையைக் கண்டான். சிரிப்புடன் பேனாவை வைத்துவிட்டு கைக்குட்டையால் வாய் துடைத்துக் கொண்டே,

"தேங்க்ஸ்.." என்றான். அவள் மேலும் தடுமாறியவளாய்,

"எதற்கு..?" என்று கேட்டாள். அவளது சிவந்த முகத்தை ரசிக்கும் பார்வை பார்த்தபடி, "தெரியாதா..?" என்றான் அவன். அன்று முழுவதும் வானில் பறப்பது போல் இருந்தது அவளுக்கு.

இன்னொரு நாள் கடல் நீலத்தில் காட்டன் புடவை உடுத்தியிருந்தாள் சந்தியா.. அன்று மும்பையிலிருந்து அவர்கள் கம்பெனியின் கெஸ்ட் ஹவுஸிற்கு சுவர்களுக்கு என்ன நிறத்தில் வண்ணம் பூசலாம் என்று போன் வந்தது. அவன் முன்னால் போனை எடுத்துப் பதில் கூறிக் கொண்டிருந்தவன் அவளைப் பார்த்தவாறே, "ஆகாய நீலம், கடல் நீலம்ன்னு சொல்வாங்களே அந்த நிறத்தில் பெயிண்ட் அடிக்கச் சொல்லுங்கள். அது மனதிற்கு அமைதியைக் கொடுக்கும் நிறம்.." என்றான். அதைச் சொல்லும் போது அவனது விழிகள் அவளது புடவை-

யின் நிறத்தைப் பார்க்கவில்லை. அவள் முகத்தையே பார்த்தன.

மற்றொரு நாள் அவன் கேட்ட பைலை எடுத்துக் கொண்டு போனவள் கையெழுத்து வாங்க அவன் மேஜையில் வைத்தபோது அவன் வேறு ஒரு வேலையில் இதை மறந்து போனவனாய், எரிச்சலுடன் "இது என்ன..?" என்று கேட்டான்.

அந்தப் பைலை அன்று தயார் பண்ணி அனுப்ப வேண்டுமென்று கடுமையாக அவன் உத்தர விட்டிருந்ததால் மதியம் சாப்பிடாமல் அதை தயார் செய்து கொண்டு வந்தால்.. அவன் 'இது என்ன..?' என்று கேட்டால் அவளுக்கு எப்படியிருக்கும்? கடுப்பானவள்.

"சார்.. உங்கள் முன்னால் இருக்கிறதே.. இதைத்தான் பைல் என்பார்கள். இதற்குள் இருப்பது நம்ம பெங்களூர் பிராஞ்ச் சம்பந்தமான விவரங்கள். இதை ரெடி பண்ணலைன்னுதான் காலையில் என்னை லெப்ட் அன்ட் ரைட் வாங்கினீர்கள். இதை ரெடி பண்ணத்தான் நான் மதியச் சாப்பாட்டைத் தியாகம் பண்ணிட்டு வேலை பார்த்தேன். இப்ப இதை எடுத்து ஒரே ஒரு கையெழுத்து மட்டும் போட்டுக் குடுத்தீர்களானால் நான் சாப்பிடப் போய் விடுவேன். எனக்குப் பசிக்கிறது. கொஞ்சம் கருணை காட்டுங்கள் சார்.." என்றாள் பவ்யமாக.

அதுவரை முகத்தை இறுக்கமாக வைத்துக் கொண்டு அவள் சொல்வதைக் கேட்டுக் கொண்டிருந்தவன் அவள் பேசி முடித்ததும் தாங்க மாட்டாமல் கடகடவென்று சிரித்து விட்டான். அவன் சிரிக்கும்போது மலர்ந்த அவனது முகத்தையும், கண்களையும், முத்துப் பல் வரிசையையும் கண்டவள் பிரமித்து நின்று விட்டாள். இவன் சிரிக்கும் போது எவ்வளவு அழகாயிருக்கிறான் என்று நினைக்கும் போதே ஏன் முறைக்கும்போதும் இவன் அழகுதானே என்ற எண்ணம் ஊடே ஓடியது. சிரித்து ஓய்ந்தவன் பைலில் கையெழுத்து போட்டு அவளிடம் கொடுத்தவாறு,

"என்னடா கடுவன் பூனைக்கும் சிரிப்பு வருகிறதே என்ற ஆச்சரியமா..?" என்று கேட்டான்.

'கடுவன் பூனை' என்றதை இன்னுமா நினைவில் வைத்திருக்கிறான் என்று சங்கடப்பட்டவள் முகம் சிவக்க, அதை ஆச்சரியமாய் பார்த்தவாறு,

"ஆனால் இந்தக் காலத்துப் பெண்களின் முகம் வெட்கத்தில் சிவக்கிறதை இப்போதுதான் அடிக்கடி பார்க்கிறேன்.." என்றான் அவன் ரசனையாக.

பேச்சிழந்து வெளியேறினாள் சந்தியா.

முத்துச் சிதறலாய் பல நினைவுகள் சிந்திக் கிடக்க அவற்றை எடுத்-துக் கோர்த்து மாலையாக்கிய சந்தியாவிற்கு. தன் நிலை பிடிபடாமல் இல்லை. அதை வெளியில் சொல்ல.. ஏன் பண்ணிப் பார்க்கக் கூட பயந்தாள். இது என்ன என்று தெரியாத உணர்வு. ஒருவனைப் பிடித்-திருந்தால்.. அதுவும் யாருக்குமே பிடிக்காத ஒருவனை தனக்குப் பிடித்-திருந்தால்.. அவசரப்படாமல் தான் ஆராய வேண்டும். மனமே பொறு. அவசரப்படாதே..

தனக்குள் சொல்லிக் கொண்டவள் அன்றைய தின ஆதித்தனின் அலுவல்களை பதிவு பண்ணிவிட்டு போனை எடுத்து இன்டர்காம் மூலம் அவனுடன் தொடர்பு கொண்டாள்.

"யெஸ்.." என்ற ஆதித்தனின் குரல் சோர்வாக ஒலித்தது.

"குட்மார்னிங் சார்.." என்ற சந்தியாவிற்கு,

"ம்ம்ம்" என்று பதில் மட்டுமே வந்தது. 'ஏன் பதில் குட்மார்னிங் சொல்ல மாட்டாயா..?' என்று எரிச்சல் பட்டவள்.

"இன்று காலை பதினோரு மணிக்கு உங்களுக்கு மும்பை கம்பெனி-யின் ஜி.எம். கூட அப்பாயிண்ட் மென்ட் இருக்கு சார். மதியம் அவர் கூடத்தான் பிஸினெஸ் லன்ச் சாப்பிடுகிறீர்கள்.." என்று கூறினாள்.

அதற்கும், "ம்ம்ம்.." என்ற பதில் மட்டுமே வர திடுக்கிட்டு எழுந்து அவன் அறைக் கதவைத் தட்டினாள். பதில் இல்லை. பதற்றமாய் திறந்து உள்ளே சென்று பார்த்தாள்.

ஆதித்தன் மேஜையில் சரிந்து உணர்வின்றிக் கிடந்தான்.

16

ஆதித்தன் மேஜையின் மேல் சரிந்து கிடந்த கோலத்தைக் கண்டதும் திடுக்கிட்டுப் போனாள் சந்தியா. அவசரமாய் அவனருகே சென்று,

"சார்...! சார்...!" என்று அழைத்தாள். பதிலில்லாமல் அவன் கிடக்கவும் பயந்து போனவள் அவன் நெற்றியில் கை வைத்துப் பார்த்தாள். உடல் அனலாய் கொதித்துக் கொண்டிருந்தது. போனை எடுத்து எம்.டி.நாராயணனிடம் தொடர்பு கொண்டாள்.

"ஹலோ.." போனில் நாராயணின் குரல் ஒலித்ததும் அவசரமாய் நிலைமையை எடுத்துச் சொன்னாள்.

"நீங்க உடனடியாக விமலாவைக் காண்டாக்ட் பண்ணி மும்பை கம்பெனியின் ஜி.எம்.மை மீட் பண்ணச் சொல்லுங்க. நான் இப்ப அங்கே வரேன்.." என்றார் நாராயணன்.

"யெஸ் சார்.." என்றபடி உத்தரவைக் கேட்டுக் கொண்ட சந்தியா, விமலாவை போனில் அழைத்தாள்.

"குட்மார்னிங் மேடம். ஜி.எம். மோட பி.ஏ. சந்தியா பேசுகிறேன் மேடம்."

"குட்மார்னிங். வாட் இஸ் தி மேட்டர்..?"

"ஜி.எம்முக்கு உடம்பு சரியில்லை மேடம். காலையில் ஆபீஸ் வந்தவர் நினைவில்லாமல் கிடக்கிறார். கடுமையான காய்ச்சல். எம்.டி.யிடம் தகவல் சொன்னேன். அவர் வந்து கொண்டு இருக்கிறார். ஜி.எம். மீட் பண்ண வேண்டிய மும்பை கம்பெனியின் ஜி.எம்.மை உங்களை மீட் பண்ணச் சொல்லி எம்.டி. உங்களிடம் சொல்லச் சொன்னார் மேடம்."

"ஓ.கே. நான் கிளம்பிட்டேன். நீங்க ஆதித்தனை கவனிச்சுக்கங்க.."

அடுத்த இரண்டாவது நிமிடம் விமலாவும், நாராயணனும் ஆதித்தனின் அறைக்கு வந்து விட்டனர்.

ஆதித்தனை இரண்டு பேர் கைத்தாங்கலாய் தூக்கிக் கொள்ள நாராயணன் ஆதித்தனை காரில் ஏற்றிக் கொண்டு மருத்துவமனைக்கு விரைந்தார்.

மீட்டிங் சம்பந்தமான அனைத்து விவரங்களையும் சந்தியா எடுத்துக் கூற விமலா, ஆதித்தனின் சீட்டில் அமர்ந்து மும்பை கம்பெனியின் ஜி.எம்.மை எதிர்கொண்டாள். மீட்டிங் வெற்றிகரமாய் முடிய நாராய-ணனிடம் தொடர்பு கொண்டு விவரத்தைக் கூறினாள் விமலா.

"சந்தியா உள்ளே வாங்க.." விமலா இன்டர்காமில் அழைக்க சந்-தியா எழுந்து சென்றாள்.

"இந்த லெட்டரை கம்ப்யூட்டரில் உடனடியாய் டைப் பண்ணிப் பிரிண்ட் எடுங்க. நான்கு பிரதி எடுக்க வேண்டும். இந்த ஃபைலை இப்-போதே ரெடி பண்ணி நாளைக்கு மும்பைக்கு அனுப்பிடுங்க.. அப்புறம்.. இந்த பைலோட இன்னொரு பிரதி ரெடி பண்ணி எம்.டி. கிட்ட கையெ-ழுத்து வாங்கி வைத்து விடுங்கள்."

"ஓ.கே. மேடம். ஒரு மணி நேரத்தில ரெடி பண்ணி எம்.டி. கிட்ட கையெழுத்து வாங்கி விடுகிறேன்."

"ம்ம்.. சந்தியா.. ஒரு நிமிசம் வெயிட் பண்ணுங்க. எம்.டி. இப்ப அவருடைய ரூமில் இல்லையேம்மா.. ஆதித்தன் கூட ஹாஸ்பிடலில் இல்லை இருக்கிறார்... ம்ம்.. இப்ப என்ன செய்யலாம்..?" என்று அவள் யோசிக்க சந்தியாவின் மூளையில் மின்னலடித்தது. 'மருத்துவ மனைக்-குச் செல்ல மாலை வரை பொறுத்திருக்க வேண்டுமே' என்று கடமை-யில் கட்டுண்டு இயந்திரம் போல் அலுவலகத்தில் இயங்கிக் கொண்டி-ருந்தவளுக்கு உடனடியாக மருத்துவமனைக்குப் போக வழி தெரிந்தது. நினைத்ததைச் செயலாக்க முனைந்தவளாய்,

"ஏன் மேடம் நான் வேண்டுமானால் பைலை ரெடி பண்ணியதும் ஹாஸ்பிடல் போய் எம்.டி. கிட்ட சைன் வாங்கிட்டு வந்திடவா.." என்று படபடவென்று அடிக்கும் இதயத்தோடு கேட்டாள் சந்தியா.

"தட்ஸ் குட்.. இதுவும் நல்ல ஐடியாவா இருக்கே. நானும் ஆதித்-தனைப் பார்க்கப் போகணும். எப்படியும் நான் போக சாயந்திரம் ஆகிவி-டும். நீங்க ஆதித்தனோட பர்ஸனல் செகரட்டரி. நீங்க உடனே போய்ப் பார்த்தால்தான் நன்றாக இருக்கும். இதுதான் சரி. நீங்க பைலை ரெடி பண்ணி கையில் எடுத்துக் கொண்டு ஹாஸ்பிடல் போய் ஆதித்தனையும் பார்த்து விட்டு எம்.டி. கிட்டவும் சைன் வாங்கிட்டு வந்திடுங்க. நான்

சாயந்திரம் வர்றேன்னு எம்.டி. கிட்டச் சொல்லுங்க.."

"ஓ.கே. மேடம்." என்று காலையிலிருந்து மனதை வாட்டிய பாரம் சற்று விலக லேசான மனத்துடன் தலையாட்டி விட்டு அறையை விட்டு வெளியே வந்த சந்தியா விமலா கூறிய வேலைகளை விரைவாய் செய்து முடித்தாள். எம்.டி.யிடம் கையெழுத்து வாங்க வேண்டிய பைலை கையில் எடுத்துக் கொண்டு கைப்பையை தோளில் மாட்டிக் கொண்டவள் அலுவலகத்தை விட்டு வெளியே வந்தாள்.

"ஆட்டோ...?"

"எங்கேம்மா போகணும்..?"

"விஜயா ஹாஸ்பிடல்.."

அடுத்த அரை மணி நேரத்தில் மருத்துவமனையை அடைந்தவள் ரிசப்ஷனில் விசாரித்தாள்.

"மிஸ்டர் ஆதித்தன். மேக்னா பவர்ஸ் லிமிடெட்டின் ஜி.எம்..?"

"ரூம் நம்பர் முப்பத்தி மூன்று.."

முப்பத்தி மூன்றாம் எண் அறையைத் தேடி உள்ளே நுழைந்தவள் ஒரு நிமிடம் அசையாது நின்றாள். லேசாகக் கண்களைத் திறந்து கொண்டு ஆதித்தன் தனியாகப் படுத்திருந்தான். அவனைச் சூழ்ந்திருந்த அந்தத் தனிமை ஒரு வித பரிதாப உணர்வை அவளுக்குள் உற்பத்தி பண்ண அருகே சென்று அவன் நெற்றியில் கை வைத்துப் பார்த்தாள். காலையில் உணர்ந்த கொதிப்பு அப்படியே இருந்தது. அவளின் ஸ்பரிசத்தில் கண் விழித்தவன்.

"யார்..?" என்றான்.

"நான்.. நான்.. சந்தியா சார்.." என்றாள் அவள் கண் கலங்க,

"ஆபிஸல் என்ன ஆச்சு..? மும்பை கம்பெனி ஜி.எம். மீட்டிங்..." அவன் கோர்வையாகப் போச முடியாமல் திணற, அதை சகிக்க மாட்டாதவளாய், "விமலா மேடம் அந்த மீட்டிங்கை அட்டெண்ட் பண்ணிட்டாங்க சார்.. பைலும் ரெடி பண்ணிட்டோம். எம்.டி. கிட்ட கையெழுத்து வாங்கி அனுப்பினால் வேலை முடிந்தது சார்.." என்று அவசரமாய் விவரம் கூறினாள் சந்தியா.

"ம்ம்..." என்று முணங்கியவன் நாவுலர்ந்தவனாய்.

"தண்ணீ.. தண்ணீ.." என்று அரற்றினான். அவசரமாய் எழுந்து அருகிலிருந்த மேஜையின் மேலிருந்த ஆரஞ்சுப் பழத்தை எடுத்து விரைவாய் ஜூஸ் பிழிந்தவள் அதை வெந்நீரில் கலந்து தம்ளரில் ஊற்றி

அவனிடம் கொண்டு போனாள். தளர்வாய் அவன் எழுந்திருக்கவும் அவன் கையில் தம்ளரைக் கொடுத்தாள். நன்றியுடன் அவளைப் பார்த்தவன்,

"தேங்க்ஸ்.." என்றபடி அதை வாங்கி அருந்தி முடித்தவன் தம்ளரைக் கொடுக்க வாங்கி வைத்தவள் அவன் திரும்பபடுக்க முயலும்போது அவசரமாய் தலையணையை சரி செய்து வைத்தாள். வியப்புடன் அதை உணர்ந்தவனின் நினைவு மீண்டும் தவற அப்படியே துயிலில் ஆழ்ந்தான்.

அறைக்கு வெளியே காலடிச் சத்தம் கேட்டது. நாராயணன் நுழைந்தார். விவரம் சொல்லி பைலை அவரிடம் கொடுத்து கையெழுத்து வாங்கினாள் சந்தியா.

"வெல்டன் சந்தியா.. சரியான முறையில் செயல்பட்டிருக்கீங்க.. மும்பை கம்பெனி மீட்டிங் வெற்றிகரமா முடிந்து விட்டது. ஆதித்தனையும் சரியான நேரத்தில் கவனித்து தகவல் சொன்னதால் உடனே ஹாஸ்பிடலில் சேர்க்க முடிந்தது. பாராட்டுக்கள், நீங்கள் இன்னொரு உதவி பண்ணணுமே.."

"சொல்லுங்கள் சார்.."

"நான் ஆபிசுக்கு உடனே போக வேண்டும். நான் அங்கே போனதும் பரமசிவத்தை ஆதித்தனின் துணைக்கு அனுப்பி வைக்கிறேன். அதுவரை நீங்க இங்கே ஆதித்தனுக்கு துணையாக இருக்க வேண்டும். பரமசிவம் வந்தவுடன் நீங்கள் நேரே உங்கள் வீட்டுக்கே போய் கொள்ளலாம். நாளைக் காலை ஆபிஸ் வந்தால் போதும். ஏதும் அவசரமென்றால் எனக்குப் போன் பண்ணுங்கள். நான் கிளம்புகிறேன்."

"சார் ஒரு நிமிடம் ப்ளீஸ்.."

"என்ன சந்தியா..?"

"சார் இந்த பைலை மும்பைக்கு அனுப்ப வேண்டுமே..?"

"என்னிடம் கொடுங்கள். ஆபிஸில் வேறு யாரிடமாவது கொடுத்து அனுப்பி வைத்து விடுகிறேன்."

அவர் பைலை வாங்கிக் கொண்டு சென்றுவிட சந்தியா அங்கு இருந்த நாற்காலியில் அமர்ந்து கொண்டு ஆதித்தனின் முகம் பார்த்துக் கொண்டிருந்தாள்.

மீண்டும் கண் விழித்த ஆதித்தன் அந்த அற்புதக் காட்சியைக் கண்டான். கருணையே வடிவானவனாக சாந்தம் முகத்தில் தவழ பூங்கா-

வனத்திடம் அவன் தேடிய தாய்மையை தன் கண்களில் வழிய விட்டவளாக அருள் வடிவில் அமர்ந்திருந்தாள் சந்தியா. வைத்த கண் வாங்காமல் அவளையே பார்த்துக் கொண்டிருந்தான் அவன்.

'யார் இவள்..? ஆறு மாதங்களுக்கு முன்னர் யாரென்றே அறியாதவள் இன்று அவனையே தினம் தினம் புதிதாக பிறக்கச் செய்து கொண்டிருப்பதன் மாயம் என்ன..? பெண்ணே..! நான் தரிசு நிலம்..! கார்மேகமாய் என் மேல் கருணை மழை பொழியாதே. நான் அதற்குத் தகுதியானவன் அல்ல.. உன் குளிர் அன்பில் நனைந்து பழகிவிட்டால் பிரிவைத் தாங்க மாட்டேன். என் பிறப்பின் அவலத்தை அறிந்தால் நீ என்னைப் பிரியாதிருக்க மாட்டாய். வேண்டாம் விட்டு விடு. என்னைவிட்டு விலகிவிடு.'

மனம் புலம்பியது. அதற்குள் அவனிடம் அசைவை உணர்ந்து அருகில் வந்த சந்தியாவிடம்,

"இங்கே உட்கார்ந்து கொண்டு என்ன செய்யறீங்க. ஆபிஸ் போகவில்லையா..? இதுதான் நீங்க வேலை செய்கிற லட்சணமா..?" என்றான் கடுமையாக.

"பரமசிவம் வரும் வரை உங்களுக்குத் துணையாக இருக்கணும்னு எம்.டி. சொல்லியிருக்கார் சார்."

'துணை'என்ற வார்த்தையைச் சொல்லும்போது அவள் விழி மின்னின. வெட்கத்தில் முகம் சிவந்தது. அவள் மனதில் ஓடிய இனிப்பைப் புரிந்து கொள்ள முடிந்த ஆதித்தனின் மனம் கசந்தது. வேண்டாம் இந்த அன்பிற்கு அவன் தகுதியானவன் அல்ல.

"எனக்குத் துணையா..? அதுவும் போயும் போயும் நீங்களா..? ம்ம்.. கிளம்புங்க.. கிளம்புங்க எனக்கு என்னைப் பார்த்துக் கொள்ளத் தெரியும்." அவனது கடுமையான வார்த்தைகளால் மனம் புண்பட்டுப் போனவள், அவன் சுள்ளென்று பேசியும் இடத்தை விட்டு அசையாமல் அமர்ந்திருந்தாள்.

"நான் போகச் சொன்னது காதில் விழவில்லையா..?"

"சாரி சார். எம்.டி. உங்களை விடப் பெரியவர். எனக்கு அவருடைய கட்டளைதான் இப்போது முக்கியம். அவர் என்னை நம்பி இந்த வேலையை ஐ மீன்.. இங்கே பரமசிவம் வரும் வரை துணைக்கு இருக்கும் வேலையை ஒப்படைத்து விட்டுப் போயிருக்கார்.. ஸோ.. பரமசிவம் வரும் வரை.. நீங்கள் என்ன விரட்டினாலும் நான் இடத்தைக் காலி

பண்ணுவதாக இல்லை."

பதில் கூறிக் கொண்டே அவனை அவள் பார்த்த பார்வையில் அவன் மனம் தவித்தது.

'போய்விடு பெண்ணே! யாருக்கு யார் துணை..? எனக்கு நீ துணை வர இயலாது. வாழ்க்கையெல்லாம் கடும் பாலைவனத்தில் நடக்க வேண்டியவன் நான். என் கடுமையை உன் கருணையால் தோற்கடிக்கப் பார்க்காதே. இது வறண்டு கிடக்கும் பூமி. உன் கருணை மழையால் என்னைக் குளிர்வித்து விட முடியாது. மண்ணோடு மண்ணாக நான் புதையு மட்டும் இந்தத் தவிப்பு அடங்கவே அடங்காது. பெண்ணே! நீ மலர் போன்றவள். இந்தப் பாறை மீது நீ மலர முடியாது. நீ பல்கிப் பெறுக வேண்டியவள். இந்த சபிக்கப்பட்ட மானிடம் மேல் காதல் கொள்ளாதே. நான் அக்கினிக் குஞ்சு. என் அருகே வர யத்தனிக்காதே. கருகி விடுவாய்.'

அவன் அருகில் வந்து போர்வையை உதறி அவன் மேல் போர்த்தி-விட அவன் காய்ச்சல் அதிகமானவனாய் கண்களை மூடினான்.

17

அன்னம் வீட்டுக்குள்ளும் வாசலுக்கும் மாறி மாறி நடந்து கொண்டிருந்தாள். கனகம் பாத்திரங்களை கழுவித் துடைத்து அடுக்கி விட்டு வந்தாள்.

"என்னக்கா இப்படி நடந்துக்கிட்டு இருக்கீங்க.."

"சந்தியாவை எதிர்பார்த்துக்கிட்டு இருக்கேன் கனகம். இவ்வளவு நேரமாச்சு.. இன்னும் காணோமே. எப்பவும் லேட்டா வந்ததில்லையே. ராத்திரி சாப்பாட்டுக் கடை முடிச்சாச்சு. இன்னும் வரலையே. இருட்டினால் வெளியே நிற்காத பொண்ணு இருட்டி இவ்வளவு நேரமாகுது. கண்ணில காணோமே. கவலையா இருக்கு கனகம்."

"வந்திரும்க்கா.. வேலைக்குப் போற பொண்ணு வேலை முடிய நேரமாகி இருக்கும். பஸ் கிடைச்சிருக்காது. இதுக்குப் போய் கவலைப்படலாமா..?"

"வேலையிருந்தால்தான் லேட்டா வருவா. புரியுது கனகம். ஆனால் பெத்த மனசு.. அவ வந்த பின்னால்தான் எனக்கு நிம்மதியாயிருக்கும்."

"நான் வேணா தெருமுக்கில் போய் பார்த்திட்டு வரவா..?"

"வேண்டாம். வேண்டாம். நாலு பேர் கேட்டால் தேவையில்லாம நாமளே நம்ம பொண்ணு லேட்டா வர்றான்னு சொல்ற மாதிரியிருக்கும்."

"ஏங்க்கா அதுதான் செல்போன் வச்சிருக்கீங்க இல்ல. சந்தியா கிட்டயும் செல்போனிருக்கு. போன் பண்ணிக் கேட்கலாமில்லை..?"

"அது தப்பு கனகம். என் பொண்ணை நான் நம்பறேன். தேவைன்னா அவ போன் பண்ணி 'லேட்டாகும் அம்மா'ன்னு சொல்லணும். ஏன் லேட்டாகுதுன்னு நான் கேட்கக் கூடாது. என் சந்தியாவிற்கு பொறுப்பு உண்டு."

"சரிக்கா.. நீங்க பதட்டப் படாமல் உட்காருங்க.."

"நீ வேலையை முடிச்சிட்டால் கிளம்பு கனகம். உன் பையன் காத்துக்கிட்டு இருப்பான்."

"சாயங்காலம் அவன் பள்ளிக்கூடத்தில் இருந்து வந்ததும் காபி போட்டுக் கொடுத்து சாப்பாடு சாப்பிட வைத்து டியூசனுக்கு அனுப்பி விட்டுத்தான் வர்றேன். டியூசன் முடிய இன்னும் நேரமாகும். நான் சந்தியா வந்த பின்னால் போறேன்."

வாசல் படியில் அமர்ந்தாள் கனகம். மேல் படியில் அமர்ந்த அன்னம் தெருமுனையைக் கவனித்தாள். சந்தியா வரவில்லை. இரவு நேரக்காற்று இதமாய் உடலை வருடிச் சென்றது. நாள் பூராவும் அடுப்படியில் அனலில் வெந்தவர்களுக்கு அந்தக் காற்றின் குளுமை இதமாக இருந்தது. வானத்தில் நிலவு மேலே எழுந்து தன் பவனியை ஆரம்பித்திருந்தது. வட்ட நிலவை அண்ணாந்து பார்த்த கனகம்,

"இன்னைக்கு பௌர்ணமியாக்கா.." என்று கேட்டாள்.

"இல்லையே. நேற்றுத்தான் பௌர்ணமி. எதுக்குக் கேட்கிற..?"

"நிலா வட்டமாயிருக்கே. அதுதான் கேட்டேன்.."

"ஒரு நாள் தானே ஆயிருக்கு. வட்டமாய் தானிருக்கும். உன் பையன் நல்லா படிக்கிறானா கனகம்..? எப்படி யிருக்கிறான்..?"

"வகுப்பில் முதலாவதா வர்றான்க்கா. புள்ளையை வளர்த்து ஆளாக்கிட்டால் போதும்க்கா. எனக்கு வேற எதுவும் வேணாம்."

"எல்லா அம்மாவும் நீ சொல்வது மாதிரிதான் சொல்றாங்க.."

"ஆனா எல்லார் வீட்டிலயும் தோள் கொடுக்க ஆம்பள தொணையிருக்குமே இப்படியா நாதியத்து நடுத்தெருவில் நிக்கிறாங்க.."

கனகம் இளம் விதவை. தொழிற்சாலையில் பணிபுரிந்த அவளது கணவன் தொழிற்சாலையில் நடந்த விபத்தொன்றில் இறந்துவிட நிர்வாகம் நஷ்ட ஈடாக சிறு தொகையை வழங்கிவிட்டு கழன்று கொண்டது. மகனின் எதிர்காலத்திற்காக அந்தத் தொகையை வங்கியில் போட்டு விட்டு இவள் உழைத்து அவனை வளர்த்தாள்.

"உன் பிறந்த வீடு எதுவும் உதவி செய்யலையா கனகம்..?"

"யாரும்மா செய்வா. நல்லா இருந்தாத்தான் நாலு சனம் சொந்தம்னு சொல்லிக்கும். நாதியத்துப் போனா திரும்பிக் கூடப் பார்க்காது."

யாருக்கு யார் ஆறுதல் சொல்வது..? அன்னத்தின் நிலையும் கனகத்தின் நிலையும் ஒன்றுதான். கண்ணதாசனின் திரைப்படப் பாடல் ஒன்று அன்னத்திற்கு நினைவில் வந்தது.

'பானையில சோறிருந்தா பூனைகளும் சொந்தமடா

சோதனையை பங்கு வைச்சா சொந்தமில்லை பந்தமில்லை..'

தெருமுனையில் ஓர் ஆட்டோ வருவது தெரிந்தது. 'சந்தியாவாக இருக்குமோ..?' என்று கண்களைக் கூர்மை யாக்கிக் கொண்டு பார்த்-தாள் அன்னம். ஆட்டோ வீட்டு வாசலில் நின்றது. சந்தியா இறங்கி கைப்பையில் இருந்து பணம் எடுத்துக் கொடுத்தாள். கனகமும், அன்-னமும் எழுந்து நின்றனர்.

"ஸாரிம்மா லேட்டாயிருச்சு.." என்று தாயிடம் மன்னிப்புக் கேட்டபடி சந்தியா படியேறி வந்தாள்.

"அப்ப நான் போய்விட்டு வரேன்க்கா.. வரேன் சந்தியா..!" கனகம் விடைபெற்றுக் கொண்டு தெருவில் இறங்கி தன் மகனின் நினைவில் வேகமாய் நடந்தாள்.

கைப்பையை அலமாரியில் வைத்துவிட்டு உடம்புக்குக் குளித்து இரவு உடைக்கு மாறிக் கொண்டு வந்த சந்தியா தாய் கொடுத்த காபியை வாங்கிக் கொண்டு,

"ஏன் லேட்டுன்னு கேட்கவே இல்லையேம்மா..?" என்றாள்.

"என் பொண்ணு காரணமில்லாமல் லேட்டா வரமாட்டான்னு தெரி-யும். அதனால் கேட்கவில்லை,"

"எங்க ஜி.எம்.முக்கு உடம்பு சரியில்லாம விஜயா ஹாஸ்பிடலில் அட்மிட் ஆகியிருக்கா அம்மா.."

"யார் அந்த சிடுமூஞ்சி ஜி.எம்.முன்னு சொல்வாயே அவரா..?"

"அவரேதான். இன்னைக்கு உடம்பு சரியில்லாத தோடு ஆபிஸ் வந்-திட்டார். காய்ச்சல் அதிகமாகி மயக்கம் போட்டுட்டார். முக்கியமான மீட்டிங் ஒண்ணு வேற அவர் அட்டெண்ட் பண்ண வேண்டியிருந்தது. என்ன பண்றதுன்னு ஒரு நிமிடம் பதறிப் போயிட்டேன். எம்.டி. கிட்ட தகவல் சொன்னேன். அவர் மீட்டிங்குக்கு வேற ஏற்பாடு பண்ணிட்டு ஜி.எம்.மை ஆஸ்பத்திரிக்கு அழைச்சுட்டுப் போயிட்டார். அந்த மீட்டிங் சம்பந்தமாக எம்.டி. கிட்ட சைன் வாங்க வேண்டியிருந்துச்சு. அதற்காக ஆஸ்பத்திரி போயிருந்தேன்ம்மா... போனவுடன் கையெழுத்து வாங்கிட்-டேன். ஆனால் எம்.டி. எங்க ஜி.எம்.முக்கு துணையா கொஞ்ச நேரம் இருக்கச் சொன்னார். எங்க ஆபிஸ் பியூன் வந்து அவரைப் பார்த்துக்-கிறேன்னு சொல்லி என்னை அனுப்பி வைக்கும் வரை நான் அங்கே அவருக்கு துணையா இருக்க வேண்டியதாகி விட்டது அம்மா.."

அன்னத்தின் புருவம் சுருங்கியது.

"ஏன் உங்க ஜி.எம்.மின் குடும்பத்தார் எங்கே போனாங்க..?"

"நான் அதைத்தான் எங்க ஆபீஸ் பியூன் பரமசிவத்துக் கிட்ட கேட்டேன். அவன் ஜி.எம்.முக்கு யாருமில்லைங்கிறான்."

"என்னம்மா இது..? பெத்தவங்க, கூடப் பிறந்தவங் கன்னு யாருமேயில்லையா..?"

"இல்லையாம்மா. ஜி.எம். தனியாகத்தான் இருக்கிறாராம்."

அன்னத்தின் மனம் வருந்தியது. இது என்ன..? எங்கே போனாலும் எல்லார் முதுகின் பின்னும் சோகத்தின் முகவரியா..? சந்தியா தொடர்ந்து பேசினாள்.

"என்னால் நம்ப முடியலைம்மா. ஆபிஸில் அவருக்கு 'துர்வாசர்'ன்னு பெயர் வைச்சிருக்காங்க. இன்னைக்கு நான் போய் பார்க்கும்போது தனியா அநாதை போல் படுத்துக் கிடந்தாரும்மா. பார்க்கவே ரொம்ப பாவமா இருந்துச்சு.."

"சரி.. சரி.. நீ சாப்பிட வா சந்தியா. அதையே நினைச்சுக்கிட்டு இருக்காதே. அவங்களுக்கு என்ன ஆண் பிள்ளை. எதை வேணும்னாலும் தாங்கிக்குவாங்க.. நமக்கு எதுக்கு அடுத்தவங்க கதையெல்லாம்..?"

அன்னம் பார்த்துப் பார்த்துப் பரிமாற மௌனமாக 'உண்டேன்' என்று பேர் பண்ணிவிட்டு படுக்கச் சென்றாள் சந்தியா.

இரவு தூக்கத்தில் கனவு வந்தத. கனவில் ஆதித்தன் வந்தான். வந்தவன் 'தண்ணீ' என்று கேட்டான். சந்தியா எழுந்து தண்ணீரைத் தேட அன்னம் விழித்துக் கொண்டு விளக்கைப் போட்டாள்.

"சந்தயா..! என்னம்மா.. இருட்டில என்ன தோடுற..?"

கண்கள் விளக்கு வெளிச்சத்தில் கூச மலங்க மலங்க விழித்த சந்தியா தாயைப் பார்த்து மருண்டு விழித்தாள். தன்னைச் சுற்றி ஒருதரம் பார்த்தாள்.

"இது வீடாம்மா.. ஆஸ்பத்திரி இல்லையா..?"

"என்னடாம்மா.. இங்கே வா.. அம்மாகிட்ட உட்கார்.. கனவு கண்டியா..?" அருகில் மகளை அமர வைத்துக் கொண்ட அன்னம் மகளின் தலை முடியை இதமாகக் கோதி விட்டாள்.

"ஆமாம்மா..."

"கொஞ்சம் தண்ணீர் குடிச்சிட்டுப் படு. சரியாப் போயிடும்."

அன்னம் தண்ணீரைக் குடுக்க வாங்கிப் பருகப் போனவளுக்கு ஆதித்தன் கனவில் 'தண்ணீ' என்று கேட்டது நினைவில் வந்தது.

"வேணாம்மா.."

"ஏண்டா கண்ணு.. தண்ணீர் தாகமில்லையா..?"

"அதில்லைம்மா.. கனவில் எங்க ஜி.எம். தண்ணி கேட்டாரும்மா. கொடுக்கப் போறப்போ முழிச்சிட்டேன். அங்க பரமசிவம் அவர் தண்ணின்னு கேட்டதும் குடுத்திருப்பானா.. உண்மையிலேயே அவருக்கு தண்ணீர் தாகம் வந்திருக்குமோன்னு கவலையா இருக்கும்மா.. தண்ணீர் குடிக்க மனசில்லை."

அன்னம் துணுக்குற்றாள். இந்த சந்தியா அவளறியாதவள். சந்தியாவின் இந்தப் புதிய தோற்றம் அன்னத்தை கவலையில் ஆழ்த்தியது. நேசித்தல் தவறல்ல. ஆனால் நேசிப்பவன் தவறானவனாக இருந்து விடக் கூடாது. அடி பட்டவளின் வலி அன்னத்திற்குத் தானே தெரியும்.

யோசனையுடன் மகளின் முகத்தை ஆராய்ந்த அன்னம்,

"உனக்கு உங்க ஜி.எம்மை நினைத்துக் கவலையா இருக்கா சந்தியா..?" என்று கேட்டாள்.

"ஆமாம்மா.." என்று உண்மையை ஒப்புக் கொண்டாள் மகள். அந்நிலையிலும் பொய்யுரைக்காத மகளின் தன்மையைக் கண்டு பெருமை கொண்டவள்.

"ஏன்.. அவர் யாருமில்லாத அநாதை என்பதாலா..?"

"அதுவும் ஒரு காரணம் அம்மா.. ஆனால்.."

"ஆனால்...?"

"எனக்கு அவரின் துன்பம் பார்க்கத் தாங்கவில்லை அம்மா.."

அன்னம் இதழ்களை மடக்கிக் கடித்துக் கொண்டாள். ஒரு கண்ணில் வலி வந்தால் மறு கண்ணும் துடிப்பது காதலில் மட்டுமே சாத்தியம். அந்த ஆதித்தன் யார் என்பதை அறிய வேண்டிய அவசியம் வந்து விட்டதை உணர்ந்தாள் அன்னம்.

"சரி தூங்கு.. காலையில் சீக்கிரமா எழுந்து இட்லி அவித்து எடுத்து வருகிறேன். நாம் இரண்டு பேரும் பேய் உங்க ஜி.எம்.மைப் பார்க்கலாம்." என்று கூறினாள்.

கண்களை ஆச்சரியத்தில் அகல விரித்த சந்தியா,

"நிஜமாவா அம்மா.. அப்பக் கடை...?" என்று வினவினாள்.

"கனகமும், ஆடியபாதமும் பார்த்துக்குவாங்க.."

தாயின் கன்னத்தில் நிம்மதியுடன் முத்தமிட்ட சந்தியா உறங்கிப் போக அன்னம் அந்த இரவு முழுவதும் உறக்கத்தைத் தொலைத்தாள்.

18

தளர்வாய் எழுந்து பாத்ரூம் சென்று பல் தேய்த்து முகம் கழுவி வந்த ஆதித்தன் படுக்கையில் அமர்ந்தான். பிளாஸ்க்கில் இருந்த காபியை ஊற்றிக் கொடுத்தான் பியூன் பரமசிவம். அதை வாங்கி மெல்ல அருந்திய ஆதித்தன்.

"நைட் முழுவதும் இங்கேயா இருந்தாய்..?" என்று கேட்டான்.

"ஆமாம் சார். ஆனால் நைட் வரத்தான் கொஞ்சம் லேட்டாயிருச்சு. வந்து பார்த்தப்போ நீங்க அசந்து தூங்கிக்கிட்டு இருந்தீங்க. உங்களை எழுப்ப வேணாம்னு சந்தியாம்மா சொல்லிட்டுக் கிளம்பிப் போனாங்க. அதான் எழுப்பிச் சொல்லலை.. 'சாப்பிட வைத்து மாத்திரை கொடுத்திட்டேன்னு சொன்னாங்க..'"

ஆதித்தன் சங்கடமடைந்தான். இந்தச் செய்தி இறக்கை முளைத்து அலுவலகம் முழுவதும் பரவி விடும். அதே சமயம் அவனது ஆழ் மனது 'பரவினால் என்ன..?' என்று வினவியது. 'பரவட்டுமே' என்று சந்தோஷம் அடைந்தது. ஆனால் ஆதித்தனின் வெளிமனது. ஆழ் மனதை கண்டித்தது. அடக்க முயன்றது. 'வேண்டாம் இது சரியில்லை. முள்செடியில் கொடி படர முடியாது. படர்ந்தால் வேதனையும் துன்பமும் கொடிக்குத்தான். சந்தியா வாழப் பிறந்தவள். ஆதித்தனின் அவலம் அவளை வாட்ட வேண்டாம்.' என்று எடுத்துக் கூறியது.

ஆதித்தன் பரமசிவத்தைப் பார்த்து,

"நீ கிளம்பு பரமசிவம் உன் வீட்டுக்குப் போகணுமில்லை. நான் சமாளித்துக் கொள்வேன்." என்று சொன்னான்.

"உங்களைத் தனியா விட்டுட்டு எப்படி சார் நான் போவேன். காலையில் ஆஸ்பத்திரியில் என்ன நாஷ்ட கொடுப்பாங்களோ என்னவோ.. நீங்க வேற மாத்திரை சாப்பிடணும்."

"நர்ஸ் வந்து கொடுப்பாங்க.. பரமசிவம். நீ கவலைப் படாமல் போ.."

"அதெப்படி சார்.. நம்ம சனம்ன்னு ஒரு ஈ.. குஞ்சு, காக்கா, குருவின்னு ஒன்னுகூட உங்க பக்கத்தில இல்லாம நான் கிளம்பிப் போக முடியும்..?"

பரமசிவம் வாதாடிக் கொண்டிருக்கையிலேயே கதவு தட்டப்பட்டது. பரமசிவம் திறக்க சந்தியாவும், அன்னமும் உள்ளே வந்தனர். அன்னத்தின் கையில் பிளாஸ்டிக் கூடை இருந்தது. அதை அங்கேயிருந்த மேஜை மேல் வைத்தவள் ஆதித்தனைப் பார்த்து கரம் குவித்தாள்.

"நான் சந்தியாவுடைய அம்மா அன்னம்."

மெல்லிய வண்ணத்தில் கஞ்சி போட்ட காட்டன் சேலையுடுத்தி கழுத்தில் ஒரு செயினும், கைகளில் இரு வளையல்கள் மட்டுமே அணிந்து கரம் குவித்து நின்றவளின் தோற்றத்தில் இருந்த கம்பீரமான, மரியாதையை ஏற்படுத்தும் தன்மையை உணர்ந்தவன் பதிலுக்கு தன்னிச்சையாய் கரம் குவித்தான்.

"சந்தியா, ஜி.எம்.முக்கு உடம்பு சரியில்லாமல் ஆஸ்பத்திரியில் இருக்கிறார்ன்னு சொன்னாள். அதனால் பார்க்க வந்தேன். இப்பக் காய்ச்சல் குறைந்திருக்கிறதா..?"

"பரவாயில்லைங்க.. நீங்க உட்காருங்கள்.."

அங்கிருந்த நாற்காலியில் அமர்ந்து கொண்ட அன்னம் பரமசிவத்தைப் பார்த்து,

"நீதான் பரமசிவமா தம்பி? வீட்டில் வீட்டுக்காரம்மா, பிள்ளைகள் எல்லாம் சௌக்கியமா தம்பி.." என்று விசாரிக்க பரமசிவம் மகிழ்ந்து போனான்.

"எல்லோரும் கடவுள் புண்ணியத்தில் நல்லா இருக்காங்கம்மா.." என்றான் வாயெல்லாம் பல்லாக.

"ஜி.எம். ஐயா காலையில் எதுவும் சாப்பிட்டாரா..?"

"காபி மட்டும்தாம்மா குடிச்சார்.."

"நேத்து ராத்திரி என்ன சாப்பிட்டார்..?"

"எம்.டி.ஐயா வீட்டில் இருந்து கஞ்சி வைத்துக் கொடுத்தனுப்பி இருந்தாங்கம்மா.. நம்ம சந்தியாம்மாதான் குடிக்க வைச்சு மாத்திரை போட்டுக்க வைச்சாங்க.."

"அப்படியா.. இப்ப காலையில் அவர் சாப்பிட இட்லி கொண்டு வந்திருக்கேன். அவருக்கும் கொடுத்துட்டு நீயும் சாப்பிடு. மதியத்துக்கும்,

ராத்திரிக்கும் வீட்டிலிருந்து சாப்பாடு கொடுத்தனுப்புகிறேன்."

"நோ.. நோ.. உங்களுக்கு எதுக்கு தேவையில்லாத சிரமம். இங்கே ஆஸ்பத்திரியில் சாப்பாடு கொடுப்பாங்க." என்று பிடிவாதமாய் மறுத்தான் ஆதித்தன்.

"இதில் என்ன தம்பி சிரமம் இருக்கு..? நான் மெஸ் நடத்துகிறேன். அதில் தயார் பண்ற சாப்பாட்டையும், டிபனையும் தான் உங்களுக்குக் கொடுத்து அனுப்பப் போறேன். உடம்பு சரியில்லாமல் இருக்கீங்க. கை பக்குவமாய் சமைச்ச வீட்டுச் சாப்பாட்டை சாப்பிடுவதுதான் இப்போது உங்கள் உடம்புக்கு நல்லது. உடம்பு சரியான பின்னால் உங்களை யார் வற்புறுத்தப் போறாங்க."

பேசியபடியே பிளாஸ்டிக் கூடையிலிருந்த தட்டை எடுத்து அந்த அறையில் இருந்த வாஷ் பேசின் குழாயில் கழுவியவள் கேரியரைத் திறந்து இரண்டு இட்லிகளை எடுத்து வைத்தாள். சூடு ஆறாமலிருக்கும் பாத்திரத்தில் வைத்து எடுத்து வந்ததால் இட்லியில் ஆவி பறந்தது. அதன் மேல் சாம்பாரை ஊற்றியவள் ஆதித்தனின் முன்னால் ஸ்டூலை இழுத்துப் போட்டு அதன் மேல் தட்டை வைத்து, "சாப்பிடுங்க தம்பி" என்றாள்.

கடுமையாய் மறுக்க முயன்றவன் அவள் முகம் பார்த்ததும் அந்தக் கண்களில் தெரிந்த தாய்மையைக் கண்டு வாயடைத்துப் போனான். அவன் பிறந்ததில் இருந்து அறியாத தாய்மை... நினைத்து நினைத்து ஏங்க வைத்த தாய்மை.. நெஞ்சு அடைக்க,

"ப்ளீஸ்.. நீங்க போயிடுங்க.." என்றான் வேறு சொல்லத் தெரியாமல்.

"நீங்க முதலில் சாப்பிடுங்க தம்பி. நான் போய்த் தானே ஆகணும். மதியம் சாப்பிட ஆள் வந்திருவாங்களே மெஸ்ஸில் சாப்பாடு ரெடி பண்ணனுமே."

அசையாமல் மென்மையாக ஆனால் அழுத்தமாக அன்னம் கூற சந்தியாவின் அந்த நிமிர்வு எங்கிருந்து வந்தது என்பது அவனுக்குப் புரிந்தது. அவளின் கண்களில் தெரிந்த கனிவைக் கண்டவன் மறு பேச்சின்றி சாப்பிட்டான். அவன் குடிக்க வெந்நீரை ஊற்றிக் கொடுத்த அன்னம்,

"சந்தியா உங்க ஜி.எம். சாப்பிட வேண்டிய மாத்திரை களைக் கொடும்மா.." என்று கூறினாள்.

எல்லையில்லா நிம்மதி மகளின் முகத்தில் பரவியதை ஜாடையாகக் கவனித்தவள், பரமசிவத்திடம்.

"நீ வீட்டுக்குப் போய் குளிச்சிட்டு வாப்பா. நீ வரும் வரைக்கும் நானும், சந்தியாவும் இங்கே இருக்கிறோம். போவதற்கு முன்னால் நீயும் நாலு இட்லிகளை வாயில் பிச்சுப் போட்டுட்டுப் போ. பசி தாங்க மாட்-டாய்." என்றாள்.

"சரிங்கம்மா.." என்றபடி தானும் சாப்பிட்டு விட்டு பாத்திரங்களை கழுவி வைத்து விட்டு பரமசிவம் வெளியேறினான். நின்று கொண்டிருந்த சந்தியாவைப் பார்த்து,

"ஆபிஸ் போக நேரமிருக்கே சந்தியா.. எவ்வளவு நேரம் நிற்பே..? அந்த ஸ்டூலை இழுத்துப் போட்டு உட்காரு.." என்று கட்டளையிட்டாள்.

தாயின் கட்டளைக்கு பணிந்து சந்தியா ஸ்டூலில் அமர்ந்து கொள்ள ஆதித்தன் அவள் கண்களில் தெரிந்த பரிவைக் கண்டு சங்கடமுற்றான். ஜன்னல் பக்கம் முகத்தைத் திருப்பிக் கொண்டான். காலை நேர அவச-ரத்தில் ஜனங்கள் இயங்கிக் கொண்டு இருந்தனர். இவனும் அவர்க-ளைப் போல நேற்று வரை இயங்கினவன் தான். ஒரே நாளில் அவன் இதயத்தை சுக்கு நூறாய் நொறுக்கிப் படுக்கையில் போட்டு விட்டாள் அவளைப் பெற்றதாய். மனதின் வேதனை முகத்தில் தெரிய தலையைப் பிடித்துக் கொண்டவனைக் கண்டு,

"தலை வலிக்குதா சார்..?" என்று பதற்றமாய் கேட்டாள் சந்தியா. தன் வேதனையை அவளிடம் காட்டிவனாய்,

"ஆமாம். தனியே விட்டால் தேவலாம். கிளம்புகிறீர் களா..?" என்-றான் அவன் சுள்ளென்று. சந்தியாவின் முகம் வாடியது. அதைக் கவனித்த அன்னம்,

"பரமசிவம் வரும் வரை நாங்கள் இங்கே இருக்கிறதாய் சொல்லி அனுப்பியிருக்கிறேன் தம்பி. அதனால் பரமசிவம் வரும் வரை நாங்கள் இருந்தாக வேண்டுமே" என்றாள் பொறுமையாக.

"நான் என்ன பச்சைக் குழந்தையா..? தனியே இருந்தால் தொலைந்தா போவேன்..?"

முள் செடியின் தாக்குதலாய் அவன் வார்த்தைகள் இருக்க அவன் கோபத்துக்கு அஞ்சாதவளாய்,

"உடம்பு சரியில்லாதவங்க பச்சைக் குழந்தை போல் தான் தம்பி. அதோடு பரமசிவத்தை உங்கள் கூட இருக்கச் சொல்லி உங்க முதலாளி

அனுப்பியிருக்கார். நாங்க இங்கே பரமசிவம் வரும் வரைக்கும் இருப்போம்ன்னு நான் வாக்குக் கொடுத்ததால்தான் பரமசிவம் வீட்டுக்குப் போயிருக்கார். நான் சொன்ன வாக்கைக் காப்பாற்ற வேண்டாமா..?"

"இது என்ன பெரிய விசயமா..?"

"பெரிய விசயமோ, சின்ன விசயமோ வார்த்தை தவறக் கூடாது தம்பி."

அவன் கோபத்தை லட்சியம் செய்யாமல் அவள் பேசிய விதத்தைக் கண்டு அயர்ந்தான் அவன். அன்னத்திடம் மோத முடியாமல் சந்தியாவை நோக்கி,

"ஆபிசுக்கு நேரமாகவில்லை..?" என்றான்.

"பெர்மிசன் கேட்டிருக்கேன் சார்.."

"பெர்மிசன் யார் கொடுத்தது..?"

"விமலா மேடம் சார்.."

"ஓகோ தாய்க்குலத்திற்கு தாய்க்குலம் சப்போர்ட்டா..? இப்படி பெர்மிசன் போட்டுட்டு இங்கே உட்கார்ந்திருந்தால் ஆபிஸில் எப்படி வேலை நடக்கும்..? ஒரு நாள் நான் இல்லா விட்டால், ஆபிஸை தலை கீழாக மாறி விடுகின்றது."

"ஆபிஸ் நேராகத்தான் சார் நிற்குது. நேற்று நான் அதிக நேரம் வொர்க் பண்ணியதால் விமலா மேடம் பெர்மிசன் கொடுத்திருக்காங்க. இப்ப பரமசிவம் இங்கே தானே இருக்கிறார். அவருக்கு எம்.டி. பர்மிசன் கொடுத்திருக்கிறதால் தந்தைக் குலத்துக்கு, தந்தை குலம் சப்போர்ட்டுன்னு நான் சொல்றதா..?"

சந்தியாவின் 'வெடுக்'கென்ற பதில்லி பல்லைக் கடித்தவன்.

"நல்லா வேலை செய்கிறீங்களோ இல்லையோ பதிலுக்கு பதில் மட்டும் நல்லா பேசிடுங்க.." என்றான்.

"ஜி.எம். கேட்டதுக்கு பதில் சொல்லா விட்டால் மரியாதை இல்லையே சார்." என்று முகத்தை அப்பாவியாக வைத்துக் கொண்டு அவள் பதில் சொன்னாள்.

சண்டைக் கோழியாய் இருவருமே முறைத்துக் கொள்ள அன்னம் கவலை கொண்டாள். 'சந்தியாவின் பிரேமை ஒரு தலைப்பட்சமோ..' என்று சந்தேகித்தவள்,

"உங்க சொந்த ஊர் எது தம்பி..?" என்று பேச்சை மாற்றினாள்.

"குற்றாலம் பக்கம்.." அடுத்த என்ன கேள்வி வரும் என்று அறிந்திருந்தவன் தனக்குள் வெந்து கொண்டிருக்க அன்னம் அந்தக் கேள்வியைக் கேட்டே விட்டாள்.

"அப்பா.. அம்மா..?"

கண்கள் சிவக்க அன்னத்தைப் பார்த்தான். அவனது கோபத்தையறியாத தாய்மை முகத்தைக் கண்டதும் கோபம் கொள்ள முடியாமல் தோற்றவனாய் வெறுப்புடன்.

"இருக்காங்க.. ஆனால்.. இல்லை.." என்றான்.

அவன் பதில் கேட்டுத் திகைத்துப் போவாள் என்று நினைத்திருந்தவனுக்கு அன்னத்தின் மௌனம் ஆச்சர்யத்தைக் கொடுத்தது. புரியாமல் பர்த்தவனின் விழிகளை புரிந்து கொண்டதன் அர்த்தமாய் பார்த்த அன்னத்தின் விழிகளில் தெரிந்த சோகம் அவனுக்கு எதையோ உணர்த்த,

"மேல எதுவும் கேட்கவில்லையா..?" என்றான்.

"தேவையில்லை.."

"என் பதில் புரிந்ததா உங்களுக்கு..?"

"எனக்குப் புரியாமல் யாருக்குப் புரியும் தம்பி..?"

"இப்போது.. எனக்குத்தான் உங்கள் பதில் புரியவில்லை.."

"சந்தியாவும் உங்களைப் போல் தான் தம்பி. ஒரே ஒரு வித்தியாசம் என்னன்னா.. சந்தியாவுக்கு அம்மா இருக்கிறாள்... அப்பா இருக்கிறார். ஆனால் இல்லை.. இப்ப சொல்லுங்க.. உங்க துக்கம் எனக்கு மட்டும்தானே புரியும்..?"

அதிர்ந்து போனான் ஆதித்தன். வண்ணத்துப் பூச்சியாய் வலம் வரும் சந்தியா அவனைப் போலவே மரண ரணமேற்றவள். தேவதையாய் வந்து அவன் இதயம் திருடியவள் அவனைப் போலவே நெஞ்சில் நெருப்பைக் கொண்டவள். எண்ணத்தால் அவளைக் காதலித்து பொய்யாக அவளை வெறுப்பது போல் நடிக்கத் தேவை யில்லையா..? இதோ எளிய புடவையிலும் மகாராணி போன்ற கம்பீரத்துடன் வீற்றிருக்கும் இந்த மரியாதைக் குரிய பெண்மணி.. அவனது மன உணர்வுகளுக்கு மதிப்புக் கொடுப்பவள் அவனது இறந்த காலத்திற்காக, நிகழ் காலத்தில் தண்டிக்க மாட்டாள். வருங்காலத்தில் வசந்தத்தைக் கொடுப்பாள் சந்தியாவின் மேல் கொண்ட காதல் கானல் நீராகாது. ஆதித்தனின் முகத்தில் பிரகாசம் வந்தது.

19

மனதில் மேகமூட்டமாய் சூழ்ந்திருந்த சந்தேகப் பேய்கள் விலகி ஓட காய்ச்சல் கூட குணமானது போல் சட்டென்று ஓர் உற்சாகம் தொற்றிக் கொண்டது ஆதித்தனை. இன்று புதிதாய் பிறந்தாற் போல் அவனுக்குத் தோன்றியது. எதிரே அன்னை பராசக்தியின் வடிவம் போல் அமர்ந்திருந்த அன்னத்தை நோக்கினான். ‘இந்த அன்னை அல்லவோ அவன் கண் திறந்தாள்.’ அன்று ஓர் நாள் நேர்முகத் தேர்வின்போது ‘உன் அம்மா ஏன் ஓடி வந்தார்கள்..?’ என்று சந்தியாவைக் கேட்டது நினைவில் வந்ததும் வெட்கினான். நாவில் தீயேற்று அவன் பேசிய வார்த்தைகள் சுடாமல் அவள் எதிர்த்து நின்றது நினைவில் ஆடியது.

‘வல்லமை தாராயோ..’ என்று பாரதியே வேண்டி நின்றபோது ஆதித்தன் கேட்காமலேயே வல்லமையே வடிவாய் வந்த பெண் சக்தியல்லவா சந்தியா. அவன் வாழ்வில் களிப்பேற்ற வந்தவள். அவனைக் கடைத்தேற்ற வந்தவள். ஊனாகி, உயிராகி, உணர்வாகி, மூச்சாகி, வாழ்வாகி, எல்லாமும் அவளாகி யாதுமாகி நின்றாள் சந்தியா. அவள் கை நழுவிப் போய் விடுவாளோ என்ற பயத்தில் காதலை மனதிற்குள் புதைத்து வைத்தவன். இனி ஊற்றாய் அவன் அன்பு வெளி வரத் தடையேதும் இல்லை. பண்பட்ட அவள் புண்பட்ட அவன் இதயத்திற்கு புத்துயிர் ஊட்டுவாள். அவன் விழியில் சுடரேற்று சந்தியாவைப் பார்க்க அவன் பார்வையில் அவள் தவித்துப் போனாள். அவன் பார்வை அவளை அழைத்தது. பரிதவித்தது அவளது பெண்மை.

"என்னை மன்னிச்சிருங்க.." என்று அன்னத்திடம் வேண்டினான் ஆதித்தன்.

"எதுக்குத் தம்பி..?"

"உண்மை என்னன்னு தெரியாமல் சந்தியாவிடம் 'உன் அம்மா ஏன் ஓடி வந்தார்கள்'ன்னு கேட்டு விட்டேன்."

"அப்படியா..? சந்தியா இதை என்னிடம் சொல்ல வில்லை தம்பி. என் மனசைக் கஷ்டப்படுத்தற எந்த விஷயத்தையும் சந்தியா என்னிடம் சொல்ல மாட்டாள். மத்தபடி மறைக்கணும்கிற எண்ணம் என் மகளுக்கு சுட்டுப் போட்டாலும் வராது."

"சந்தியா கொடுத்து வைத்தவள்.."

"ஏன் அப்படிச் சொல்கிறீர்கள்..?"

"உங்களைப் போன்ற ஒரு தாயின் மடியில் நிழலில் வளரும் பாக்கியம் கிடைத்து இருக்கிறதே. தாய் இல்லா விட்டால் சீர் இல்லைன்னு சொல்வார்கள். அது எத்தனை பெரிய உண்மை..? தாயில்லாக் குழந்தையாய் வளர்ந்த எனக்குத்தான் அந்தக் கொடுமை தெரியும். என் எதிரிக்குக் கூட இந்தக் கொடுமை வரக் கூடாது."

சந்தியாவின் கண்கள் கலங்கின. ஆண் சிங்கமாய் அலுவலகத்தில் கர்ஜிக்கும் இந்த துர்வாசன், இந்த இளம் வயதில் ஏகப்பட்ட பட்டங்கள் வாங்கி ஓர் அலுவலகத்தின் மிகப் பெரிய பதவியிலிருக்கும் இந்த சிடுமூஞ்சி எம்.ஜி. தாய் தந்தையரால் புறக்கணிக்கப்பட்டவன். அந்த அலுவலகத்தை தன் கண் அசைவில் ஆட்டுவிக்கும் சூத்ரதாரி. அவளைப் போலவே இதயத்தில் அடி வாங்கியவன். அவளுக்காவது இளைப்பாற 'அன்னம்' என்ற மலர்சோலை இருந்தது. அவளை மகாராணியாக உணர வைக்க அன்னை இருந்தாள். அவனுக்கு..? யாருமே யில்லையாமே.. உள்ளம் இரக்கம் கொண்டபோதே 'ஏன் இனி அவனுக்காக எல்லமாயிருக்க நீயில்லையா..?' என்று கேட்டது.

சந்தியா அந்தக் கணத்தில் முடிவெடுத்தாள். அந்த வினாடி வரை ஊசலாடிய மனம் ஒரு நிலைக்கு வந்தது. ஆதித்தன் மேல் கொண்டிருந்த விருப்பத்தை இனி ஆராயத் தேவையில்லையென்று தீர்மானித்தாள். அது வரை அவள் வாழ்வில் சந்தித்த எந்த ஆணிடமும் செல்லாத மனம் அவன் பின்னால் ஏன் சென்றது..? அவன் தான் அவளுக்கு என்பது ஆண்டவன் விதித்த விதி. இனி இதில் எந்த இடையூறு வந்தாலும் எதிர்த்து நிற்க வேண்டுமென்று அவள் இதயத்திற்குள் சங்கல்பம் செய்தாள்.

"உங்களை யார் வளர்த்தது தம்பி..?" அன்னம் கேட்டாள்.

"என்னுடைய தாத்தா..?"

"உங்களை வளர்த்து பாசத்தைக் கொட்ட ஒரு தாத்தா இருந்திருக்காரில்லையா..? அப்போ.. அவர் தானே உங்களுக்கு அம்மா! அம்மான்னா பெண்ணாய்த்தான் இருக்கணுமா..? ஆணும் 'தாயுமானவன்' ஆகலாமே. அந்த வகையில் உங்க தாத்தா உங்களுக்கு தாயுமானவனுமாகி தந்தையுமானவனா இருந்திருக்கார். தம்பி! கடவுள் யாரையும் கைவிடறதில்லை. வாழ்க்கை நம்ம கட்டுப் பாட்டுக்குள்ளயா இருக்கு..? இல்லை தம்பி. எப்ப.. எது.. நடக்கும்னு யாராலயும் சொல்ல முடியாது. ஆனால் அதிலிருந்து மேடேற நாம் எதிர்பார்க்காத இடத்திலிருந்து உதவி வருமே.. அதுதான் கடவுள் செயல். இப்ப எங்களையே எடுத்துக்கங்க.. சந்தியாவோட அப்பா திடீர்ன்னு ஒரு பெண்ணைக் கூட்டிக்கிட்டு வந்திட்டார். 'இவதான் என் பெண்டாட்டி. இனிமே இங்கேதான் என் கூட குடும்பம் நடத்துவா'ன்னு சொல்லிட்டாரு. அதைக் கேட்டுக்கிட்டும், பார்த்துக்கிட்டும் கூட இருக்கிறது தன்மானமாகுமா தம்பி..? அதுக்கப்புறம் நான் சாப்பிடும் சாப்பாடு சாப்பாடாகுமா..? என் பெண்ணைக் கையில் பிடிச்சுக்கிட்டு வெளியேறிட்டேன். பொழைக்க வழி வேணுமே.. சின்னதாய் இட்லிக் கடை ஆரம்பிச்சேன். சந்தியா வளர, வளர இட்லிக் கடையும் வளர்ந்து இன்னைக்கு 'அம்மா உணவகம்'ன்னு நிக்குது. என்னிடம் இரண்டு பேர் வேலை பார்க்கிறார்கள். சந்தியாவையும் வளர்த்து ஆளாக்கிட்டேன். இதுதான் எங்க கதை. மனசில் வைராக்கியத்தோட கட்டின துணியோடும், என் மகளோடும் வெளியே வந்தேனே.. என்னைக் கடவுள் கை விட்டு விட்டாரா..? யார்கிட்ட சோகமில்லைன்னு நினைக்கறீங்க. எல்லார் மனசிலயும் ஏதாவது ஒரு சுமையிருக்கும். வெளியேதான் தெரியாது. நாம் தான் சோகத்தை ஜெயித்து வாழ்ந்து காட்டணும். மனசை திசை திருப்பணும். இப்ப நான் மெஸ் வேலையில் கவனத்தைத் திருப்பல..? அதுபோல சந்தியாவைப் பாருங்க. எப்போதும் நிமிர்ந்து நிற்பா. சோர்ந்து போய் கீழே விழ மாட்டா. நீங்க என்ன தப்பு செஞ்சீங்க தம்பி. தப்பு செஞ்சவங்க தலை நிமிர்ந்து வாழும்போது நீங்களும், சந்தியாவும் ஏன் சோர்ந்து போகணும், நிமிர்ந்து நில்லுங்க தம்பி. அப்ப உங்க சோகமெல்லாம் ஓடியே போய்விடும்."

அதிகம் படிக்காத அடுக்களையே உலகமென வாழ்ந்த அன்னத்தின் வார்த்தைகளை குருவிடம் பாடம் கேட்கும் சிஷ்யனைப் போல் பயபக்தியுடன் செவிமடுத்துக் கொண்டிருந்தான். ஆதித்தன். அவனுக்கு இருள் மூட்டம் விலகி வெளிச்சம் தெரிந்தது. அருணனின் உதயக் கதிர்கள்

அவன் வாழ்வை ஆட்டுவித்துக் கொண்டு இருந்த தன்னிரக்கத்தை விரட்டி அடித்தது. புரியாத புதிராய் வாழ்ந்தவனுக்கு எதுவோ புரிந்த மாதிரி இருந்தது. வெளியே அரவம் கேட்டது. பரமசிவம் உள்ளே நுழைந்தான்.

"ரொம்ப நேரமாகிருச்சாம்மா..?"

"இல்லை பரமசிவம்.." என்றபடி அன்னம் எழுந்து கொள்ள சந்தியாவும் உடன் எழுந்தாள். திடீரென ஆதித்தனின் மனதில் கனல் மூண்டது. அது காதலின் கனல். இந்த வினாடியில் அவளிடம் தன் காதலைச் சொல்லிவிட வேண்டுமென்ற தவிப்பு.. பொறுத்திருக்க முடியாதென்ற போராட்டம்.. அவள் முகம் பார்த்து ஒரு சொல் பேசிவிட வேண்டுமென்ற ஏக்கம்.. என்ன செய்வது.. 'சந்தியா கிளம்பாதே..' என்று கூற வாய் வரை வந்த வார்த்தைகளை வெளிவிட முடியாமல் ஆதித்தன் திணறிக் கொண்டிருக்கும்போதே அன்னத்துடன், சந்தியா வெளியேறி விட்டாள்.

"பரமசிவம்.." என்று ஆதித்தன் அவசரமாய் அழைத்தான்.

"என்னங்க சார்..?"

"ஆபிஸில் என் டேபிளில் முக்கியமான லெட்டர் ஒன்றை வைச்சிருந்தேன். அதை சந்தியா எடுத்து வைத்தாங்களான்னு கேட்கணும். ஒரு நிமிசம் சந்தியாவை மட்டும் வந்துட்டுப் போகச் சொல்லு.."

"சரிங்க சார்..!"என்று பரமசிவம் வெளியே போக முயல.

"பரமசிவம் ஒரு நிமிடம்.. இங்கே சந்தியா வந்து விவரம் கேட்டுக்கிட்டு வருவதற்குள் நீ சந்தியாவின் அம்மாவிடம்.. அவங்க சாப்பாடு கொடுத்து விடுவதாகச் சொன்னார்களே.. அதை நீ போய் வாங்கிக் கொண்டு வரவேண்டுமா.. இல்லை அவங்களே அனுப்பி வைத்து விடுவார்களான்னு கேட்டுத் தெரிந்து கொள்.." என்றான் ஆதித்தன்.

"ஆமாங்க சார்.. அந்த அம்மா ரொம்ப நல்லவங்க.. அவங்களை சிரமப்படுத்தாம நானே போயி வாங்கிக் கறேன்னு சொல்லிடறேன்."

"நல்லது. அதை அவங்ககிட்ட எடுத்துச் சொல்லு.. சந்தியாவை இங்கே அனுப்பி வைத்து விட்டுப் பொறுமையா.. ஆஸ்பத்திரி ரிசப்ஷனில் அவங்களை மரியாதையாய் உட்கார வைத்துப் பேசு.. என்ன..?"

"அதுவும் சரிதான் சார்.. பெரியவங்களை நிக்க வைச்சாப் பேசுவேன்..? உக்காரச் சொல்லியே பேசுகிறேன்."

பரமசிவம் அவசரமாய் வெளியே ஓடினான். அதற்குள் அன்னமும், சந்தியாவும் வரவேற்பறையை நெருங்கிவிட பரமசிவம் போய் பிடித்து விட்டான்.

"என்னப்பா இப்படி மூச்சு வாங்க ஓடி வர்றே.." என்ற அன்னத்திடம்,

"செக்ரட்டரி அம்மா கிடட ஒரு அர்ஜன்ட் லெட்டரைப் பத்தி விசாரிக்கணுமாம். ஜி.எம். ஐயா வரச் சொன்னார்." என்று கூறினான் பரமசிவம்.

"அப்படியா.. வா, சந்தியா போய் விசாரித்து விட்டு வரலாம்.." என்று அன்னம் திரும்ப முயல,

"அம்மா, நீங்கள் இந்தச் சேரில் உட்காருங்கள். உங்களிடம் ஒண்ணு கேட்கணும்.." என்று பரமசிவம் தடுத்துக் கூற அன்னம் அவனிடம் கேட்கலானாள். சந்தியா திரும்பி, 'என்னவாக இருக்கும்' என்ற யோசனையோடு ஆதித்தனின் அறை நோக்கி விரைந்தாள்.

அறை வாயிலை நோக்கியவாறு 'சந்தியா தனியே வரவேண்டுமே' என்று வேண்டிக் கொண்டிருந்த ஆதித்தனின் விழிகள் சந்தியா தனியே உள்ளே வருவதைக் கண்டதும் மின்னின. அவனது உள்ளம் துள்ளியது. என்றும் இல்லாதவாறு இதயம் இறக்கைக் கட்டிப் பறந்தது. சந்தியா அவனைப் பார்த்துக் கடமை உணர்வுடன்,

"என்ன லெட்டர் சார்.. எங்கேயிருந்து வந்தது.. அதை நான் எடுத்து வைக்கவா.. இல்லை பிரித்துப் பார்த்து பதில் அனுப்பிவிடவா..?" என்று கடமையே கண்ணாக வினவினாள்.

ஆதித்தன் பதில் சொல்லாமல் அவளையே பார்த்துக் கொண்டிருப்பதைக் கண்டதும் திகைத்தவளாய் அவன் முகம் நோக்க, அவளை விழுங்கி விடுபவன் போல் அவன் பார்த்துக் கொண்டிருந்ததைக் கண்டதும் இன்னும் திகைத்தவளாய் நாணி நிலம் நோக்கினாள். அவள் கைகள் லேசாக நடுங்க ஆரம்பித்தன. முகம் குங்குமமாய் சிவந்து விட்டது. சுவாரஸ்யமாய் அவள் முகம் நோக்கியவன்,

"அந்த லெட்டர்.. அந்தப் பேப்பரையும் பேனாவையும் எடு.. விவரம் எழுதித் தருகிறேன்." என்றான்.

அவன் ஒருமையில் தன்னை அழைப்பதை மனதில் குறித்துக் கொண்டவள் அருகிலிருந்த பேப்பர் பேடையும், பேனாவையும் எடுத்து அவனிடம் கொடுத்தாள்.

"உட்காரு.. ஏன் நிற்கறே." என்று அவள் முகம் பார்த்த பார்வையை விலக்கிக் கொள்ளாமல் அவன் கூற,

"ஆபிசுக்கு நேரமாகுது சார். இருக்கட்டும்.." என்றாள் அவள்.

"இவ்வளவு நேரம் இருந்தாயே..? இன்னும் கொஞ்ச நேரம் இருந்தால் குறைந்தா போய் விடுவாய்..?"

இதழ்களை மடித்துக் கடித்த வண்ணம் அவள் உட்கார,

"ஏன்.. என்னுடன் தனியே பேச பயமா..?" என்று வினவினான். தலை குனிந்த சந்தியா நிமிராமலே 'இல்லை' யென்பதாய் தலையாட்ட,

"அதுதானே.. ஆபிஸே.. தள்ளி நின்று கூடப் பேசப் பயப்படுகிறவனிடம் நாள் முழுவதும் அருகிலிருந்து வேலை செய்பவளாயிற்றே உனக்கு எப்படிப் பயம் வரும்.." என்று வம்புக்கு இழுத்தான். அவன் எதிர் பார்த்தவாறே,

"நீங்கள் என்ன சிங்கம், புலியா..? உங்களிடம் பயப்பட..?" என்று பதில் கூறினாள் சந்தியா.

"அப்பாடா..! பேசா மடந்தை பேசி விட்டது... நான் சிங்கம், புலியில்லை.. சரி.. நான் யார் சந்தியா..?"

"ஜி.எம்."

"அது அலுவலகத்திற்கு.. உனக்கு நான் யார்..?"

நேரடியாய் தாக்கிய அந்தக் கேள்வியில் அதிர்ந்து நிமிர்ந்தவள் அவன் கண்களில் இருந்த யாசிப்பைக் கண்டாள். தன்னையறியாமல் கண்கள் கலங்க,

"எல்லாமும்.." என்று ஒரே சொல்லில் பதில் கூறினாள்.

அக்கினியாய் எரிந்து கொண்டிருந்தவனின் மேல் குளிர் மழையாய் வந்து விழுந்த அந்தப் பதிலில் மனம் குளிர்ந்து போனவனின் கண்கள் பனித்தன. அவளிடம் அவன் எழுதிக் கொண்டிருந்த பேப்பரைக் கொடுத்தான். பிரித்துப் பார்த்தாள்.

'ஒற்றையடிப் பாதையிலே,
ஒற்றையாய் போகும் பெண்ணே!
வழித்துணையாய் நான் வரவா..
வாழ்க்கை முழுதும் உன்னோடு..?'

என்று நான்கு வரிகளில் கேட்டிருந்தான். மனம் சிறகடிக்க அதன் கீழ்,

'காத்திருக்கிறேன் இந்த வார்த்தைக்காக..'

என்று எழுதி அவனிடம் திருப்பிக் கொடுத்தாள். கொடுத்த வேகத்தில் திரும்பி அவள் வெளியே செல்லப் போக, அதைத் தடுக்க அவசரமாய் எழுந்த அவன் கை பட்டு ஸ்டூலில் இருந்த தம்ளர் கீழே விழுந்தது. 'என்னவோ' என்று பதறி அவள் ஆதித்தனின் அருகே வர அவளின் கரத்தை இறுகப் பற்றி அதில் தன் இதழ்களைப் பதித்தான் ஆதித்தன். தன் கைகளை விடுவிக்க முயன்றவள் அவன் முத்தம் பதித்தபோது கொதித்த ஸ்பாசத்தை உணர்ந்து அவசரமாய் மறுகரத்தால் அவன் நெற்றியில் கை வைத்துப் பார்த்தாள். காய்ச்சல் அதிகமாகி இருந்தது. அவள் கைபட்ட இடம் அனலாய் சுட்டது. பதறிப் போனவளாய்,

"காய்ச்சல இப்படி அடிக்குதே.. இறங்கவே இல்லையே" என்று கூறினாள்.

"இனிச் சரியாகி விடும்.." என்று கூறியவன் அவள் விலக முயல்வதைக் கண்டு அருகே இழுத்து, "என்னை விட்டுப் போகாதே.." என்றான். அவன் முடி கோதியவள்,

"இல்லை. போகவில்லை. அம்மாவிடம் சொல்லி விட்டு, ஆபிஸிற்கு லீவ் சொல்ல வேண்டும். இப்போது உடனே டாக்டரைக் கூப்பிட வேண்டும்." என்று கூறினாள்.

"எது செய்வதானாலும் எனக்கு இரண்டு நிமிடம் கொடுத்து விட்டுச் செய்.."

அவன் கண்களில் தாபத்தைக் கண்டவள் அவன் அருகில் அமர்ந்தாள். அவன் கைபற்றி விரலோடு விரல் கோர்த்துக் கொண்டாள். மென்மையாய்,

"இரண்டு நிமிடம் என்ன.. என் வாழ்க்கையையே உங்களிடம் தான் கொடுத்திருக்கிறேன்.." என்று கூறினாள்.

"என்னைக் கண்டால் முள்ளைப் பார்த்தது போல் எல்லோரும் விலகிப் போவார்கள்."

"இல்லை. அவ்வாறு நீங்கள் விலக வைத்தீர்கள்.."

"எப்படித் தெரிந்து கொண்டாய்..?"

"ம்ம்.. ஜோஸியம் பார்த்தேன். ஆளைப் பாரேன்.."

"ஆளைத்தான் பார்த்தாயே.. கடுகடுவென்று.. சிடுமூஞ்சியாய்.. ம்ம்.. அன்று முதல் நாள் இன்டர்வியூக்கு வந்தபோது என்னோடு சண்டை போட்டாயே..?"

"நானா சண்டை போட்டேன்..?"

"என் சண்டைக்குப் பதில் சண்டை போட்டாய் போதுமா..? அப்பா.. என்னமாய் - கோபம் வருகிறது. இப்போது சண்டை போட்டு விடாதே. நான் சண்டை போடும் மூடில் இல்லை." அவன் உல்லாசமாய் சிரித்-தான்.

"தெரியுதே.. உங்கள் மூடைப் பற்றி.. இவ்வளவு காய்ச்சலை வைத்-துக் கொண்டு.. அம்மாவை பிடித்து வைத்துக் கொள்ள பரமசிவத்தை அனுப்பி வைத்து.. என்னைத் தனியாக வரவழைத்து.. அப்பா.. எவ்-வளவு போக்கிரித்தனம்.. எங்கள் ஆபிஸ் ஜி.எம். செய்கிற வேலையா இது..?"

"ஏய்ய்.. உன்னுடன் பேசிக் கொண்டிருப்பது உன் ஆதித்தன். ஜி.எம். இல்லை,"

'உன் ஆதித்தன்.' என்ற வார்த்தைகளில் மயங்கினாள் சந்தியா.

"அது சரி.. அன்று 'இந்தக் கடுவன் பூனையை யாராவது சைட் அடிப்பார்களா'ன்னு கேட்டாயே..? இன்று எப்படியாம்..?" என்று அவன் வினவியதும், அன்றைய நினைவில் முகம் மலர்ந்து சிரித்தவள்.

"அப்போதே.. எனக்கு வேறு ஒன்றுதான் தோன்றியது.." என்றாள்.

"என்னவென்று..? ம்ம்.. கடுவன் பூனைக்கு பதில் சுண்டெலி-யென்றா..?"

"சுண்டெலியா..? யார் உங்களையா..? நெவர்."

"அப்புறம் என்ன நினைத்தாய்... பெருச்சாளி என்றா..?" அவன் மேலும் வம்புக்கு இழுத்தான்.

"ஊஹூம்.. அது வந்து.. எனக்கென்னவோ 'ஆண் சிங்கம்' என்-றுதான் தோன்றியது." சிவந்த முகத்தை மறுபுறம் திருப்பிக் கொண்டு கூறினாள். அவள் முகத்தையே பார்த்துக் கொண்டிருந்தவனின் முகமும் மென்மையானது.

"எப்படி சந்தியா..? எப்படி..? எனக்கு உன் மனம் முன்னரே தெரி-யும். இருந்தும் நான் தாழ்வு மனப்பான்மை யால் விலகிப் போனேன். நீ நெருங்கி, நெருங்கி வந்து என்னை ஜெயித்து விட்டாய்.. எப்படிடீ.. சொல்லு.. எல்லோராலும் வெறுக்கப்பட்ட இந்த ஆதித்தனை உன் மனம் எப்படி விரும்பியது..?"

சந்தியா அவனைக் கனிவுடன் நோக்கினாள்.

"பலாப்பழம் மேலே பார்க்க முள்ளாகத்தான் இருக்கும். உள்ளே இருப்பது இனிப்பான பழம். முக்கனிகளில் பலாக்கனியும் ஒன்று. எல்லோரும் மேலோட்டமான உங்களது முள்ளான சுபாவத்தைத்தான் பார்த்தார்கள். எனக்கு உள்ளே இருந்த உங்கள் புத்திசாலித்தனம், உழைப்பு, கண்ணியம், கட்டுப்பாடு, நேர்மை, இதுதான் தெரிந்தது."

"வெயிட்.. வெயிட்.. அது என்னடி எம்.ஜி.ஆர் படம் மாதிரி கடமை, கண்ணியம் கட்டுப்பாடுன்னு அடுக்கறே..?"

"இல்லையா பின்னே.. நம் அபிஸில் என்னை விட அழகாய் எத்தனை பெண்கள் இருக்கிறார்கள்..? அவர்களில் யாரையாவது, நிமிர்ந்து பார்த்திருப்பீர்களா..?"

"உன்னை விட அழகா..? நோ சான்ஸ்.."

"ராமன் கண்ணுக்கு சீதை மட்டும்தான் அழகு.. உங்கள் கண்ணுக்கு நான் மட்டும்தான் அழகாய் தெரிவேன். ஆனால் நான் சொல்ல வந்தது என்னன்னா எல்லாப் பெண்ணுமே உங்களை 'துர்வாசர்'ன்னுதான் சொன்னார்கள். 'சபலச் சித்தர்'ன்னு ஒருவர் கூடச் சொல்லவில்லை. 'கல்லையும், மண்ணையும் பார்ப்பது போல் பார்த்தார்'ன்னு தான் கேலி செய்வார்கள்.. அதனால் தான் கண்ணியம், கட்டுப்பாடுன்னு சொன்னேன். கடமையைப் பற்றி நான் சொல்லவா வேண்டும்..?"

"சந்தியா, ராமன் எங்கே போனாலும் சீதை தொடர்ந்தே போவாள். நான் உன்னைக் காட்டுக்குள் கூட்டிப் போக மாட்டேன். ஆனால் என் கடந்த காலம்ங்கிற இருண்ட குகைக்குள் கூட்டிப் போவேன். எனக்காக சகித்துக் கொள்வாயா..?"

"நீங்கள் கூட்டிப் போகும் இடம் கொடைக்கானலில் 'தற்கொலை முனை'யாக இருந்தாலும் வருவேன். சகித்துக் கொள்வேன்."

"என்னடி... இப்படிச் சொல்கிறாய்..? இந்த அன்புக்கு நான் தகுதியானவன் தானா..?"

"உங்களை விட யாருக்கு அந்தத் தகுதி இருக்கிறது..?"

கண்ணுக்கு தெரியாத மாய வட்டத்தில் புகுந்த ஆதித்தனும், சந்தியாவும் ஒருவர் முகத்தை ஒருவர் பார்த்துக் கொண்டு விழிகளை விலக்காமல் சிலையாக அமர்ந்திருக்க அறை வாசலில் 'சந்தியா' என்று அழைக்கும் குரல் கேட்டது. திடுக்கிட்டு சுய நினைவுக்கு வந்த சந்தியா ஆதித்தனிடமிருந்து விலகி வாசலைப் பார்த்தாள். அன்னம் நின்றிருந்தாள்.

20

மருத்துவமனையின் வரவேற்பு பகுதியில் போடப் பட்டிருந்த நாற்காலிகளில் அமர்ந்து அன்னமும், பரமசிவமும் முதலில் ஆதித்தனின் சாப்பாட்டு விசயம் பேசினார்கள்.

"அதெல்லாம் எனக்குச் சிரமமில்லையப்பா.. கடையில் வேலை பார்க்கும் ஆடியபாதத்திற்கு இந்தப் பக்கம்தான் வீடு. அவர் மூன்று வேளையும் வீட்டுக்கு வந்து திரும்புகிறவர்: அவரிடம் சாப்பாட்டைக் கொடுத்து விடுகிறேன். நீ ஜி.எம்மை பத்திரமாக பார்த்துக் கொள் போதும்."

அப்புறம் பரமசிவத்தின் குடும்பத்தைப் பற்றிப் பேசினார்கள். அடுத்து சந்தியாவின் அலுவலகத்தைப் பற்றிப் பேசினார்கள். அதற்கடுத்து நாட்டு நடப்பையும், விலைவாசியைப் பற்றியும் பேசினார்கள். எவ்வளவு நேரம் தான் பேச முடியும்..? பேசிப் பேசி ஓய்ந்த பின்னாலும் சந்தியா வந்த பாடில்லை. அப்போதுதான் அன்னத்தின் மனதில் அந்த எண்ணம் உதித்தது. சந்தியாவை ஆதித்தன் அழைத்தது உண்மையில் அலுவலக விசயம் பேசுவதற்காக மட்டும்தானா..?

சலனமேயில்லாத சந்தியாவின் மனதில் சஞ்சலத்தை கண்டதால்தான் அன்னம், ஆதித்தனைக் காண மருத்துவ மனைக்கு வந்தாள். படுத்தும் தூங்கிவிடும் சந்தியா கனவு கண்டு விழித்தாள். விழித்தவள் ஆதித்தனின் நிலையை எண்ணித் தவித்தாள். எந்த நேரத்தில்..? ஊரே உறங்கும் நள்ளிரவில். அது சாதாரண நிகழ்ச்சி அல்ல. மகளைப் பாதித்தவனை நேரில் காண வந்தாள். வந்த இடத்தில் அவனும் அவளிடம் மரியாதையுடன் நடந்து கொண்டான். அனுபவசாலியான அன்னம், ஆதித்தன் ஒரு யோக்கியன் என்பதை உணர்ந்து கொண்டாள். அவளுக்கு வேண்டியது ஒன்றே ஒன்றுதான். அவளுடைய

மகளை மணப்பவன் பணத்தில் பெரியவனாக இருக்க வேண்டிய அவசிய மில்லை. குணத்தில் பெரியவனாக இருக்க வேண்டும். அவன் சிடு-மூஞ்சியாய் இருந்தாலும் பாதகமில்லை. கொடுமைக்காரனாக மனதைக் கொலை செய்யும் பாதகனாக இருக்கக் கூடாது. ஆதித்தன் அவளது எதிர்பார்ப்புகளின் மொத்த உருவமாய் இருந்தான். அவனைப் பற்றி அவளுக்கு முழுதிருப்தி. இப்போது சந்தியா ஓர் முடிவு சொல்ல வேண்-டும். அவ்வளவுதான்.

அன்னம் எழுந்து கொண்டாள். பரமசிவத்துடன் பேசிக் கொண்டே ஆதித்தனின் அறைவாசலை அடைந்தவள் பரமசிவத்தின் பக்கம் திரும்பி,

"அடடா, என் பையை நாம் பேசிக் கொண்டிருந்த இடத்திலேயே வைத்துவிட்டு வந்து விட்டேனே.." என்றாள்.

அவள் வேண்டுமென்றேதான் மறந்தாற் போல் பையை அங்கேயே வைத்துவிட்டு வந்திருந்தாள். பரமசிவம் சென்றதும் ஆதித்தனின் அறைக்கதவைத் திறந்து,

"சந்தியா," என்று அழைத்தாள்.

அவள் எதிர்பார்த்தது போலவே ஆதித்தனும், சந்தியாவும் அலுவலக விசயம் பேசவில்லை. சந்தியாவின் முகத்தில் குற்ற உணர்ச்சி தெரிந்தது. ஆதித்தனின் முகத்தில் சங்கடம் தெரிந்தது. முதலில் இருவரையும் இயல்பாக்க வேண்டும் என்று முடிவெடுத்த அன்னம் பேசினாள்.

"எதுக்கும்மா பதட்டப்படறே..? உங்க ஜி.எம்கிட்ட பேசிக்கிட்டு இருந்தது ஆபிஸ் விசயமா..? இல்லை சொந்த விசயமா..?"

"அம்மா.. நான்.. நான்.. வந்து.. ஆதித்தனை."

சந்தியா பேச முடியாமல் தடுமாற ஆதித்தன் 'கணீரbன்ற குரலில்,

"அத்தை. நான் சந்தியாவைக் கல்யாணம் பண்ணிக் கொள்ள விரும்புகிறேன். எனக்குப் பெண் தருவீர்களா..?" என்று கேட்டான்.

'அத்தை' என்ற அவனது அழைப்பில் மனம் நெகிழ்ந்த அன்னம், சந்தியாவைப் பார்த்து,

"மாப்பிள்ளையைப் பார்த்தாயா சந்தியா. ஒளிவு, மறைவில்லாமல் எப்படி நேரடியாய் கேட்கிறார் பார்த்hயா..? எப்போதும் நிமிர்ந்து பேசுப-வள் நீ. இன்றைக்கு ஏன் தடுமாற்றம்..? அம்மாவிடம் என்ன பயம்..?" என்று கேட்டாள்.

'மாப்பிள்ளை'என்ற வார்த்தையில் ஆதித்தனை அவள் அங்கீகரித்து விட்டதை புரிந்து கொண்ட சந்தியா "அம்மா..!" என்று ஆனந்தத்துடன் தாயின் கழுத்தைக் கட்டிக் கொண்டாள். அவளது கண்களில் ஆனந்தக் கண்ணீர் வழிந்தது.

"பைத்தியம்," என்று கடிந்துகொண்ட அன்னம் அவள் கண்களை துடைத்துவிட்டு "சந்தானம் கேட்டாள். 'சந்தியாவிற்கு எல்லாக் கடமையையும் செய்து முடித்து விட்டாயா' என்று. அவளிடம் வீறாப்பாய் பதில் சொல்லி விட்டாலும் என்மனதை அந்தக் கேள்வி அறுத்துக் கொண்டே இருந்தது. 'என் கண்மணிக்கு ஏற்ற கணவனை எங்கே போய் தேடுவேன்'னு மலைத்தேன். 'இதோ உன் கண் முன்னால் இருக்கிறேன் பார்'ன்னு தம்பி உன்னைப் பெண் கேட்டுவிட்டார்." என்று மகளைப் பார்த்து கூறியவள்,

"தம்பி, உங்களை எனக்கு மிகவும் பிடித்திருக்கிறது. உங்களை என் மருமகனாய் இல்லை. மகனாகவே நினைக்கிறேன். நீங்கள் குணமாகி வந்ததும் தாத்தாவுடன் வந்து முறைப்படி கல்யாணம் பேசி முடியுங்கள். சந்தியா விற்காக நகைகள், சீர்கள் தயாராகவே வைத்திருக்கிறேன். சந்தியா படித்திருக்கிறாள். உங்கள் தகுதிக்கு மற்ற பெண்களைக் கல்யாணம் செய்து கொண்டால் இன்னும் நிறைய செய்வார்கள். ஆனாலும் நான் அதில் பாதியையாவது கட்டாயம் செய்வேன்." என்று ஆதித்தனைப் பார்த்துக் கூறினாள்.

"அத்தை. என்ன பேச்சு இது. கோடி கோடியாய் கொட்டிக் கொடுத்தாலும் சந்தியாவிற்கு அது ஈடாகுமா..? எனக்கு பெண் கொடுங்கள்ன்னுதான் கேட்டேன். 'பொன்' கொடுங்கள்ன்னு கேட்கவில்லை.." என்று கூறினான் ஆதித்தன்.

அதுவரை வந்து கதவருகே நின்று இந்த மருத்துவ மனையில் நிச்சயமான கல்யாணப் பேச்சை 'ஆ'வென்று காதளவு நீண்ட வாயோடு கவனித்துக் கொண்டிருந்த பரமசிவம். ஆதித்தன், "பரமசிவம்," என்று அழைத்ததும்,

"என்னங்க சார்.." என்றான் அவசரமாக.

"ஹாஸ்பிடல் வாசலில் ஒரு ஆட்டோ பிடித்து அத்தையை வீட்டிற்கு அனுப்பி விட்டு நீ ஆபிஸ்போய் சந்தியாவிற்கு லீவ் சொல்லிவிடு. அத்தை.. சந்தியா என்னுடன் துணைக்கு இருக்கலாமில்லையா..?"

"ஏன் சார் வாழ்க்கைக்கே துணையா பொண்ணு தர்றேன்னு சொல்லிட்டாங்க. ஆஸ்பத்திரியில் துணைக்கு இருக்கிறதுக்கா மாட்டேன்னு சொல்லப் போறாங்க.." என்று பரமசிவம் கூற,

"நீ தேறிட்டே பரமசிவம். நல்லா வாய் பேச கத்துக் கிட்ட.." என்று ஆதித்தன் கூறிச் சிரித்தான்.

அன்னம், சந்தியாவைப் பார்த்து, "நோயாளியின் பக்கத்தில் யாருமில்லாதபோது இருக்க வேண்டியது மனிதாபிமானம். உன் கணவராகப் போகிறவரின் துணைக்கு இருக்க வேண்டியது உன் கடமை. இரும்மா.." என்று கூறியவள் ஆதித்தனிடம் விடைபெற்றுக் கொண்டு லேசான மனதுடன் வீட்டுக்குத் திரும்பினாள்.

ஆதித்தன் கண்களால் அழைத்ததை கவனியாதவள் போல் சந்தியா கள்ளச் சிரிப்புடன் வெளியேறி டாக்டரை அழைத்து வந்தாள். அடுத்த சில நிமிடங்களில் அவர் கொடுத்த மாத்திரையின் வேகத்தில் அவன் அயர்ந்து உறங்கினாலும் உறக்கத்திலும் சந்தியாவின் கரத்தை பிடித்த பிடியை விடாமல் தூங்கினான். தாயை அண்டிய வாறு உறங்கும் குழந்தை உறக்கத்திலும் அன்னையின் விரலைப் பிடித்தவாறு தூங்குவது போல் இருந்தது அவன் செய்கை. புருவங்கள், சுளிக்க உறங்கியவனின் தோற்றம் ஒரு பிடிவாதக்காரக் குழந்தை போல் இருந்தது. கரத்தை விடுவித்துக் கொள்ள விருப்பமில்லாமல் அப்படியே அமர்ந்து கட்டிலின் விளிம்பினில் தலை சாய்த்து கண்களை மூடிக் கொண்டாள் சந்தியா.

நடந்தவை எல்லாம் 'கனவா அல்லது நனவா' என்ற பிரமிப்பு தட்டிற்று அவளுக்கு. வேலைக்குச் சென்றாள். வெறுத்து ஒதுக்கியவனின் மேல் விருப்பம் கொண்டாள். அவளது விருப்பத்தை ஏற்றுக் கொண்டவனோ அவளையும் விரும்பினான். 'தடை சொல்வாளோ' என்று பயந்த அன்னையோ ஆசிர்வதித்தாள். எண்ணியது எல்லாம் ஈடேறுமா..? அவள் நெஞ்சம் மகிழ்ந்த வேளையில்,

'அது எப்படி பெண்ணே நினைத்தது எல்லாம் நிறைவேறிவிட்டால் நான் எதற்கு..?' என்று விதி நகைத்தது அவளது புறச்செவிகளில் விழவில்லை.

21

"இது சரியான அணுகுமுறை இல்லை சார்.." என்றான் ஆதித்தன் தீர்மானமான குரலில்.

"உங்களுடைய கருத்தை தவிர மற்றவர்களின் கருத்தெல்லாம் தவறான அணுகுமுறையாகத்தான் உங்களுக்குத் தோன்றும் மிஸ்டர் ஆதித்தன்.." என்று கண்ணாடியை சரி செய்தவாறு கூறினாள் விமலா.

"நான் உங்களிடம் பேசவில்லை. எம்.டி.யிடம் தான் பேசினேன் மிஸஸ் விமலா.."

"எம்.டி.யிடம் என்னுடைய அணுகுமுறை சரியான தில்லைன்னு சொன்னீர்கள்."

"அது என்னுடைய கருத்து."

"உங்களுடைய கருத்து மற்றவர்களைப் பாதிக்கக் கூடாது. எந்த வகையில் என் அணுகுமுறை தவறான தென்று சொல்கிறீர்கள்."

அந்த போர்டு மீட்டிங்கில் பங்கு பெற்றிருந்த அனைவரும் கவனித்துக் கொண்டிருக்க வடதுருவமும், தென்துருவமும் மோதிக் கொண்டிருந்தன. நாராயணன் அவரது இருக்கையில் சாய்ந்து அமர்ந்திருந்தார். மோதல் உச்சக் கட்டத்தை அடைந்த போது அவர் ஊடே நுழைந்தார்.

"வெயிட் ஆதித்தன். விமலா செல்வதில் பாதி சரி. நீங்கள் சொல்வதில் பாதி சரி. இரண்டு பேரின் கருத்தையும் ஒன்று படுத்தினால் நம்ம கம்பெனி இன்னும் வளர்ச்சியடையும்." என்று அவர் இரு பொருள் படக் கூறியதும் இருவரும் அப்போதைக்கு போர் நிறுத்தம் செய்தனர்.

மீட்டிங் முடிந்து அனைவரும் வெளியேற ஆதித்தனும் இருக்கையை விட்டு எழுந்தான்.

"ஒன் மினிட் ஆதித்தன்.." என்று நாராயணன் தடுக்கவும் ஆதித்தன் மீண்டும் இருக்கையில் அமர்ந்தான். இப்போது அவர்கள் இருவர் மட்-

டுமே அந்த பெரிய கான்பரன்ஸ் ஹாலில் இருந்தனர்.

"உடம்பு எப்படியிருக்கு ஆதித்தன். ஒரு வாரமா ஹாஸ்பிடலில் இருந்தீங்களே.."

"ஃபைன் சார். சாதாரண பீவர்ன்னு நினைச்சது வைரஸ் பீவராயி-டுச்சு.."

"ம்ம்.. சந்தியா பக்கத்திலிருந்து கவனிச்சுக் கிட்டாங்க போல இருக்கே..?"

"ஆமாம் சார்.. நான் சந்தியாவை..."

"தெரியும் ஆதித்தன். பரமசிவம் சொன்னான் வாழ்த்துக்கள். இப்-படியே மனதை அமைதிப்படுத்தப் பாருங்கள். காய்ச்சலுக்கு மருந்து உண்டு. மன உளைச்சலுக்கு மருந்து இல்லை. அதை நாம் தான் குணப்படுத்திக்கணும்."

"நீங்க என்ன சொல்ல வருகிறீர்கள்ன்னு எனக்குப் புரியலை சார்."

"வெல். நான் வெளிப்படையாகவே பேசுகிறேன். நீங்கள் காய்ச்சலில் படுப்பதற்கு முதல்நாள் மிஸ்டர் ராதாகிருஷ்ணனின் பார்ட்டிக்கு போயி-ருந்தீர்களா..?"

திடீரென்று எதற்கு இந்த விசாரணை..? அவன் மறக்க நினைப்பதை நினைவு படுத்தும் கேள்வியை கேட்கிறாரே. ஆதித்தன் மௌனமாய் டேபிள் வெயிட்டை உருட்டிக் கொண்டிருந்தான். நாராயணின் கூர்விழி-கள் அவனை ஆராய்ந்தன.

"ஆதித்தன நான் கேட்டதற்கு நீங்கள் இன்னும் பதில் சொல்ல-வில்லை."

"ஆமாம் சார். போயிருந்தேன். அதனால் என்ன பிரச்சனை வந்தி-ருக்கிறது..?"

"பிரச்சனை என்று தான் நினைக்கிறேன். என்னுடைய இந்தக் கேள்-விக்கும் பதில் சொல்லுங்கள். அங்கே மிஸஸ். கபூர்ன்னு ஒரு லேடியை சந்திச்சீங்களா..?"

தலையை படாரென்று உயர்த்தினான் ஆதித்தன். கண்கள் நெருப்புப் பிழம்பாய் ஜொலித்தன.

"பார்ட்டின்னா நிறைய பேரை மீட் பண்ண வேண்டியிருக்கும். இதில் நீங்க சொல்வது யாரை என்று எனக்கு எப்படித் தெரியும்..?"

"இல்லையே ராதாகிருஷ்ணன் அறிமுகப்படுத்திய அந்த லேடியின் பெயர் பூங்காவாமே."

"எனக்கு நினைவில்லை. அத்தோடு அந்தப் பெயரில் என்ன இருக்கிறது..?"

"எதுவும் இல்லையென்றால் மறுநாள் ஏன் உங்களுக்கு உடம்பு சரியில்லாமல் போனது..?"

"பார்ட்டியில் பனியில் நிறைய நேரம் நின்று விட்டேனோ என்னவோ.."

"எப்போதும் நீங்கள் நனைகிற பனிதானே ஆதித்தன். இன்று என்ன புதிதாய்..?"

"நீங்கள் இப்படிக் கேள்வி கேட்பதுதான் புதிது சார்.."

"காரணத்தோடுதான் கேட்கிறேன் ஆதித்தன். மிஸஸ். பூங்கா கபூர் என்னிடம் போனில் பேசினார்கள் ஆதித்தன்."

திடுக்கிட்டு நிமிர்ந்தான் ஆதித்தன், "என்ன பேசினாங்க..?"

"உங்களைப் பற்றி விசாரித்தார்கள். உங்கள் சொந்த ஊர் 'பனையூர்' தானேன்னு கேட்டார்கள். மிஸ்டர் கபூர் நமது மும்பை கம்பெனிக்கு வேண்டிய நபர். அதனால் நான் அவங்க கேட்ட விவரங்களைச் சொல்ல வேண்டியிருந்தது. அவங்க எதற்காக உங்களைப் பற்றி விசாரிக்க விரும்பினார்கள் ஆதித்தன்..? அதற்கும் நீங்கள் உடம்பு சரியில்லாமல் போனதற்கும் ஏதாவது சம்பந்தம் இருக்கிறதா..?"

"நோ சார், நோ சார்.." என்றபடி எழுந்த ஆதித்தன் புயலாய் வெளியேறினான். அவன் மனம் கொதித்தது. பூங்காவனம் அவனைப் பற்றி விசாரித்தாளா..? எதற்காக..? குந்தி கர்ணனை அறிந்ததும் என்ன செய்தாள்..? 'மகனே' என்று ஓடி வந்து கட்டிச் சேர்த்துக் கொண்டாளா..? 'இவன்தான் என் மகன்' என்று ஊரறிய முழக்கமிட்டாளா..? எதுவும் செய்யாமல் திருட்டுத்தனமாய் சந்தித்து இரண்டாவது மகனான அர்ஜுனனுக்கு உயிர் பிச்சை தானே கேட்டாள். அவள் எதற்காக அவனைப் பற்றி விசாரிக்கிறாள்..? விசாரித்துத்தான் என்ன ஆகப் போகிறது.? திரும்பி வர முடியாத ஒருவழிப்பாதையில் சென்று விட்டவள் அவள். அவனை மீளாத நரகத்தில் தள்ளி தாயிருந்தும், தந்தையிருந்தும் அநாதையாக்கி பிரிந்து சென்றவள். அழகு தந்த கர்வத்தில் அனைத்தையும் உதறியவள். பெற்றெடுத்த மகனையும் உதறிவிட்டுச் சென்றுவிட்டாள். இனி அவனை அறிந்துதான் என்ன செய்யப் போகிறாள்..?

அவள் என்ன செய்ய நினைத்தாளென்பது அன்று மாலையில் அவனது அபார்ட்மெண்டில் வந்து சந்தித்த கபூர் சொல்லித் தெரிந்தது.

அன்று முழுவதும் அலுவலகத்தில் எரிந்து விழுந்து கொண்டிருந்-தான். சந்தியாவே அவன் முகம் பார்க்கப் பயந்தாள். உறுமும் புலி-போல் தன் இருப்பிடம் திரும்பியவன் முகம் கழுவிக் கொண்டிருந்தபோது வாசல் அழைப்புமணி ஒலித்தது. கடுப்புடன் சென்று கதவு திறந்தான். கபூர் நின்று கொண்டிருந்தார். அப்படியே முகத்தில் அடித்து விரட்ட-லாமா..? என்று ஆத்திரம் பொங்கி வரும்போது அவர் உள்ளே வந்தார்.

"எதற்காக இங்கே வந்தீர்கள்..? நீங்கள் யார்..? நான் யார்..? என்-னைத் தேடி நீங்கள் ஏன் வரவேண்டும்..?"

"பூங்கா உங்கள் நினைவாகவே இருக்கிறாள் ஆதித்தன்."

"காலம் கடந்த நினைவு. தேவையில்லாத நினைவு.."

"இருக்கலாம். ஆனால் பெற்றவளின் மனம் படும் வேதனையைச் சொல்ல வந்தேன். அவள் உங்களைப் பார்க்க விரும்புகிறாள்."

"எதற்காக..? வேதனைப்படுகிறார்களாமா..? யாரிடம் இந்தக் கதை..? அவங்க பட்ட வேதனையைத்தான் பார்ட்டி யில் பார்த்தேனே.. என்ன சிரிப்பு..? சிரிப்பாய் சிரித்ததே உங்கள் குடும்பம்."

"அந்தச் சிரிப்பு இப்போது பூங்காவனத்திடம் இல்லை. இந்தப் பத்து நாள்களாய் அது தொலைந்துவிட்டது. அதை மீட்டுத் தர வேண்டியே நான் இங்கு வந்தேன்."

"எனக்குச் சிரித்துப் பழக்கமில்லை சார். என் சிரிப்பை எனக்கு இரண்டு வயதிருக்கும்போதே உங்கள் மனைவி திருடிச் சென்று விட்-டார்கள். அதனால் வேறு எங்கேயாவது போய் உங்கள் மனைவிக்கு சிரிப்பை வாங்கிக் கொடுங்கள். இங்கே அது கிடைக்காது."

"கொதிப்பாய் பேசுகிறீர்கள் ஆதித்தன். நீங்கள் மனது வைத்தால் நடந்த தவறை சரி பண்ணலாம். உடைந்த சொந்தத்தை ஒட்ட வைக்க-லாம்."

"சொந்தமா..? யாருக்கு யார் சொந்தம்..?"

"எங்களுக்கு நீங்கள் சொந்தம். எங்கள் மூத்த மகன் என்கிற சொந்-தம்."

"என்னது..?" திகைத்து விட்டான் ஆதித்தன். இது என்ன புதுக்-கதை..?

"ஏங்க.. என்ன விளையாடுகிறீர்களா..? யாருக்கு யார் மகன்..?"

"கோபப்பட வேண்டாம் ஆதித்தன். பூங்காவின் மகன் என் மகன்-தான். நீங்கள் மட்டும் என்னை உங்கள் தகப்பனாக ஏற்றுக் கொண்டால் இந்த மேக்னா பவர்ஸ் லிமிடெட் போல பத்து மடங்கு பெரிய கம்பெனி ஆரம்பித்து அதற்கு உங்களை முதலாளி ஆக்குவேன். நீங்கள் தான் அந்தக் கம்பெனியின் எம்.டி.வந்து விடுங்கள் ஆதித்தன். உங்களுக்-கென்று ஒரு தம்பி, தங்கை, உங்களைப் பெற்றதாய் எல்லோரும் இருக்-கிறார்கள். காதலிக்கிறீர்களாமே. உங்கள் கல்யாணத்தை இந்த சென்-னையே திரும்பிப் பார்ப்பது போல் நான் நடத்திக் காட்டுகிறேன். எங்களுடன் வந்து விடுங்கள்."

ஆதித்தன், 'பொறுமனமே பொறு' என்று சொல்லிக் கொண்டான். 'இவர் வெறும் அம்புதான். எய்தது வேறு நபர்.' தனக்கு வெறும் ஜி.எம். பதவி போதுமென்றும், தனக்கு இப்போது இருக்கும் முகவரியே போது-மென்றும் எடுத்துக் கூறினான். புதுமுகவரி தேவையில்லையென்று தீர்-மானமாய் கூறி அவரை வெளியேற்றினான். ஆனால் அடுத்த நாள் அவனைப் பெற்ற தாயே அவனைத் தேடி வந்தாள்.

22

இரவெல்லாம் தூங்காமல் விடிவதற்கு சற்று முன்னர் கண்ணயர்ந்த-வனுக்கு 'கிர்ர்ர்'ரென்று கர்ண கடுரமாய் அலறிய அழைப்பு மணிமேல் எரிச்சல் வந்தது. தூக்கம் கலையாதவனாய் வந்து கதவைத் திறந்தவனின் தூக்கம், சோர்வு எல்லாம் வினாடியில் பறந்தோடியது. வாசலில் நின்று கொண்டிருந்தது 'பூங்கா' என்ற பூங்காவனம்.

ஆதித்தனை வைத்த கண் வாங்காது பார்த்துக் கொண்டு அசையா-மல் நின்றாள் அவள்.

"உள்ளே வான்னு கூப்பிடமாட்டாயா..?"

ஒருமையில் பேசினாள். பெற்றதாய் என்ற உரிமையில் பேசினாள். ஆதித்தன் வழிவிட்டான்.. உள்ளே வந்தாள். ஒருமுறை அபார்ட்-மென்ட்டை சுற்றிப் பார்வையை சுழற்றினாள். அங்கிருந்த சோபாவில் அமர்ந்தாள். ஆதித்தனைப் பார்த்தாள்.

"பேசமாட்டாயா..? என் கூடப் பேசமாட்டாயா..?"

"திடீர்ன்னு வந்திருக்கிறீங்க. திடீர் பாசம் காட்டறீங்க. என்ன பேச..?"

"எப்படி வந்தாலும் நான் உன் அம்மாதானேடா.."

ஒருமையில் விளித்தவள் 'டா'போட்டாள். மௌனம் சாதித்தான் அவன்.

"ஏன் கபூரிடம் அப்படிச் சொன்னாய்..? எங்கள் கூட வரமாட்-டேன்னு ஏன் சொன்னாய்..?"

"இது என்னங்க வம்பாப் போச்சு.. நான் யார்.. அவர் யார்.. அவர் ஏங்க எனக்கு சொத்து தரேன்னு சொல்லணும்."

"ஆதித்தா.. உன் அப்பா உன்னைக் கைவிடலைன்னா இந்தக் கேள்வியே வந்திருக்காது."

"என் அப்பா என்னை கைவிட்டுட்டால்..? சொல்லுங்க.. அதனால் நான் உங்க கணவர் கிட்ட கை ஏந்தணுமா..?"

பூங்காவனம் வேதனையுடன் கண்களை மூடிக் கொண்டாள்.

"ஆதித்தா.. என்ன சொல்லி என் நிலையை உனக்கு புரிய வைப்பேன்..? ஏழ்மையான நிலையில் பணம்தான் முக்கியம் என்று தோன்றியது. பணம் கைக்கு வந்தவுடன் மனம்தான் முக்கியம்ன்னு தோன்றிவிட்டது."

"ஆனால் பெத்த குழந்தை முக்கியம்ன்னு தோணலை. என்ன ஒரு பெத்த தாய்..?"

"ஆதித்தா.. என்னை வார்த்தைகளால் கொல்லாதே. உன்னை உன் அப்பாவிடம் விட்டுப் போனதான் காரணம் வேறு. கபூர் என்னுடன் உன்னையும் நிச்சயம் ஏற்றுக் கொண்டிருப்பார். ஆனால் உன் பேரை மறைத்து இன்னொருவரை உன் தகப்பன் என்று அடையாளம் காட்ட எனக்கு விருப்பமில்லை. உன் அப்பாவிற்கு நீயாவது மிஞ்சட்டுமே என்று நினைத்துத்தான்.."

"வெரிகுட்.. மானம், மரியாதையை கொன்றுவிட்டு என்னை மட்டும் மிச்சம் வைத்துப் போனீர்களா..? இப்படி விளக்கம் சொல்ல நாக் கூசவில்லை..?"

"ஆதித்தா. நான் தந்நிலை விளக்கம் தான் சொல்கிறேன். என் செயலை நியாயப் படுத்தவில்லை. நான் செய்தது தவறுதான். மாபெரும் தவறு. அதற்காக என்னை மன்னிக்க மாட்டாயா..? என்னுடன் வந்து விட மாட்டாயா..?"

"எப்படி, எப்படி... உங்களை நான் மன்னிப்பது. நீங்கள் உங்கள் குடும்பம், கணவர், குழந்தைகள்ன்னு வாழ்கிறீர்கள். என் தகப்பன் அவர் மனைவி குழந்தைகள்ன்னு வாழ்கிறார். இடையில் நான்..? தாய், தகப்பனிருந்தும் அநாதையாகிப் போனேனே.."

பூங்காவனம் குமுறிக் குமுறி அழுதாள். கடவுள் சந்நிதானம் போல் தன் மகனின் அருகாமையை எண்ணி கை கூப்பினாள். ஆதித்தன் பல்லைக் கடித்து தன் துயரத்தை அடக்கிக் கொண்டான். அவன் கற்பனையில் எண்ணித் தவித்த தாயின் மடி கண்முன்.. ஆனால்..?

"ஆதித்தா.. ஒரே ஓர் தடவை என்னை 'அம்மா' என்று அழைக்க மாட்டாயா..?"

"இல்லை மிஸஸ். கபூர். நீங்கள் என் அம்மா இல்லை. கபூரின் மனைவி."

"ஆதித்தா. உன்னைப் பெற்றவரும் இன்னொருத்தி யின் கணவர்-தானே. அவரை 'அப்பா'என்று அழைக்க மாட்டாயா..? எனக்கு மட்டும் ஏன் இந்த தண்டனை..?"

"இருக்கலாம். என் அப்பா என்னைக் கொடுமை பண்ணியிருக்க-லாம். என்னைப் புறக்கணித்திருக்கலாம். இன்னொருத்தியுடன் குடும்பம் நடத்துகிறவராக இருக்கலாம். என்மேல் பாசமில்லாதவராக இருக்கலாம். ஆனால்.. இவ்வளவு எதனால் ஏற்பட்டது..? யாரால் நடந்தது..? உங்-களால்.. உங்களால் நான் அநாதையானேன். துன்பப்பட்டேன். என் தாத்தா மட்டும் இல்லாவிட்டால் என் கதி என்ன..?"

"மன்னித்து விடடா மகனே. இந்தக் கேடு கெட்டவளை மன்னித்-துவிடு. நீ மனம் வைத்தால் அத்தனையையும் நான் சீர் செய்து விடு-கிறேன். எத்தனை கோடி பணம் வேண்டும்..? உன்னை தன் மூத்த மகனென்று கபூரை உலகம் அறியச் சொல்லச் சொல்கிறேன். இந்தி-யாவின் கோடீஸ்வர குடும்பங்களில் ஒன்றான நம் குடும்பத்தின் மூத்த மகனாக நீ இருக்கலாம். உனக்கு அடுத்துத்தான் சுனில், மோனிகா எல்-லாம்.."

"நான் மலையப்பனின் மகன் ஆதித்தன். தணிகாசலத்தின் பேரன். என் ஊர் பனையூர். என் வேரைவிட்டு மற்றொரு வேர் தேடிப் போக மாட்டேன். உங்கள் கணவர் ஒரு நாளும் என் அப்பா ஆகமாட்டார். நீங்கள் நடக்க முடியாததைப் பேசுகிறீர்கள். முதலில் நீங்கள் இங்கிருந்து கிளம்புங்கள்."

"ஆதித்தா.. கொஞ்சம் மனம் இரங்கு.. இந்தத் தாயின் முகம் பார்."

"வேண்டாம். நான் உங்கள் முகம் பார்த்தால் கறை படிந்த என் கடந்த காலம் என் நினைவில் வரும். இப்போதுதான் நான் நோயிலி-ருந்து மீண்டிருக்கிறேன். என்னை சோதிக்காமல் நீங்கள் கிளம்பி விடுங்-கள்."

"கண்ணே.. நான் பெற்ற மகனே.."

"இல்லை. நான் உங்கள் மகன் இல்லை. சுனில்தான் உங்கள் மகன். மோனிகா தான் உங்கள் மகள். நான் ஒன்று சொல்கிறேன் கேட்பீர்-களா..?"

"சொல்லடா.. சொல்.. நீ பேசிக் கேட்கத்தானே ஓடி வந்திருக்கி-றேன்."

"குடும்பம் ஒரு கோவில். அதை விளையாட்டு மைதானமாக்கி விளையாடி விட்டீர்கள். நான் சிதைந்து விடாமல் அந்தப் பெரியவர். என்னருமைத் தாத்தா என்னைக் காப்பாற்றி விட்டார். இனி மீண்டும் வந்து என்ன பயன்..? எந்தச் சொந்தமும் இனி மீண்டும் வராது. இதைப் புரிந்து கொண்டு என் வழியில் இருந்து விலகிப் போய் விடுங்கள். உங்-கள் வழி உங்களுக்கு.. என் வழி எனக்கு. புரிகிறதா..? இனி என்னைப் பார்க்க வரவேண்டாம்.."

அபார்ட்மெண்டின் ஜன்னல் வழியாக பூங்காவனம் நடை தளர்ந்து போய் காரில் ஏறுவதைக் கவனித்துக் கொண்டு நின்றான் ஆதித்தன். 'அம்மா' என்று மனம் அலறியது. அவள் பேசிய பேச்சுக்கள் காற்றோடு கலந்து அவன் காதில் நிறைந்தன. அவள் அமர்ந்திருந்த சோபாவில் தலை சாய்த்து அது 'அன்னையின் மடி'யென்று பொய்யாய் ஆறுதல் படுத்திக் கொள்ள முயன்றான். அடக்கமாட்டாமல்,

"அம்மா.. அம்மா..." என்று பொங்கிப் பொங்கி அழுதான். அவனைப் பெற்றவள் வந்தாள். அவன் விரட்டி விட்டான். 'அம்மா'வென்று கூப்பிடச் சொல்லிக் கொஞ்சினாள். மறுத்துவிட்டான். அவன் மனம் உடைந்தான்.

போன் மணி ஒலித்தது. எடுத்துப் பேசினான். மறுமுனையில் சந்தி-யாவின் குரல் ஒலித்தது.

"என்ன ஆச்சு..? மணி பதினொன்று மிஸ்டர் ஜி.எம். ஆபிஸ் வரும் உத்தேசமில்லையா..?"

"சந்தியா. எனக்கு உடம்பு சரியில்லை. இன்று நான் வரமாட்டேன். எம்.டியிடம் சொல்லி விடு. முக்கியமான மெயில்களை விமலாவிடம் கையெழுத்து வாங்கி அனுப்பிவிடு."

"என்ன உடம்புக்கு.. திரும்பவும் காய்ச்சலா.." என்று சந்தியா பதறி-னாள்.

"இல்லை. மனம் சரியில்லை. சந்தியா உன்னைப் பார்க்க வேண்-டுமே.."

"ம்ம்.." சந்தியா யோசித்தாள். அவனது அபார்ட்மெண்டுக்கு அவள் வரமாட்டாள்.

எனவே ஆதித்தனே,

"மாலையில் கடற்கரையில் சந்திக்கலாமா..?" என்று கேட்டான். சுமை விலகியவளாய்.

"ஓ.யெஸ்" என்று அவள் பதில் சொன்னாள்.

தாய்க்குப் பின் தாரம். அவனது மனக்காயத்திற்கு மருந்து சந்தியாவின் அருகாமைதான். அவளைப் பார்த்தால் போதும் துன்பமெல்லாம் பறந்துவிடும். அவள் கடைசிவரை அவனுடன் வருவாள். அவனை நேசிக்க சந்தியா இருக்கிறாள். அவன் ஏன் மனம் கலங்க வேண்டும். அவள் அவனுடையவள். அவனுக்கு மட்டுமே அவள் சொந்தம்.

போராடிய பகல்பொழுது ஒரு வழியாய் முடிய இனிய மாலைப்பொழுது வந்தது. ஆவலுடன் அவர்கள் வழக்கமாக சந்திக்கும் கடற்கரைக்குச் சென்றான். அங்கே போகும்போதே தூரத்தில் சந்தியா கடலோரம் நின்று கொண்டிருப்பதைக் கண்டான். ஆவலுடன் அவள் அருகே விரையப் போகும்போது ஒரு பெரிய அலையொன்று அவள் மேல் நீரைவாரி ஊற்றிவிட்டுச் செல்ல அவள் ஆதரவாய் அருகேயிருந்த வாலிபன் ஒருவனைக் கட்டியணைத்துக் கொண்டு கலகலவென சிரித்தாள்.

'தாய்க்குப் பின் தாரம்' என்றால் இதுதானா.? ஆதித்தன் அறை வாங்கியவன் போல் அதிர்ந்து நின்றான்.

23

சந்தியா தன் செல்போனை எடுத்து எண்ணை அழுத்தி காதில் வைக்க மறுமுனையில்,

"சொல்லு சந்தியா.." என்ற பிரதீப்பின் குரல் கேட்டது.

"அண்ணா.. இன்று சாயங்காலம் என் 'அவரை'ப் பார்க்க வருகிறாயா..?"

"ஆதித்தனையா.. எங்கே அவர் வீட்டுக்குப் போய் பார்க்கலாமா..?"

"ஊஹூம்.. அவர் தனியாக வாழ்கிறார் அண்ணா. கல்யாணத்திற்கு முன்னால் அங்கே போவது சரியில்லை. மற்றவர்கள் தவறாய் நினைப்பார்கள்."

"இந்தக் கொள்கையெல்லாம் ஹாஸ்பிடலில் துணைக்கு இருந்தபோது எங்கே போனது..?"

"அண்ணா! அப்போ அவர் நோயாளி. அது ஹாஸ்பிடல். தவிரவும் ராத்திரிக்கு பரமசிவம் வந்து என்னை வீட்டிற்கு அனுப்பி விடுவார்."

"சும்மா உன் வாயைக் கிளறினேன் சந்தியா.. என் தங்கையைப் பற்றி எனக்குத் தெரியாதா..? உன் ஆதித்தனை எங்கே பார்க்கலாம்..?"

"சாயந்திரம் மெரினா பீச்சிற்கு வரச் சொல்லி யிருக்கிறார்."

"நீங்க வழக்கமாக சந்திக்கிற இடமாக்கும்.. ஊம்.. சரி நான் வருகிறேன்."

மாலையில் அலுவலகம் முடிந்து கிளம்பிய போது சந்தியாவின் மனம் இறக்கை விரித்துப் பறந்தது. ஆதித்தன் மருத்துவமனையில் இருந்த முதல் நான்கு நாள்கள் பகல் வேளைகளில் அவள் அவனுடன் துணை இருந்தாள். அடுத்த நாள்களில் அலுவலகம் முடிந்து மாலை வேளைகளில் போய் பார்த்து வந்தாள். அவன் அலுவலகம் வர ஆரம்பித்த இந்த ஒரு வாரத்தில் ஒரு நாள் விட்டு ஒரு நாள் மெரினா பீச்சில் அவர்-

களுக்கென்று ஒரு இடம் தேர்ந்தெடுத்து அங்கே சந்தித்தார்கள். அந்த வழக்கமான இடத்திற்கு சென்று காத்திருந்த போது பிரதீப் வந்துவிட்-டான்.

"ம்ம்.. இதுதான் நீங்கள் தினசரி சந்திக்கும் இடமா..?"

"தினசரி இல்லை அண்ணா.. ஒரு நாள் விட்டு ஒரு நாள்.."

"அப்படியா..ம்.. நம்புகிறேன். சரி உன் ஆதித்தன் பார்க்க எப்படி இருப்பார்..?"

"சிங்கம் போல் இருப்பார்.." அவர் நினைவில் விழிகள் செருக சந்-தியா கூறினாள்.

"யாரோ, அவர் 'கடுவன் பூனை' என்று சொன்னதாக நினைவு," பிரதீப் சிரித்தான்.

"போ, அண்ணா! அவரும் இதையே தான் சொல்லி வம்புக்கு இழுக்கிறார்," என்று சந்தியா சிணுங்கினாள். பிரதீப் "சரி, சரி" யென்று சமாதானப்படுத்தினான்.

"அண்ணா, அவர் வரும்வரை கடலோரம் நின்று பேலாமா..?"

அவன் எழுந்து உடன் வர இருவரும் கடலோரம் அலை நீர் கால் நினைக்க, நின்று பேசிக் கொண்டிருந்தனர்.

"சந்தியா நன்றாக யோசித்துத்தான் முடிவெடுத்தாயா..?"

"அண்ணா! உண்மையைச் சொல்ல வேண்டு மென்றால் நான் ரொம்பவும் பயந்து போயிருந்தேன். திரும்பத் திரும்ப அவர் நினைவு. அவர் நெருப்பாய் சுட்டாலும் அவர் பின்னாலேயே மனம் போனது. என்னால் என் மனதை கட்டுப்படுத்தவே முடியவில்லை. ஆபிஸில் எல்-லோரும் அவர் மேல் வெறுப்பாய் பேசுவார்கள். எனக்கோ அவர் மேல் குறை சொல்லவே தோன்றாது."

"அதுதான் எனக்கும் ஆச்சர்யமாயிருக்கிறது. எப்படி சந்தியா. இந்த வேலை உனக்குக் கிடைப்பதற்கு அவர்தான் தடையாயிருப்பார்ன்னு சொன்னாயே..?"

"உண்மையும் அதுதான் அண்ணா.. இந்த வேலையை எனக்குக் கொடுக்கக் கூடாதுன்னு பிடிவாதம் பிடிச்சிருக்கார். விமலா மேடம்தான் எனக்காகப் போராடி இந்த வேலையை எனக்குக் கொடுக்க வைத்தி-ருக்கிறார்கள். நான் வேலையில் சேர்ந்த பின்னாலும் என்னை இன்சல்ட் பண்ணிக் கொண்டே இருப்பார்."

"அப்படியிருந்துமா நீ அவரை விரும்பினாய்..?"

"ஆமாம் அண்ணா! நான்தான் சொல்கிறேனே.. அவர் கடுமையானவர்தான் ஆனால் கண்ணியமானவர். பெண்களைக் கண்டால் அவருக்குப் பிடிக்காதுதான். ஆனால் பெண்களின் மனம் புண்படும்படித்தான் பேசுவார். தரக்குறைவாக, அவமானப்படும்படி பேசமாட்டார்.. ஏனோ.. எனக்கு அவர்தான்னு தோன்றிவிட்டது. அதுவும் அன்றைக்கு ஹாஸ்பிடலில் யாருமில்லாத அநாதைபோல் படுத்துக்கிடந்தாரே அப்போது.. உனக்கு எல்லாமுமாய் நான் இருக்கிறேன்னு சொல்லத் தோன்றிவிட்டது."

"சொல்லியும் விட்டாய்.. விடு. என் தங்கை சந்தியா வின் தேர்வு நிச்சயம் சரியானதாகத் தானிருக்கும். மாப்பிள்ளையைப் பார்க்க ஆவலாய் இருக்கிறது. எப்போது வருவார்."

"வரும்நேரம்தான்.. வந்துவிடுவார் அண்ணா.." என்று சந்தியா சொல்லிக் கொண்டிருந்த போது உயரமான அலை வந்து அவள்மேல் விழுந்து அவளை நனைக்க தடுமாறி விழுந்து விடாமலிருக்க பிரதீப்பின் தோளைப் பற்றிக் கொண்டவள். கலகலவென நகைத்தாள்.

பாலும், கள்ளும் நிறத்தில் ஒன்றுதான். ஆனால் தன்மை வேறு வேறு அல்லவா..? ஆதித்தனுக்கு அந்தப் பாகுபாடு புரியாமல் போனதுதான் விதியின் விளையாட்டு, ஆணும், பெண்ணும் தொடுவது தவறுதான். அதுவே அண்ணன், தங்கையாக இருந்தால் அந்தத் தொடுகை எப்படித் தவறானதாக இருக்க முடியும்..? பெண் வளர்க்காத பிள்ளை ஆதித்தன். உடன் பிறந்த பெண்களும் இல்லை. உறவான 'தாய்' என்ற பெண்ணும் விலகிப்போனவள். அவனுக்கு என்ன தெரியும் அண்ணன் தங்கை உறவைப் பற்றி. உடன் பிறந்தால்தான் சகோதரப்பாசம் வருமா..? உடன் வளர்ந்தாலும் வருமல்லவா..? எட்டு வயது சந்தியாவின் கரம் பிடித்து பத்து வயது பிரதீப் என்ன உணர்ந்தானோ.. அதே உணர்வு தானே இன்று வரை அவர்களில் நிறைந்திருக்கிறது.

'அண்ணன்' என்பது புனிதமான உறவு. 'அண்ணா' என்று அழைத்தவாறு அவனைத் தொட்டுப் பழகும் சந்தியாவின் நெஞ்சில் என்ன கல்மிஷம் இருந்திருக்க முடியும். அது ஆதித்தனும், சந்தியாவும் சந்தித்துக் கொள்ளும் வழக்கமான இடம். அன்று அந்த இடத்திற்கு வரச் சொன்னவன் அவன்தான். அவன் வரும் நேரத்தில் அவனுக்கு பழக்கமான அவன் அறிந்த இடத்தில் அடுத்தவனுடன் சரசமாடுபவளா தன் அன்புக் காதலி..? என்று ஓர் நிமிடம் நினைத்துப் பார்த்திருக்க வேண்-

டாமா அந்த ஆறடி உயர ஆண்பிள்ளை..? அவன் நினைத்துப் பார்க்கவில்லை. மனரணம் ஆற மருந்தென்று தேடிவந்த வளால் இன்னும் ரணமானவன் உடனே வந்த வழி திரும்பிச் சென்றான்.

அலை நனைத்த புடவையை சரி செய்தவாறு நிமிர்ந்த சந்தியா தூரத்தில் செல்லும் ஆதித்தனைக் கண்டுவிட்டாள்.

"அண்ணா.. அதோ ஆதித்தன்.." என்றவள்,

"ஆதித்தன்.." என்று கூவி அழைத்தாள்.

அவளது அழைப்பிற்கு திரும்பிப் பார்த்த ஆதித்தனின் கண்களில் நெருப்புப் பொறி பறந்தது. பிரதீப்பின் நெஞ்சில் 'ஏனெ'ன்ற கேள்வி எழுந்தது. சந்தியா அழைக்க, அழைக்க ஆதித்தன் நிற்காமல் விரைந்து காரில் ஏறிச் சென்றுவிட்டான்.

ஒன்றும் புரியாமல் விழித்த சந்தியாவை சமாதானப் படுத்தினான் பிரதீப்.

"சரிசரி.. விடு சந்தியா.. அவருக்கென்ன அவசர வேலையோ.. நாளைக்கு நேரில் போய் விசாரி. நான்தான் அவர் யாரென்று பார்த்துவிட்டேனே. இன்னொரு நாள் வீட்டுக்கு விருந்துக்கு அழைத்துப் பார்த்துக் கொண்டால் போயிற்று."

சந்தியா புத்திசாலி. ஆதித்தனின் செயலில் ஏதோ அர்த்தமிருப்பதை உணர்ந்து கொண்டாள். மறுநாள் காலையில் அலுவலகம் சென்றபின் அவனைச் சந்தித்த போது காரணம் கேட்டாள். அவனோ அவள் நெஞ்சில் அமிலத்தை ஊற்றினான். ஒரே திசையில் பயணம் செய்த காதல் பறவைகள் கிழக்கு, மேற்காய் பிரிந்து பறந்தன. வாழ்நாளெல்லாம் யாரின் கரம் பிடித்து நடக்கத் துடித்தாளோ, அவனின் பார்வை படும் இடத்தில் கூட நிற்க அவள் அருவெறுப்படைந்தாள்.

ஒரு பாட்டு ஒன்று உண்டு,

'நந்தவனத்தில் ஓர் ஆண்டி - அவன்
நாளாறு மாதமாய் குயவனை வேண்டி
கொண்டு வந்தானொரு தோண்டி - அதைக்
கூத்தாடிக் கூத்தாடிப் போட்டுடைத்தாண்டி'

ஆதித்தனின் நிலையும் அதுதான். காணக் கிடைக்காத கற்பக விருட்சம் சந்தியா. பாலை வனத்தில் நடந்து கால்கள் புண்ணான அவனுக்கு வாழ்க்கை முழுவதும் நிழல் தரும் கற்பகச் சோலையாக இருந்திருப்பாள். ஆனால் சந்தேகப் பேய் ஆதித்தனின் மனதில் புகுந்து

கொண்டது. அவன் சந்தியாவை கை நழுவ விட்டான். தன் நாவால் தானே கெட்டான்.

24

சந்தியா தன் செல்போனை எடுத்து எண்ளை அழுத்தி காதில் வைக்க மறுமுனையில்,

"சொல்லு சந்தியா.." என்ற பிரதீப்பின் குரல் கேட்டது.

"அண்ணா.. இன்று சாயங்காலம் என் 'அவரை'ப் பார்க்க வருகிறாயா..?"

"ஆதித்தனையா.. எங்கே அவர் வீட்டுக்குப் போய் பார்க்கலாமா..?"

"ஊஹும்.. அவர் தனியாக வாழ்கிறார் அண்ணா. கல்யாணத்திற்கு முன்னால் அங்கே போவது சரியில்லை. மற்றவர்கள் தவறாய் நினைப்பார்கள்."

"இந்தக் கொள்கையெல்லாம் ஹாஸ்பிடலில் துணைக்கு இருந்தபோது எங்கே போனது..?"

"அண்ணா! அப்போ அவர் நோயாளி. அது ஹாஸ்பிடல். தவிரவும் ராத்திரிக்கு பரமசிவம் வந்து என்னை வீட்டிற்கு அனுப்பி விடுவார்."

"சும்மா உன் வாயைக் கிளறினேன் சந்தியா.. என் தங்கையைப் பற்றி எனக்குத் தெரியாதா..? உன் ஆதித்தனை எங்கே பார்க்கலாம்..?"

"சாயந்திரம் மெரினா பீச்சிற்கு வரச் சொல்லி யிருக்கிறார்."

"நீங்க வழக்கமாக சந்திக்கிற இடமாக்கும்.. ஊம்.. சரி நான் வருகிறேன்."

மாலையில் அலுவலகம் முடிந்து கிளம்பிய போது சந்தியாவின் மனம் இறக்கை விரித்துப் பறந்தது. ஆதித்தன் மருத்துவமனையில் இருந்த முதல் நான்கு நாள்கள் பகல் வேளைகளில் அவள் அவனுடன் துணை இருந்தாள். அடுத்த நாள்களில் அலுவலகம் முடிந்து மாலை வேளைகளில் போய் பார்த்து வந்தாள். அவன் அலுவலகம் வர ஆரம்பித்த இந்த ஒரு வாரத்தில் ஒரு நாள் விட்டு ஒரு நாள் மெரினா பீச்சில் அவர்-

களுக்கென்று ஒரு இடம் தேர்ந்தெடுத்து அங்கே சந்தித்தார்கள். அந்த வழக்கமான இடத்திற்கு சென்று காத்திருந்த போது பிரதீப் வந்துவிட்-டான்.

"ம்ம்.. இதுதான் நீங்கள் தினசரி சந்திக்கும் இடமா..?"

"தினசரி இல்லை அண்ணா.. ஒரு நாள் விட்டு ஒரு நாள்.."

"அப்படியா..ம்.. நம்புகிறேன். சரி உன் ஆதித்தன் பார்க்க எப்படி இருப்பார்..?"

"சிங்கம் போல் இருப்பார்.." அவர் நினைவில் விழிகள் செருக சந்-தியா கூறினாள்.

"யாரோ, அவர் 'கடுவன் பூனை' என்று சொன்னதாக நினைவு," பிரதீப் சிரித்தான்.

"போ, அண்ணா! அவரும் இதையே தான் சொல்லி வம்புக்கு இழுக்கிறார்," என்று சந்தியா சிணுங்கினாள். பிரதீப் "சரி, சரி" யென்று சமாதானப்படுத்தினான்.

"அண்ணா, அவர் வரும்வரை கடலோரம் நின்று பேலாமா..?"

அவன் எழுந்து உடன் வர இருவரும் கடலோரம் அலை நீர் கால் நினைக்க, நின்று பேசிக் கொண்டிருந்தனர்.

"சந்தியா நன்றாக யோசித்துத்தான் முடிவெடுத்தாயா..?"

"அண்ணா! உண்மையைச் சொல்ல வேண்டு மென்றால் நான் ரொம்பவும் பயந்து போயிருந்தேன். திரும்பத் திரும்ப அவர் நினைவு. அவர் நெருப்பாய் சுட்டாலும் அவர் பின்னாலேயே மனம் போனது. என்னால் என் மனதை கட்டுப்படுத்தவே முடியவில்லை. ஆபிஸில் எல்-லோரும் அவர் மேல் வெறுப்பாய் பேசுவார்கள். எனக்கோ அவர் மேல் குறை சொல்லவே தோன்றாது."

"அதுதான் எனக்கும் ஆச்சர்யமாயிருக்கிறது. எப்படி சந்தியா. இந்த வேலை உனக்குக் கிடைப்பதற்கு அவர்தான் தடையாயிருப்பார்ன்னு சொன்னாயே..?"

"உண்மையும் அதுதான் அண்ணா.. இந்த வேலையை எனக்குக் கொடுக்கக் கூடாதுன்னு பிடிவாதம் பிடிச்சிருக்கார். விமலா மேடம்தான் எனக்காகப் போராடி இந்த வேலையை எனக்குக் கொடுக்க வைத்தி-ருக்கிறார்கள். நான் வேலையில் சேர்ந்த பின்னாலும் என்னை இன்சல்ட் பண்ணிக் கொண்டே இருப்பார்."

"அப்படியிருந்துமா நீ அவரை விரும்பினாய்..?"

"ஆமாம் அண்ணா! நான்தான் சொல்கிறேனே.. அவர் கடுமையானவர்தான் ஆனால் கண்ணியமானவர். பெண்களைக் கண்டால் அவருக்குப் பிடிக்காதுதான். ஆனால் பெண்களின் மனம் புண்படும்படித்தான் பேசுவார். தரக்குறைவாக, அவமானப்படும்படி பேசமாட்டார்.. ஏனோ.. எனக்கு அவர்தான்னு தோன்றிவிட்டது. அதுவும் அன்றைக்கு ஹாஸ்பிடலில் யாருமில்லாத அநாதைபோல் படுத்துக்கிடந்தாரே அப்போது.. உனக்கு எல்லாமுமாய் நான் இருக்கிறேன்னு சொல்லத் தோன்றிவிட்டது."

"சொல்லியும் விட்டாய்.. விடு. என் தங்கை சந்தியா வின் தேர்வு நிச்சயம் சரியானதாகத் தானிருக்கும். மாப்பிள்ளையைப் பார்க்க ஆவலாய் இருக்கிறது. எப்போது வருவார்."

"வரும்நேரம்தான்.. வந்துவிடுவார் அண்ணா.." என்று சந்தியா சொல்லிக் கொண்டிருந்த போது உயரமான அலை வந்து அவள்மேல் விழுந்து அவளை நனைக்க தடுமாறி விழுந்து விடாமலிருக்க பிரதீப்பின் தோளைப் பற்றிக் கொண்டவள். கலகலவென நகைத்தாள்.

பாலும், கள்ளும் நிறத்தில் ஒன்றுதான். ஆனால் தன்மை வேறு வேறு அல்லவா..? ஆதித்தனுக்கு அந்தப் பாகுபாடு புரியாமல் போனதுதான் விதியின் விளையாட்டு, ஆணும், பெண்ணும் தொடுவது தவறுதான். அதுவே அண்ணன், தங்கையாக இருந்தால் அந்தத் தொடுகை எப்படித் தவறானதாக இருக்க முடியும்..? பெண் வளர்க்காத பிள்ளை ஆதித்தன். உடன் பிறந்த பெண்களும் இல்லை. உறவான 'தாய்' என்ற பெண்ணும் விலகிப்போனவள். அவனுக்கு என்ன தெரியும் அண்ணன் தங்கை உறவைப் பற்றி. உடன் பிறந்தால்தான் சகோதரப்பாசம் வருமா..? உடன் வளர்ந்தாலும் வருமல்லவா..? எட்டு வயது சந்தியாவின் கரம் பிடித்து பத்து வயது பிரதீப் என்ன உணர்ந்தானோ.. அதே உணர்வு தானே இன்று வரை அவர்களில் நிறைந்திருக்கிறது.

'அண்ணன்' என்பது புனிதமான உறவு. 'அண்ணா' என்று அழைத்தவாறு அவனைத் தொட்டுப் பழகும் சந்தியாவின் நெஞ்சில் என்ன கல்மிஷம் இருந்திருக்க முடியும். அது ஆதித்தனும், சந்தியாவும் சந்தித்துக் கொள்ளும் வழக்கமான இடம். அன்று அந்த இடத்திற்கு வரச் சொன்னவன் அவன்தான். அவன் வரும் நேரத்தில் அவனுக்கு பழக்கமான அவன் அறிந்த இடத்தில் அடுத்தவனுடன் சரசமாடுபவளா தன் அன்புக் காதலி..? என்று ஓர் நிமிடம் நினைத்துப் பார்த்திருக்க வேண்-

டாமா அந்த ஆறடி உயர ஆண்பிள்ளை..? அவன் நினைத்துப் பார்க்-கவில்லை. மனரணம் ஆற மருந்தென்று தேடிவந்த வளால் இன்னும் ரணமானவன் உடனே வந்த வழி திரும்பிச் சென்றான்.

அலை நனைத்த புடவையை சரி செய்தவாறு நிமிர்ந்த சந்தியா தூரத்தில் செல்லும் ஆதித்தனைக் கண்டுவிட்டாள்.

"அண்ணா.. அதோ ஆதித்தன்.." என்றவள்,

"ஆதித்தன்.." என்று கூவி அழைத்தாள்.

அவளது அழைப்பிற்கு திரும்பிப் பார்த்த ஆதித்தனின் கண்களில் நெருப்புப் பொறி பறந்தது. பிரதீப்பின் நெஞ்சில் 'ஏனெ'ன்ற கேள்வி எழுந்தது. சந்தியா அழைக்க, அழைக்க ஆதித்தன் நிற்காமல் விரைந்து காரில் ஏறிச் சென்றுவிட்டான்.

ஒன்றும் புரியாமல் விழித்த சந்தியாவை சமாதானப் படுத்தினான் பிரதீப்.

"சரிசரி.. விடு சந்தியா.. அவருக்கென்ன அவசர வேலையோ.. நாளைக்கு நேரில் போய் விசாரி. நான்தான் அவர் யாரென்று பார்த்து-விட்டேனே. இன்னொரு நாள் வீட்டுக்கு விருந்துக்கு அழைத்துப் பார்த்-துக் கொண்டால் போயிற்று."

சந்தியா புத்திசாலி. ஆதித்தனின் செயலில் ஏதோ அர்த்தமிருப்பதை உணர்ந்து கொண்டாள். மறுநாள் காலையில் அலுவலகம் சென்றபின் அவனைச் சந்தித்த போது காரணம் கேட்டாள். அவனோ அவள் நெஞ்-சில் அமிலத்தை ஊற்றினான். ஒரே திசையில் பயணம் செய்த காதல் பறவைகள் கிழக்கு, மேற்காய் பிரிந்து பறந்தன. வாழ்நாளெல்லாம் யாரின் கரம் பிடித்து நடக்கத் துடித்தாளோ, அவனின் பார்வை படும் இடத்தில் கூட நிற்க அவள் அருவெறுப்படைந்தாள்.

ஒரு பாட்டு ஒன்று உண்டு,

'நந்தவனத்தில் ஓர் ஆண்டி - அவன்
நாளாறு மாதமாய் குயவனை வேண்டி
கொண்டு வந்தானொரு தோண்டி - அதைக்
கூத்தாடிக் கூத்தாடிப் போட்டுடைத்தாண்டி'

ஆதித்தனின் நிலையும் அதுதான். காணக் கிடைக்காத கற்பக விருட்சம் சந்தியா. பாலை வனத்தில் நடந்து கால்கள் புண்ணான அவனுக்கு வாழ்க்கை முழுவதும் நிழல் தரும் கற்பகச் சோலையாக இருந்திருப்பாள். ஆனால் சந்தேகப் பேய் ஆதித்தனின் மனதில் புகுந்து

கொண்டது. அவன் சந்தியாவை கை நழுவ விட்டான். தன் நாவால் தானே கெட்டான்.

25

அன்று பிரதீப் அவனடைய அப்பா கோபாலனின் பிறந்தநாள் என்பதால் மதிய சாப்பாடு விசேசமானதாக சமைக்கப்பட்டிருந்ததால் மதிய உணவிற்கு வீட்டிற்கு வந்திருந்தான். சந்தானலட்சுமி பரிமாறியபடி,

"ஏண்டா வரும்போது மதியம் சாப்பிட சந்தியாவை கூட்டி வந்திருக்கலாமில்லை." என்று வினவினாள்.

"அவள்தான் சின்சியர் சிகாமணியாயிற்றே. சாயந்திரம் வருவாள். அப்போது பிடித்து உன் டிபனை அவள் வாயில் திணித்து விடு." என்றார் கோபாலன்.

"எடுத்தது கண்டேன். இற்றது கேட்டேன்'னு ராமர் வில்லை ஒடித்ததை சொல்வார்கள். அதுபோல் தட்டில் போடுவதை நிமிசத்தில் காலிபண்ணுவதில் குறைச்ச லில்லை. ஆனால் வாய் மட்டும் கிழியுது." என்று கரண்டியை சப்தமெழுப்பினாள் சந்தானம்.

அப்போது போன் மணியொலிக்க பிரதீப் எழுந்து போனை எடுத்தான்.

"என்ன! எப்போது..? மலர் ஹாஸ்பிடல் கொண்டு போங்கள். நாங்கள் நேரே அங்கே வந்துவிடுகிறோம்." என்று பதற்றமாய் பேசியவன் "என்னடா" என்று பதறிய தாய் தந்தையரிடம்.

"அன்னம் சித்திக்கு திரும்பவும் ஹார்ட் அட்டாக் வந்திருச்சாம். கனகம் போன் பண்ணினாங்க.." என்று கையை கழுவியவாறு விவரம் சொன்னான்.

"என்னது..?" என்று போட்டது போட்டபடி எழுந்த சந்தானலட்சுமி வாசலுக்குப் பாய கை கழுவிக்கொண்டு கோபாலனும், பிரதீப்பும் பின்னால் ஓடினார்கள்.

ஐ.சி.யு.வில் அன்னம் அனுமதிக்கப்பட்டிருந்தாள். வாசலில் கவலையுடன் கோபாலன், சந்தானலட்சுமி, பிரதீப், கனகம், ஆடியபாதம் ஆகியோர் காத்திருந்தனர்.

"பிரதீப்! சந்தியாவுக்கு போன் பண்ணி விவரம் சொன்னாயா..?" என்று சந்தானம் கேட்டாள்.

"அப்போதிருந்து டிரைபண்றேம்மா. செல்போனை ஆஃப் பண்ணி வச்சிருக்கா," என்று கவலையுடன் கூறினான்.

"என்னடா இது இப்போ போய் இப்படிப் பண்ணி யிருக்கா," என்று கோபாலன் சலித்துக் கொண்டிருக்கும் போது டாக்டர் வெளிப்பட்டார். எல்லோரும் கவலையுடன் அவரைச் சூழ்ந்துகொள்ள,

"அவங்களோட கடைசி நிமிடங்களில் பேஷண்ட் இருக்காங்க. பேச வேண்டியவங்க பேசிக்கங்க.." என்று கூறிவிட்டு துயரமான அந்தச் சூழ்நிலையைச் சகித்துக் கொள்ள முடியாமல் டாக்டர் அந்த இடத்தை விட்டு அகன்றார். சந்தானலட்சுமியின் உடல் அழுகையில் குலுங்க கோபாலன் மனைவியைத் தாங்கிக் கொண்டார்.

அன்னம் சோர்ந்த விழிகளைத் திறந்து சந்தான லட்சுமியைப் பார்த்து பார்வையிலேயே அவளை அருகே அழைத்தாள்.

"சந்தானம், பிரதீப்பை அனுப்பி சந்தியாவையும் ஆதித்தனையும் கூட்டி வரச் சொல்லு. அண்ணனை அனுப்பி சந்தியாவோட நகைகளை எடுத்து வரச்சொல்லு."

சந்தானலட்சுமி திரும்பி கணவரையும், மகனையும் பார்க்க இருவரும் வெளியேறி எதிர் எதிர் திசைகளில் விரைந்தனர்.

"சந்தானம்.. எனக்கொரு உதவி பண்ணுவியா..?" அன்னம் திணறினாள்.

"என்னடி.. சொல்லு.." சந்தானலட்சுமி பதறினாள்.

"இல்லைடி.. வேணாம்.." அன்னம் விழிகளை மூடிக் கொள்ள இமைகளைத் தாண்டி கண்ணீர் வழிந்தது. அதற்குள் கோபாலன் திரும்பி வந்துவிட சந்தானலட்சுமி கணவரிடம் இருந்து நகைப் பெட்டியை வாங்கிக் கொண்டு அவரை தனியே அழைத்துப் போனாள்.

"அந்த தயானந்தனின் வீடு தெரியுமில்லையா..?" மனைவியின் எண்ணத்தை புரிந்து கொண்ட கோபாலன் கேட்டார்.

"அன்னத்திற்கு ஏற்கனவே முடியலை. அந்த அயோக்கியனைப் பார்த்தால் தாங்குவாளா..?"

"அவனைப் பார்க்காவிட்டால்தான் துடித்துப் போவாள்."

"என்ன சந்தானம் சொல்றே.."

"சாகக்கிடக்கிறா. அவனை எந்த அளவுக்கு அவ நேசிச்சாள்ன்னு எனக்குத்தான் தெரியும். சாகும்போது அவன் முகத்தைப் பார்த்துட்டுச் சாகட்டும். போங்க. போய் கூட்டிவாங்க."

மனைவியின் முகத்தை ஒரு தரம் பார்த்த கோபாலன் மீண்டும் வெளியே விரைந்தார். சந்தானலட்சுமி அன்னத்தின் அருகே வந்தாள்.

"சந்தானம், ஆடியபாத அண்ணனையும் கனகத்தையும் கூப்பிடு."

அவர்கள் வந்தனர். அன்னம் சோர்வாய் அவர்களைப் பார்த்தவாறு,

"அண்ணா! நீங்களும், கனகமும் எனக்கு ரொம்ப உதவியா இருந்தீங்க. உங்க துணையால்தான் நான் சின்ன இட்டிலிக் கடையை 'அம்மா உணவகமா' மாத்தினேன். அது இனிமேல் உங்க ரெண்டு பேருக்கும்தான் சொந்தம்."

"அக்கா.." என்று கனகம் அழுக ஆடியபாதம் ஆடியே போய்விட்டார்.

"அம்மா. அது உன் உழைப்பில் வளர்ந்தது. அதைப் போய் அப்படியே தூக்கி எங்கள் கையில் கொடுக்கறியே.."

"அதான் அருமை தெரிஞ்சவங்க கிட்டத்தான் கொடுக்கிறேன்." அன்னம் விழிகளை மூடிக் கொண்டாள்.

அங்கே பிரதீப் சந்தியாவைத் தேடி அவளது அலுவலகத்திற்கு ஓடினான். வரவேற்பு பகுதியில் விசாரிக்க சந்தியா காலையில் வேலைக்கு வந்தவள் உடம்பு சரியில்லை என்று விடுப்பு எடுத்துக் கொண்டு போய்விட்டாள் என்று கூறினார்கள்.

"லீவா. வீட்டுக்கு வரவில்லையே." என்று குழம்பிய பிரதீப்.

"ஜி.எம். ஆதித்தன் இருக்கிறாரா..?" என்று கேட்டான்.

"ஒரு நிமிடம்," என்று கூறிவிட்டு ஆதித்தனிடம் தொலைபேசியில் தொடர்பு கொண்டு,

"சார். உங்களைப் பார்க்க பிரதீப்புன்னு ஒருவர் வந்திருக்கார்," என்று கூறினாள் சுசிலா. "ஓ.கே வரச்சொல்லுங்கள்," என்று பதில் வரவும் பிரதீப் பக்கம் திரும்பி,

"ஜி.எம் வரச் சொல்றார். உள்ளே போங்க," என்று அனுப்பி வைத்தாள் சுசிலா.

அறைக்கதவு லேசாக தட்டப்பட்ட, "யெஸ் கமின்," என்று கூறிய ஆதித்தன் உள்ளே நுழைந்தவனைக் கண்டதும் தூக்கி வாரிப்போட நிமிர்ந்து உட்கர்ந்தான்.

"சார். ஐ.ஆம் பிரதீப். சோனா கம்ப்யூட்டரில் என்ஜினியரா இருக்-கேன்."

"ஓ. பைன். உட்காருங்கள். என்னை ஏன் பார்க்க வந்தீர்கள்..?"

"நான் முதலில் சந்தியாவைப் பார்க்க வந்தேன். அவள் லீவாம். ஆனால் வீட்டுக்கு வரவில்லை. அதனால் உங்களைக் கேட்கலாம்னு வந்தேன்."

"அவங்க லீவுன்னா. ஏன் லீவுன்னு அவங்ககிட்டத் தான் கேட்க-ணும். என்கிட்ட கேட்டால் எனக்கு என்ன தெரியும்..? அத்துடன்.. உங்-களுக்கே அவங்க எங்கேன்னு தெரியவில்லை யென்கிற போது எனக்கு எப்படித் தெரியும்?"

"எனக்குத் தெரியவில்லை சார். அதோடு. இப்ப சந்தியாவும், நீங்க-ளும் உடனடியா என்னுடன் வரணும் சார். நிலைமை ரொம்ப சீரியஸ்."

"அது.. சரி.. என்னை எப்படித் தெரியும் உங்களுக்கு..?"

"இது என்ன சார் கேள்வி..? நேற்று சாயந்திரம் தான் உங்களைப் பீச்சில் பார்த்தேனே. உங்களை அறிமுகம் செய்து வைக்கத்தான் சந்தியா என்னையும் வரச் சொன்னாள். நீங்க வந்தவர் அவள் கூப்பிடப் கூப்பிட அவசரமாய் போய்விட்டீர்கள். ஆனால் என்னை நீங்கள் பார்த்திருக்க வேண்டுமே.."

அவன் இயல்பாய் பேச ஆதித்தன் திகைத்தான். யோசனையோடு,

"சந்தியாவிற்கு நீங்கள் உறவா..?" என்று கேட்டான் பதைக்கும் இதயத்தோடு.

"ஆமாம்.. நான் அவள் அண்ணன்."

"என்னது.. அண்ணா? சந்தியா அவள் அம்மாவுக்கு ஒரே பெண் தானே..?"

"என்ன சார் இது..? உடன் பிறந்தால் தான் தங்கையா..? என் அம்-மாவும், சந்தியா அம்மாவும் பிரண்ட்ஸ். அவள் பிறந்த போதே இது-தான் உன் தங்கைன்னு சொல்லித் தான் என் கையில் கொடுத்தார்கள். அப்போதிருந்து இப்போது வரை நாங்கள் வேறு வேறு தாய் வயிற்றில் பிறந்தவர்கள்ன்னு நாங்க நினைத்தில்லை."

ஆதித்தன் நெற்றியில் அறைந்து கொண்டான்.

"ஐயோ.. மோசம் போய்விட்டேனே. என் வாழ்வை நானே நாசம் செய்து கொண்டேனே."

பிரதீப்பின் முகம் சுருங்க ஆதித்தனைப் பார்த்தான். அவனுக்கு எதுவோ புரிந்தது. அதனால் அவன் இதயம் பிளந்தது.

26

"சந்தியாவிடம் என்ன கேட்டீர்கள்..?" பிரதீப்பின் குரலில் புயலின் சீற்றமிருந்தது.

"சொல்லுங்கள். ஏன் மௌனம் சாதிக்கிறீர்கள். உங்களிடம் எல்லோரும் குறை கண்டபோது அவள் மட்டும் நிறைகண்டாளே.. அவளிடம் என்ன கேட்டீர்கள்..?"

"பதில் பேசாமலிருந்தால் எப்படி மிஸ்டர் ஆதித்தன்.. 'அண்ணா? என்னவென்று தெரியவில்லை. என் மனம் அவரை ரொம்ப விரும்புகின்றது. இறைவன் எனக்குக் கொடுத்த துணை இவர்தான்னு தோன்றுகிறது..' இப்படி யெல்லாம் சொன்னாளே என் அன்புத் தங்கை அவளிடம் என்ன கேட்டீர்களென்று எனக்குத் தெரிய வேண்டும்."

பிரதீப் கேட்க கேட்க மௌனம் சாதித்த ஆதித்தன் அதற்கு மேல் தாள முடியாமல் அவன் கரம் பற்றிக் கொண்டான். கண்கலங்க,

"பிரதீப்! எனக்கு என்ன தண்டனை வேண்டுமானாலும் கொடுங்கள். என்னை எதுவும் பாதிக்காது. நான் செத்துவிட்டேன். உயிரோடு பிணமாகி விட்டேன். என் சந்தியா 'உன்னைப் பார்க்கவே அருவெறுப்பாக இருக்கிறது' என்று என்மேல் வெறுப்புக் கொண்டு விலகிப் போனபின் எனக்கு என்ன இருக்கிறது." என்று கசப்புடன் கூறினான்.

பிரதீப் அவனிடமிருந்து தன் கரங்களை விடுவித்துக் கொண்டு யோசனையாய் தாடையைத் தடவியபடி ஒரு நிமிடம் அமர்ந்துவிட்டான். உடனே எழுந்து கொண்டவன் ஆதித்தனைப் பார்த்து, "ஆதித்தன். எது எப்படியிருந்தாலும். இப்போது நாம் உடனடியாக கவனிக்க வேண்டிய விசயமே வேறு. அன்னம் சித்தி மரணப் பாதையில் இருக்கிறார்கள். கடைசியாக சந்தியாவையும், உங்களையும் சேர்த்துப் பார்க்க ஆசைப்படுகிறார்கள். அதனால்தான் நான் உங்களிருவரையும் கூட்டிப்போக ஓடி-

வந்தேன். இங்கே கதை இப்படி இருக்கிறது.. சரி வாங்க போகலாம்.." என்று எரிச்சலுடன் கூறினான்.

"சந்தியா எங்கே போனாளென்று தெரியவில்லையே."

"எனக்குத் தெரியும். போகும்போது கூப்பிட்டுக் கொள்ளலாம் வாங்க."

ஆதித்தனின் காரில் ஏறியதும் பிரதீப் போகச் சொன்ன இடம் பெருமாள் கோவில். கோவிலின் உள்ளே போய் தேடினார்கள். உள் பிரகாரத்தில் ஒரு தூணில் சாய்ந்து அமர்ந்து முழங்கால்களில் முகத்தைப் புதைத்திருந்தவள்,

"சந்தியா," என்று பிரதீப் அழைக்கவும் நிமிர்ந்தாள்.

அன்னத்தின் விழிகள் செருக ஆரம்பித்தன. சந்தான லட்சுமி பதட்டத்துடன் வாசலையே பார்க்க பிரதீப், சந்தியாவுடனும், ஆதித்தனுடனும் ஓடி வருவது தெரிந்தது. சந்தியா முன்னால் ஓடி வந்தாள். அவள் கண்முன் எவர் முகமும் தெரியவில்லை.

"அம்மா" என்று அடிவயிற்றிலிருந்து அலறியவாறு அன்னையில் கரத்தில் வந்து விழுந்தாள். அன்னத்தின் விழிகளில் உயிர் வந்தது. ஒளிவந்தது. மரணப் பாதையில் இருந்தவள் மகளின் முகத்தைப் பார்த்ததும் தவித்தாள். தாய் தன்னை விட்டுப் போய் விடுவாளோ என்ற அச்சத்துடன் கதறும் மகளைப் பார்த்து பரிதவித்தாள். சந்தியாவிடம் நகைப் பெட்டியை நீட்டி,

"செல்லம். இந்த நகையெல்லாம் அம்மா உனக்காக சேர்த்தது. என் கண் குளிரப் போட்டுக் காட்டும்மா," என்று கேட்டுக் கொண்டாள்.

தாயின் கோரிக்கையை நிறைவேற்ற ஒரு நொடியில் அனைத்தையும் அணிந்து காண்பித்தாள் சந்தியா. அன்னம், ஆதித்தனைப் பார்க்க அவன் அன்னத்தின் அருகே வந்து குனிந்து கேட்டான்.

"தம்பி, சாகப்போகிறவ கடைசியா கேட்கிறதை செய்வீங்களா..?"

ஆதித்தன் யோசிக்கவில்லை. அன்னத்தின் கரத்தின் மேல் சத்தியம் செய்தான்.

"நீங்க கேட்கிறதை செய்கிறேன் அத்தை.."

"சந்தானம் அதைக்கொடு," என்ற அன்னம், ஆதித்தனின் கையில் ஒரு பொட்டலத்தைக் கொடுத்தாள். அவன் பிரித்துப் பார்த்தான். மஞ்சள்கயிறு கோர்த்த மாங்கல்யம் இருந்தது.

"அண்ணா. அவங்க ரெடியாயிருக்காங்களா..?"

கோபாலன் ரெஜிஸ்ட்ராரை அழைத்து வந்தார். ஆதித்தன் மலைத்-தான்.

"அத்தை.. என்ன இது..?" அவன் தடுமாற்றத்துடன் கேட்க, அன்-னம் நலிந்த குரலில்,

"என் மகளை அநாதையாய் விட்டுவிட்டு நான் எப்படிப் போவேன் தம்பி. நீங்கள் வார்த்தை மாறாமல் நாளை அவளை கல்யாணம் பண்-ணிக் கொள்ளலாம். இன்று..? என் மகளை தனியே விட்டுவிட்டு செத்-துப் போனால் என் கட்டை வேகுமா தம்பி. நீங்கள் தானே என் மகளைப் பெண் கேட்டீர்கள்..? எப்போதோ நடத்தப் போகிற கல்யா-ணத்தை இப்போதே என் கண் முன்னே நடத்தி விடுங்கள். நான் நிம்ம-தியாய் கண் மூடுவேன்." என்றாள்.

சந்தியா பொறியில் சிக்கிய எலியாய் தவித்தாள். பிரதீப் முறைத்-தான். சந்தானலட்சுமி கண்ணீர் சிந்தினாள். கோபாலன்தான் சுதா-ரித்தவராய் இரண்டு மாலைகளைக் கொடுத்து ஆதித்தனை அணிந்து கொள்ளச் சொன்னார்.

ஆதித்தன் கிடைத்த வாய்ப்பை பயன்படுத்திக் கொண்டான். கோபா-லன் கொடுத்த மாலைகளில் ஒன்றை தன் கழுத்தில் போட்டுக் கொண்-டவன் இன்னொன்றை அவசரமாய் சந்தியாவின் கழுத்தில் போட்டான். தாயின் மரணப் படுக்கை செயலற்றவளாய் ஆக்க ஆதித்தனை உறுத்த விழித்தவாறு சந்தியா நின்றாள். பிரதீப் கூட அந்த நேரம் ஆதித்தனின் செய்கையை வெறுத்தான். சந்தான லட்சுமி டேப்ரிகார்டரை போட கெட்டி மேள இசை ஒலித்தது. அந்த மருத்துவமனையின் டாக்டர்கள், நர்சுகள், மற்ற நோயாளிகள் அனைவரும் அங்கு வந்து கூடிவிட ஆதித்தன், சந்தியாவின் கழுத்தில் தாலியைக் கட்டினான். அன்னத்தின் முகத்தில் அளவிட முடியாத நிம்மதி தெரிந்தது. திருமணப் பதிவாளர் கோபாலன் விவரம் சொல்லி அழைத்தன் பேரில் கருணை அடிப்ப-டையில் அங்கே வந்திருந்தார். திருமணத்தை முறைப்படி அவர் பதிவு செய்ய, ஆதித்தனும், சந்தியாவும் கையொப்பமிட்டார்கள். பிரதீப்பும், கோபாலனும் சாட்சி கையெழுத்திட்டனர்.

"இப்போ திருப்திதானே அன்னம். சந்தியாவிற்கு சாஸ்திரப்படி தாலி-யும் கழுத்தில் ஏறிவிட்டது. சட்டப்படி கல்யாணத்தை பதிவும் பண்ணி-யாகிவிட்டது. போதுமா..,?"

"போதும் சந்தானம்," என்று கூறிய அன்னம், சந்தியா வின் கை பிடித்து ஆதித்தனிடம் ஒப்படைத்தாள்.

"இப்போது பிடித்த கையை எப்போதும் விடமாட்டேன்னு சத்தியம் செய்யுங்கள் தம்பி," என்று அன்னம் கூற ஆதித்தன் சத்தியம் செய்து கொடுத்தான்.

கல்யாண கோலத்தில் மாலையும், புதுத்தாலியும் கழுத்தினில் தொங்க சந்தியா நின்றதை கண்குளிர கண்டவள் மகளை நோக்கி கை நீட்டினாள்.

"அம்மா.." என்று தாயின் தோளில் முகம் புதைத்து விம்மி அழுதாள் சந்தியா.

அன்னத்தின் கைகள் சந்தியாவின் தலையை கோதிக் கொடுத்தன. திடீரென்று வாசல்புறம் சத்தம் கேட்க சந்தியா திரும்பிப் பார்த்தாள். சிறுவயதில் பார்த்த தயானந்தன்.. அவளின் தந்தை வயோதிகத் தோற்றத்துடன் வந்து நின்றார்.

ஆத்திரத்துடன் எழுந்திருக்க முயன்ற சந்தியாவின் தோளை சந்தானலட்சுமியின் கரங்கள் அழுத்தி உட்கார வைத்தன. பதற்றத்துடன் தாய் ஆத்திரப்பட்டு விடுவாளோ என்று பார்த்த சந்தியாவின் கண்கள் வியப்பில் ஆழ்ந்தன.

அன்னத்தின் விழிகள் தயானந்தனின் முகத்தையே அள்ளிப் பருகுவது போல் பார்த்தன. அன்னத்தின் நிலையைக் கேட்டு ஓடிவந்த தயானந்தனும் வைத்த கண் வாங்காமல் மனைவியையே பார்த்தார். உடல் மோகத்தில் தான் கை நழுவ விட்ட தன் கண்மணியைப் பார்த்தார். கணவனின் முகத்தையே பார்த்த அன்னத்தின் விழிகள் அசைவின்றி அப்படியே நிலைத்தன.

"அம்மா..." என்று சந்தியா கதறிய கதறல் காதில் விழுகாத தூரத்திற்கு அன்னம் சென்றுவிட்டாள்.. வாழ்க்கை போர்க்களமானபோது சளைக்காமல் போர் புரிந்து மகளை ஆளாக்கிய அந்த வீராங்கனை சாவின் அருகாமையில் மகள் மனதின் போராட்டத்தை அறியாமல் அப்போதும் அவளுக்கு வழி ஏற்படுத்திவிட்டு மறைந்து போனாள்.

அமைதியைத் தேடி அன்னத்தின் ஆன்மா காற்றில் கலந்து விட்டது.

27

'அம்மா உணவகம்' எள் போட்டால் விழ இடமின்றி கூட்டத்தால் நிறைந்திருந்தது. அன்னத்தின் இறுதிச் சடங்கில் கலந்து கொள்ளத்தான் அவ்வளவு கூட்டம். 'அம்மா இவ்வளவு மனிதரின் அன்பை சம்பாதித்து வைத்திருந்தாயா..' சந்தியா கதறி அழுதாள்.

அன்னத்தின் இறுதிச் சடங்கிற்கு பணம் செலவளிக்க தயானந்தன் துடித்தார். சந்தியா மறுத்து விட்டாள்.

"பெரியம்மா. என் அம்மா இந்த ஆள் மேல் அளவு கடந்த அன்பு வைத்திருந்தாங்க. அதனால்தான் தன்னோட இறுதி மூச்சை விடுவ-தற்கு முன் இந்த ஆளைப் பார்க்க துடிச்சிருக்காங்க. அதனால் அவங்க இந்த ஆளை மன்னிச்சிட்டதா அர்த்தமில்லை. என் அம்மா உயிரோடு இருந்தபோது அவங்களை துடியா துடிக்க வைச்ச இந்தப் பாவியோட பணத்தை என் அம்மாவோட கடைசி யாத்திரைக்கு வாங்கறதாவது.. அந்த ஆளை ஓரமா நின்னுட்டு போகச் சொல்லுங்க. ஆனால் ஒன்னு. இன்றைக்கு ஒருநாள் என் அம்மாவிற்காக இந்த ஆளின் முகத்தை சகித்துக் கொள்கிறேன். நாளைக்கு என் முன்னால் ஏதேனும் உறவு கொண்டாடிக்கிட்டு வந்து நின்னால் கொலை பண்ணக்கூடத் தயங்க-மாட்டேன். சொல்லிட்டேன்."

அன்னத்தின் இறுதி யாத்திரைக்கு தயாரானவர்கள்.

"கொள்ளி போடற பிள்ளை யாரு.." என்று கேட்க,

"இதோ," என்று வந்தான் பிரதீப், தலையை மொட்டையடித்துக் கொண்டு அன்னத்தின் உடல் முன்னால் அவன் நடந்து சென்றபோது சந்தியா, ஆதித்தனைப் பார்த்த பார்வை 'ச்சீ... அற்பப்பதரே' என்றது. அன்னத்தின் சிதைக்கு பிரதீப் வைத்த நெருப்பு ஆதித்தனின் இதயத்தை சுட்டெரித்தது.

பதினாறாம் நாள் காரியம் முடிந்த பின்னால் அதுவரை சந்தியாவுடன் 'அம்மா உணவகம்' நடந்த வீட்டில் கூடவே இருந்த சந்தானலட்சுமியும், கோபாலனும் சந்தியாவிடம் வந்தனர். பிரதீப் அமைதியாய் சுவரில் சாய்ந்து நின்றான். எதையும் யோசிக்காமல் அன்னத்தின் போட்டோவின் மேல் தலையைச் சரித்து கண்ணீர் விட்டுக் கொண்டிருந்த சந்தியா அவர்களின் முகம் பார்த்தாள். சந்தானலட்சுமி சந்தியாவின் முகம் துடைத்தாள்.

"அழுது இனி ஆகப்போகிறதென்ன..? போன உயிர் திரும்பி வரவா போகிறது..? முகமெல்லாம் வீங்கிக் கிடக்கு. எழுந்து உன் துணிகளை அடுக்கி வை. தேவைப்படும் பொருள்களை மட்டும் எடுத்துக் கொள். கிளம்பு.."

"எங்கே பெரியம்மா.. நான் எங்கே போவேன்..?"

"முட்டாள் மாதிரிப் பேசாதே. உன் புருசன் வீட்டுக் குத்தான் போகிறாய் கிளம்பு."

"என்ன..?" என்று சந்தியா அதிர பிரதீப் தாயையும், தந்தையையும் பார்த்து,

"அவளிடம் நான் புரியும்படி எடுத்துச் சொல்கிறேன். நீங்களே எந்தச் சாமானை எடுத்துப் போகலாம்ன்னு ஒரு முடிவுக்கு வந்து கட்டி வையுங்கள்.." என்றான்.

தாய், தந்தையர் வெளியேறியதும் சந்தியாவின் எதிரே ஒரு ஸ்டூலைப் போட்டு அமர்ந்தவன் தங்கையின் முகம் பார்த்தான். அவள் விழிகள் ஆயிரம் கதை சொல்லின. ஓர் பெருமூச்சை வெளியேற்றியவன் கூறினான்.

"சந்தியா.. நிலைமையைப் புரிந்து கொள். இந்த வீட்டில் 'அம்மா உணவகம்' நடக்கிறது. இதை நடத்தும் உரிமையை சித்தி, ஆடியபாதம், கனகம் இவங்க இரண்டு பேருக்கும் கொடுத்துட்டாங்க. நீ இந்த வீட்டில் இனி இருக்க முடியாது. ஹோட்டல் நடத்தத் தேவையான சாமானை நாம் அவங்களுக்கு விட்டுக் கொடுக்கணும். மத்தது கொஞ்சம் தான். சீக்கிரம் கட்டி வை. இப்போது ஆதித்தன் காரோடு வந்து விடுவார்.."

"அண்ணா! நீ கூட என்னைப் புரிந்து கொள்ளாமல் பேசுகிறாயே.. அவர் யார்? நான் யார்? நான் ஏன் அவரோடு போகணும்..?"

"நிலைமையைப் புரிந்து கொள்ன்னு சொன்னேன். அடம் பிடிக்கிறாயே. ஆதித்தன் யாரா..? உன் புருசன். தாலிகட்டிய புருசன். சட்டப்-

படி உங்கள் கல்யாணம் பதிவாகி இருக்கிறது. அன்னம் சித்தி நிம்மதியாய் கண் மூடியது ஆதித்தனோடு இனி நீ வாழ்வாய் என்பதால்தான். சந்தியா! உங்களுக்குள் மனஸ்தாபம் ஏற்பட்டிருப்பது அம்மா, அப்பாவிற்கு தெரியாது. இதை அவர்களுக்கு தெரியப்படுத்துவது நல்லதல்ல.. அதனால்.. நீ கிளம்பு.."

"மாட்டேன் அண்ணா.. இந்த வீட்டை விட்டுப் போகணும்னா நான் லேடிஸ் ஹாஸ்டலுக்குப் போகிறேன். அவரோடு போக மாட்டேன்."

"சந்தியா! நீ என்ன பச்சைக் குழந்தையா..? நாங்கள் உயிரோடு இருக்கும்போது உன்னை ஹாஸ்டலில் தங்க விட்டுவிடுவோமா..? நீ போவதற்கு இடமில்லைன்னா ஆதித்தனோடு போகச் சொல்கிறேன்..? திரும்பத் திரும்பச் சொல்கிறேன் ஆதித்தன் உன் கணவன். அவருடைய வீடுதான் இனி உன்வீடு. போ.. இருந்து போராடு.. கணவன், மனைவி சண்டை நான்கு சுவர்களுக்குள் தான் இருக்க வேண்டும். நாலு பேருக்குத் தெரியக்கூடாது. பிடிக்கிறதோ, பிடிக்கவில்லையோ.. இனி உன் வாழ்க்கை அவரோடுதான். இதை தலையில் ஏற்றிக்கொள்.. சும்மா.. பிடிவாதம் பிடிக்காதே.."

"அண்ணா.. அவர் சூழ்நிலையை அவருக்கு சாதகமாக்கிக்கிட்டு கட்டிய தாலி இது.."

"எப்படிக் கட்டினால் என்ன..? தாலி. தாலிதானே..?"

"அம்மாவிற்காகத்தான் அதை நான் ஏற்றேன் அண்ணா."

"அதே அம்மாவை சாட்சியாக வைத்துத்தானே உன் கல்யாணம் நடந்தது. அன்னம் சித்திக்கு அவ்வளவுதான் மதிப்பா..? நீ உன் தாயை மதித்தால் அவங்க நடத்தி வைத்த கல்யாணத்தையும் மதிக்கணும். ஏற்றுக் கொள்ளணும். இது அவங்க நடத்தி வைத்த கல்யாணம். ஆதித்தன் அவங்க உனக்காக தேர்ந்தெடுத்த மாப்பிள்ளை."

பிரதீப் பக்குவமாய் பேசினான். 'அன்னையின் ஆணை' என்ற கட்டுக்குள் சந்தியாவை பிணைத்தான். சாமர்த்தியமாய் அவள் மனதில் அதைப் பதிய வைத்தான். தனித்து நிற்கும் தங்கையின் வாழ்வை சீராக்கப் பாடுபட்டான்.

சந்தியாவை அவன் வீட்டில் வைத்துக் கொள்ளலாம். ஆனால் அவள் வாழ்வு..? அது என்னாவது..? சந்தர்ப்ப சூழ்நிலை ஆதித்தன் சந்தேகித்து விட்டான். உண்மை அறிந்ததும் துடித்துப் போகவில்லையா..? யாரிடம் குறை இல்லை..? தங்கம் கூட சுத்த இருபத்திநாலு

கேரட்டில் இருந்தால் நகை செய்யப் பயன்படாது. கூட செம்பும் சேர வேண்டும்தானே: சந்தியா தன்மானம் மிக்கவள். தானாய் ஆதித்தனை ஏற்க மாட்டாள். தாயின் கட்டளை என்றுதான் அவளைப் பணிய வைக்கவேண்டும்.

"சந்தியா.. ஆதித்தன் என்ன தவறு வேண்டு மானாலும் செய்தி-ருக்கட்டும். உனக்கு அன்னம் சித்தி பெற்றதாய். ஆதித்தனுக்கு யார்..? அவ்வளவு பெரிய கம்பெனியின் ஜி.எம் பதவியில் இருப்பவர் தன் கல்-யாணம் எவ்வளவு ஆடம்பரமாக நடக்க வேண்டும் என்று விரும்பி யிருப்பார்..? ஆனால் ஆதித்தன் உன் அம்மவின் வார்த்தைக்காக ஆஸ்பத்திரியில் ஐந்தாறு பேர் சுற்றி நிற்கத் தாலி கட்டவில்லையா..? 'எவ்வளவு நகை போடுகிறீர்கள்..? எவ்வளவு ரொக்கம் கொடுக்கிறீர்-கள்..? கார், பங்களா கொடுப்பீங்களா'ன்னு பெண்ணுக்கு சீர் கேட்கிற உலகம்மா இது. ஆதித்தன் என்ன கேட்டார்..? உன்னை மட்டும் தானே கேட்டார். சந்தேகப்பட்டார்.. இல்லைன்னு சொல்லலை.. அதுக்கு அவர் மட்டும்தான் காரணமா..? நீயும்தான் காரணம்."

"நானா..? நான் என்னண்ணா செய்தேன்..?"

"நீங்களிருவரும் காதலர்கள். ஆஸ்பத்திரியில் துணை யிருந்திருக்கி-றாய். அதன்பின்.. கடற்கரையில் சந்தித்திருக்கிறீர்கள். மணிக்கணக்காய் பேசியிருப்பீர்கள். அந்த அத்தனை மணி நேரங்களில்.. ஒரு நிமிடம்.. ஒரே ஒரு நிமிடம் இந்த அண்ணனைப் பற்றி அவரிடம் கூறியிருக்கி-றாயா..?"

சந்தியா வாயடைத்துப் போனாள். மனதுக்குப் பிடித்தவனின் அரு-காமையில் மனம் மயங்கி விடுகிறது. அர்த்தமில்லாத வார்த்தைப் பிதற்-றல்கள்.. அவனுடன் பேசுகிறோம் என்ற சந்தோசம் மட்டும்தான் நினை விருந்தது. 'என்ன பேசினோம்' என்ற நினைவில்லை. அண்ணன் கேட்-பது சரிதானே.

"சந்தியா. அவருக்கென்று யாருமில்லை.. உன்னை உயிராய் நினைத்திருக்கிறார். அதனால்தான் சந்தேகப் பட்டுவிட்டார். சந்தேகம் எப்போது வரும் தெரியுமா..? யார்மேல் வரும் தெரியுமா..? நாம் அளவு-கடந்த அன்பு வைத்திருக்கும் ஒருவர் மீது வரும். மற்றவர்கள் அதற்கு போட்டியாக வரும்போது வரும்."

சந்தியாவின் மனம் 'இருந்தாலும்..?' என்று முரண்டு பிடித்தது. ஆனாலும் அவள் அமைதியானாள். எல்லோரும் ஆளுக்கொரு வேலை

செய்து தயாராகி நிற்க வாசலில் கார் சத்தம் கேட்டது. ஆதித்தன் அவளை அழைத்துப் போக வந்துவிட்டான்....

28

சந்தியாவின் பொருள்களை கார் டிக்கியில் அடுக்கி வைத்தான் ஆதித்தன். கனகமும், ஆடியபாதமும் கண்ணீர் விட்டு அழுக வீட்டுச்சாவியை அவர்களிடம் கொடுத்தாள் சந்தியா. அக்கம், பக்கம் குடியிருந்தவர்கள் கூட்டமாய் திரண்டு நிற்க அனைவரிடமும் கை கூப்பி விடை பெற்றுக் கொண்டு காரில் ஏறினாள்.. சந்தானலட்சுமியும் கோபாலனும் அவளுடன் பின் சீட்டில் ஏறிக்கொள்ள ஆதித்தனின் அருகில் பிரதீப் அமர்ந்து கொண்டான். ஆதித்தனின் கார் கிளம்பியது. எட்டு வயதில் தாயின் கரம் பிடித்து அவள் கால் பதித்த தெருவைவிட்டு, அவள் தாய் அவளை விட்டுவிட்டுப் போனதால்.. சந்தியா, பிரிந்து சென்றாள். புதிய வாழ்வைத் தேடிச் சென்றாள்.

ஆதித்தனின் அடுக்கு மாடி குடியிருப்பில் அவன் அபார்ட்மெண்ட் வாசலில் பக்கத்து வீட்டுப் பெண்மணி ஆரத்தித் தட்டுடன் நின்று வரவேற்றாள். வலது காலை எடுத்து வைத்து தன் தாய் தனக்குத் தேடித்தந்த கணவரின் இல்லத்திற்குள் பிரவேசித்தாள் சந்தியா. சந்தானலட்சுமி சந்தியாவை அதட்டி பூஜையறையில் விளக்கேற்றி வைக்கச் சொன்னாள். சந்தியா அலட்சியமாய் 'சூள்' கொட்டினாள்.

"இங்கே பூஜை ரூம் இருக்கு. ஆனால் சாமி படம் இல்லை பெரியம்மா.."

"தம்பிக்கு அது வழக்கமில்லாமல் இருக்கலாம். ஆனால் உன் வீட்டிலிருந்து நாம் கொண்டு வந்திருக்கிற கடவுள் படங்கள் இருக்கிறதே. விளக்கைத் துடைத்து எண்ணை ஊற்றி திரியிடு. நான் படங்களை மாட்டுகிறேன்."

சற்று நேரத்தில் பூஜையறை தயாராகி விட சந்தியாவை அதட்டி உருட்டி பால் காய்ச்ச வைத்து பூஜையறையில் படைத்து விளக்கேற்ற

வைத்தாள் சந்தானலட்சுமி. வீடெங்கும் சாம்பிராணி, பத்தியின் வாசனை மிதக்க சந்தியா இங்கும் அங்கும் நடப்பதால் ஆதித்தன் 'தேவலோகம்' போல் சொக்கிவிட்டான்.

அத்தனை அலங்கார சாமான்கள் இருந்தும் அமைதி யிழந்திருந்த அவன் மனம் அவள் உருவாக்கிய பூஜை யறையை பார்த்ததும் அமைதி பெற்றுவிட்டது. கல்லும், மணலும் செங்கலுமா வீடு..? ஊனும்.. உயிரும் நிறைந்தது தான் வீடு. அதை நேசிப்பவர்களிடம் அது பேசும். இந்த வினாடியில் ஆதித்தன் தன் வீட்டை நேசித்தான். அதுவும் மௌனமாய் அதை அங்கீகரித்துக் கொண்டது.

"இது வாடகை வீடா மாப்பிள்ளை." என்று சந்தான லட்சுமி கேட்க,

"இல்லை அத்தை. சொந்த வீடுதான். ஹவுஸிங் லோன்போட்டு வாங்கினேன். லோனும் அடைந்து விட்டது." என்று ஆதித்தன் கூறி-னான்.

"கார்.. ஆபிஸில் கொடுத்தா..?" என்று கோபாலன் விசாரிக்க,

"இல்லை மாமா. அதுவும் லோனில் வாங்கியதுதான். அந்த லோனும் அடைந்துவிட்டது. ஆபிஸில் பெட்ரோல் அலவன்ஸ் கொடுப்பார்கள்." என்று பவ்யமாய் விளக்கம் கூறினான் ஆதித்தன்.

அவனுக்கு அவர்களை மிகவும் பிடித்திருந்தது. 'வந்தோம் தாலி-கட்டியவன் வீட்டில் பெண்ணை தள்ளி விட்டோம்.' என்று இல்லாமல் அவனது பொருளாதார நிலையை தெரிந்து கொள்ளும் அவர்களது பொறுப் புணர்ச்சி அவனுக்கு ஆச்சர்யத்தைக் கொடுத்தது. 'இத்தனைக்-கும் சந்தியா அவர்கள் பெற்ற பெண் இல்லை.'

"இந்தா சந்தியா.." என்று அவளது நகைப் பெட்டியை கொடுத்த சந்தானலட்சுமி.

"பத்திரமாய் உள்ளே வைத்துப் பூட்டு," என்று உத்தரவிட்டாள். அதன்பின்,

"இந்தாங்க தம்பி," என்று ஆத்தித்தனிடம் சில கவர்களை நீட்ட,

"என்ன அத்தை.." என்று வினவினான் ஆதித்தன்.

"இதெல்லாம் அன்னம் சந்தியாவின் பேரில் போஸ்டாபிஸில் வாங்கி வைத்திருக்கும் கிஷான் விகாஸ் பத்திரங்கள். மூன்று லட்ச ரூபாய்க்கு வாங்கியிருக்கிறாள். ஆறு லட்சம் ரூபாய் வரும்." என்று சந்தானலட்சுமி கூற ஆதித்தன் சிரித்தான்.

"சரி அதை ஏன் என்னிடம் கொடுக்கறீங்க. சந்தியாவிடம் கொடுங்க."

"தம்பி இது சந்தியா பணமாயிருந்தாலும்.." என்று சந்தானலட்சுமி இழுக்க,

"அத்தை என்னைத் தப்பா புரிஞ்சுக்கிட்டீங்க. இனி சந்தியாவுடையது, என்னுடையது என்று தனித்தனியாய் எதுவுமில்லை. இந்த வீடு, கார், என் பேங்க் பேலன்ஸ், இனி வாழ்நாள் பூராவும் சம்பாதிக்கும் சம்பாத்தியம் அனைத்தும் சந்தியாவிற்குத்தான் சொந்தம். அதனால் அதையும் அவகிட்டயே கொடுங்க."

சந்தியா இதழ்களை மடித்துக் கடித்துக் கொண்டாள்.

'ஏன் நீ நல்லவனாக இல்லாமல் போனாய்..? ஏன் அந்தக் கொடிய வார்த்தைகளை என்னைப் பார்த்துக் கேட்டாய்..? ஏன்... ஏன்..?' என்று நெஞ்சம் குமுறியது.

சந்தானலட்சுமி சமைத்து அனைவருக்கும் பரிமாற சாப்பிட்டவுடன் கிளம்பினார்கள். ஆதித்தனும், சந்தியாவும் அவர்களை வழி அனுப்பி வைத்துவிட்டு தனித்து நின்று ஒருவரையொருவர் பார்த்துக் கொண்டனர்.

ஆதித்தனின் விழிகள் மன்னிப்பை யாசிக்க அதை அலட்சியப்படுத்திவிட்டு சந்தியா படுக்கையறைக்குள் சென்று படுக்கையில் விழுந்தாள்.

'அம்மா, அம்மா' என்று அன்னையின் நினைவில் மனம் கதற கண்ணீர் விட்டவாறு தூங்கிவிட்டாள். வெகு நேரம் கழித்து ஆதித்தன் அவள் அருகில் நின்று அவளது கண்ணீர் வழிந்த முகத்தைப் பார்த்துக் கொண்டு நின்றதையோ ஒரு போர்வையை எடுத்து அவளுக்கு போர்த்தி விட்டு வெளியேறியதையோ அறியாதவளாய் அவள் அயர்ந்து தூங்கினாள்.

காலையில் புது இடத்தில் விழித்து எழுந்தவள் சற்று நேரம் சிந்தனையுடன் அமர்ந்து விட்டுக் கதவு திறந்து வெளிவந்தாள். ஹால் சோபாவில் ஆறடி உயரத்தை சுருக்கிக் கொண்டுஆதித்தன் சுருண்டு படுத்திருந்தான். சமையலறைக்குச் சென்று காபி போடலாம் என்று நினைத்து பாலைத் தேடியவளின் அருகே பால் பாக்கெட் வைக்கப்பட்டது. நிமிர்ந்து பார்த்தாள். ஆதித்தன் நின்று கொண்டிருந்தான்.

"பால் பாக்கெட் டெய்லி ஒரு சின்னப் பையன் கொண்டு வந்து போடுவான். வாசல் கதவில் ஒரு பிளாஸ்டிக் பையை தொங்க விட்ற-

ணும்." என்றான்.

பதில் சொல்லாமல் காபி கலந்தவள் இரண்டு கப்களில் ஊற்ற ஒன்றை எடுத்துக் கொண்டவன் ஹாலுக்குச் சென்று பேப்பரை எடுத்துக் கொண்டான். சந்தியா காபி குடித்து கிச்சனை சுற்றிப் பார்த்தாள் சின்ன எவர்ஸில்வர் டப்பாக்களில் மளிகை சாமானும் பெரிய டப்பாக்களில் அரிசி, பருப்பு வகையறாக்கள் இருந்தன.

பிரிட்ஜைத் திறந்து பார்த்தாள். காய்கறிகள் இருந்தன. நிமிசத்தில் சப்பாத்தி, குருமா தயார் செய்து மதியத்திற்கு எலுமிச்சை சாதம் செய்து டப்பாக்களில் நிரப்பி வைத்தவள் குளித்து உண்டு முடித்துக் கிளம்பினாள். செருப்புக்களில் கால் நுழைத்தவளைப் பார்த்து,

"எங்கே கிளம்புற..?" என்றான் ஆதித்தன். சுவரைப் பாத்தவாறு,

"ஆபிசுக்கு.." என்றாள் சந்தியா வெறுப்புடன்.

"அது தெரிகிறது. இரண்டு பேரும் ஒரே ஆபீசிற்குத் தானே போகிறோம். அப்புறம் என்ன தணித்துப் பயணம் கிளம்புற..? சும்மாவே திடீர் கல்யாணம்ன்னு ஆபிசில் பேசிக்கிறாங்க. வெறும் வாயை மெல்கிறவர்களுக்கு அவல் தரப்போகிறாயா..? சேர்ந்து போகலாம்." என்றான் ஆதித்தன் கண்டிப்புடன்.

வேறு வழியின்றி உடன் கிளம்பியவளுடன் காரில் ஏறி அலுவலகம் சென்றான். நாராயணன் அழைக்கவும் இருவரும் அவர் அறைக்குச் சென்றனர்.

"உட்காருங்க சந்தியா.. மிஸஸ் ஆதித்தன் ஆகியிருக்கீங்க. வாழ்த்துக்கள். அதே நேரம் உங்கள் அம்மா இறந்ததற்கு எங்கள் வருத்தங்கள்.." என்றார் நாராயணன்.

அதே அறையில் அமர்ந்திருந்த விமலா,

"மிஸ்டர் ஆதித்தன். உங்களின் மேரேஜ் ரிசப்ஷனை வேண்டாம்ன்னு சொல்லிட்டிங்க. சந்தியாவுடைய அம்மா இறந்துவிட்டதால் துக்கத்திலிருக்கும் அவங்க மனசை கஷ்டப்படுத்தக் கூடாதுன்னு சொன்னது எனக்கு ரொம்பப் பிடிச்சிருந்தது. பாராட்டுக்கள்." என்றாள்.

அலுவலகத்தில் ஒவ்வொருவரும் தனித்தனியே வந்து வாழ்ததுக்களைக் கூறி துக்கமும் விசாரித்து விட்டுச் சென்றனர். பகலில் அலுவலகத்தில் வேலை செய்யும் போது மறையும் தாயின் நினைவு மாலையில் சூழ்ந்து கொள் இரவுகளை துக்கத்துடன் கண்ணீர் விட்டவாறு தூக்கமின்றிக் கழித்தாள் சந்தியா.. ஆதித்தன் அதை அறிந்தான். அவன்

மனம் சிந்தனையில் ஆழ்ந்தது.

இறுதியில் ஒரு துயரத்தை மறக்கடிக்க மற்றோர் துயரத்தைக் கொடுத்தான்.

29

பாலசந்தரின் 'இருகோடுகள்' என்ற திரைப்படத்தின் 'இருகோடு தத்துவம்' ஒன்றை சொல்லியிருப்பார். ஒரு கோட்டை சிறியதாக்க அதைவிட ஓர் பெரிய கோட்டை அதன் பக்கத்தில் போட வேண்டும். ஆதித்தனும் அதையே பின்பற்ற முடிவு செய்தான். இப்படியே விட்டால் கண்ணீர் கடலில் மூழ்கி சந்தியா காணமலே போய்விடுவாள். இதை இப்படியே விட்டுவிடக் கூடாது. எல்லாமாய் இருந்த தாயின் இழப்பு அவளால் தாங்கிக் கொள்ளக் கூடியதல்ல.. ஆதித்தனின் மேல் பழைய காதல் அவளுக்கு இருந்திருந்தால் அவள் வாழ்க்கையில் ஓர் பற்று இருந்திருக்கும். அவள்தான் அவள் மனதிலிருந்து ஆதித்தனை தூக்கி எறிந்துவிட்டாளே. அவளை இந்நிலையிலிருந்து மீட்க ஆதித்தன் நேரம் பார்த்தான். அந்த நேரமும் வந்தது. மாதத்தின் கடைசி நாள் சம்பளம் வாங்கிய சந்தியா அன்று இரவு ஆதித்தனிடம் தானாய் வாயைக் கொடுத்து வம்பை விலைக்கு வாங்கினாள். காத்திருந்த மச்சான் கடையைப் பிடித்த கதையாய் ஆதித்தன் தான் நினைத்ததை சாதித்தான்.

அன்று இரவு பணத்தை ஆதித்தனிடம் கொடுத்தாள் சந்தியா.

"என்னிடம் ஏன் கொடுக்கிறாய் சந்தியா. இந்தா என் சேலரிப் பணமும் இருக்கிறது. இந்த வீட்டின் மகராணி நீதான். பொறுப்பை எடுத்துக்கொள். இனி என் செலவுக்குக் கூட உன்னிடம் கணக்குச் சொல்லிவிட்டுத்தான் வாங்கிக் கொள்வேன்." என்று சகஜமாய் பேசிக் கொண்டிருந்த ஆதித்தனிடம்,

"ஹலோ. பொறுங்க சார். நான் ஒண்ணும் நீங்க புருசன், நான் பெண்டாட்டின்னு என் சம்பளப் பணத்தைக் கொடுக்கலை. நான் இந்த ஒரு மாதமும் இங்கே தங்கி சாப்பிட்டதற்கான என் பங்குப்பணம். நீங்க பாட்டுக்கு நான்தான் இந்த வீட்டுக்கு மகாராணின்னு பேசிக்கிட்டே

போறீங்க. எனக்கு மகாராணி பட்டமெல்லாம் வேண்டாம் சார். நான் ஜஸ்ட் ஒரு பேயிங் கெஸ்ட்," என்று கறாராய் கூறினாள்.

"ஓஹோ." என்று மட்டும கூறிவிட்டு மர்மப்பார்வை ஒன்றை பார்த்தபடி மறுபேச்சு பேசாமல் பணத்தை வாங்கிக் கொண்டான் ஆதித்தன்.

உணவு உண்டதும் வழக்கப்படி சந்தியா படுக்கை யறைக்கு செல்ல பின்னாலேயே சென்ற ஆதித்தன் கதவைத் தாளிட்டான். புரியாமல் விழித்த சந்தியாவிடம்,

"எல்லாத்துக்கும் கூலி உண்டுன்னு நீதான் சொன்னே. நானில்லை. இந்த வீட்டில் நீ தங்க எனக்குப் பணம் கொடுக்கிறாய் சரி... உன் தன்மானத்தை பாராட்டுகிறேன். ஆனால்.. சாகப்போகிறவங்க நிம்மதிக்காக உன் கழுத்தில் கட்டினேனே தாலி.. அது நான் கட்டியதென்று ஊரெல்லாம் அறிய உன் கழுத்தில் கிடக்கிறதே.. அதற்கு என்ன கூலி கொடுக்கப் போகிறாய். இலவசமாய் எதையும் நீ பெற மாட்டாய்.. அவ்வளவு கணக்குப் பார்க்கிறவளில்லையா நீ.. இந்தக் கணக்கையும் சரி பண்ணு. என் கூலியைக் கொடு." என்றான்.

"ஆதித்தன்... இது சரியில்லை. நீங்கள் ஜென்டில் மேன்னு நினைச்சேன்."

"ஊஹூம். அப்படியல்லாம் தப்புத்தப்பாய் நீயாய் நினைத்துக் கொண்டால் அதற்கு நானா பொறுப்பு.. ஆதித்தனாமே.. என் பெயர் இப்போத்தான் ஞாபகம் வருதா..?"

"ஆதித்தன்.. நானே மனசு சரியில்லாமல் இருக்கிறேன்."

"நான் மனசு சரியாய்.. ரொம்ப ரொமான்டிக் மூடில் இருக்கேனேம்மா.."

"ஆதித்தன்.. நான் உங்களை வெறுக்கிறேன்.."

"ஆனால் நான் உன்னை விரும்புகிறேனேடி.."

"ஆதித்தன் வேண்டாம்.. கிட்ட வராதீர்கள்.."

அவளது மறுப்புக்கள் காற்றோடு கரைந்தன. அந்த இரவில் ஆதித்தன் அவளை ஆட்கொண்டான். அன்று மட்டுமல்ல.. அடுத்தடுத்து வந்த நாள்களில் எல்லாம் அவன் அவளது கணவன் என்கிற உரிமையை நிலை நாட்டினான். சந்தியா தாயை மறந்தாள். விரும்பாமல் அவள் மீது திணிக்கப்படும் பந்தத்தை உடைக்க வழி தெரியாமல் மலைத்து நின்றாள். ஆசை ஆiசாய் காதலித்தவனோடு அவள் இந்த வாழ்வை எவ்வளவு மனம் இனிக்க வாழ்ந்திருக்க வேண்டும். அவன்-

தான் வெந்தணலை அவள் மீது வாரி இறைத்தானே. அதன்பின் அவனோடு கொஞ்சிக் குலாவ அவளால் எப்படி முடியும்..? ஆனால் அவனால் அது முடிந்தது. அலுவலக நேரத்தைத் தவிர மற்ற நேரங்களில் அவளைப் பிரியாமல் அடை காத்தான். ஆசைக் கணவனாய் அவளது விலகலை லட்சியம் செய்யாதவனாய்.. அவளை விலகவும் விடாதவனாய் வாழ்ந்ததில்.. அவர்கள் வாழ்க்கையில் இருவர்.. மூவராக ஆகப் போவதன் அறிகுறியை உணர்ந்தாள் சந்தியா.

சில நாள்களாய் தன்னைச் சோர்வும் தலை சுற்றலும் துன்புறுத்துவதை தாங்கிக் கொண்ட சந்தியா குமட்டலும் வாந்தியும் சேர்ந்து கொள்ளவும் பயந்து போனாள். காலையில் எழுந்ததும் காபியுடன் வேலையை ஆரம்பிக்கிறவள் அன்று விடிந்து வெகுநேரம் ஆகியும் எழுந்திருக்காததைக் கண்ட ஆதித்தன் அவள் நெற்றியில் கை வைத்துப் பார்த்தான். சில்லென்று இருந்தது. அவளோ அயர்ந்து உறங்கிக் கொண்டு இருந்தாள்.. எழுப்ப மனமில்லாமல் அவனே காபி கலந்து அவளுக்கு எடுத்து வந்து எழுப்பினான். கண்விழித்துப் பார்த்தவள் அவன் காபியுடன் நிற்பதைக் கண்டு முகம் மாறி எழுந்திருக்க முயன்றாள். தலை சுற்றலில் முடியவில்லை. ஆதித்தன் கை கொடுக்க மறுக்க முடியாமல் எழுந்து அமர்ந்து காபியைப் பருகினாள். ஒருவாய் பருகியதும் குமட்டிக் கொண்டு வர ஓடிப்போய் வாந்தி எடுத்தாள். பதறிப்போன ஆதித்தன். அவளருகே வந்து, "என்ன செய்யுது சந்தியா." வா டாக்டரிடம் போகலாம்.. என்று அழைத்தான்.

வாய் கொப்புளித்து படுக்கையில் வந்து அமர்ந்த சந்தியா,

"வேண்டாம்," என்றாள் ஒன்றைச் சொல்லில்.

"ஏன் வேண்டாம்.. இதோ பார்.. முரண்டு பிடிப்ப தெல்லாம் என்கிட்ட செல்லாது. நீ வராவிட்டால் நான் தூக்கிப் போய் விடுவேன். என் குணம் தெரிந்தும் பிடிவாதம் பிடிக்காதே.."

"ச்சு.. எனக்கு என்ன உடம்புக்கு என்று எனக்குத் தெரியும்.."

"உனக்குத் தெரியுமா..? நீயென்ன டாக்டரா இல்லை ஜோஸியரா..?"

"ஸ்ஸ்.. தலைவிதி.. இதை என் வாயால் நான் சொல்லணும்கிறது."

"இதோ பார்.. எல்லோரும் அவரவர் வாயால் தான் சொல்ல வேண்டும்.."

சந்தியா முறைத்தாள். பின்னர் கண்களை இறுக மூடிக் கொண்டு முகத்தை திருப்பிக் கொண்டு, "உங்களைப் போன்ற பெண்களை மதிக்-

காத அயோக்கியனுக்கு வாரிசு வரப் போகிறது.." என்றாள் வெறுப்பாய்.

ஆதித்தனின் முகம் மலர்ந்தது. சந்தியாவின் கடும் மொழிகளை அவன் எப்போதும் போல் இப்போதும் சட்டை செய்யவில்லை. மனைவியின் அருகே அமர்ந்து அவள் முகம் திருப்பியவன் குனிந்து முத்தமிட்டான்.

"அப்போ நம்ம வீட்டில் குட்டிப் பாப்பா வரப்போகிறது என்று சொல்..."

"அது குட்டிப் பாப்பாவோ இல்லை உங்களைப் போல் ஒரு ராட்சசனோ அது பிறந்து வந்தால்தான் நிச்சயம்."

ஆதித்தனின் விழிகள் கூர்மையாகின. அவளைப் பார்வையால் துளைத்தவன்,

"என்னடி சொல்றே..?" என்று கேட்டான்.

"எனக்கு இந்தக் குழந்தை, கிழந்தையெல்லாம் பெற்றுக் கொள்ளும் உத்தேசமில்லை.."

"உன் உத்தேசத்தை நான் கேட்கவில்லை.."

"தினம், தினம் ஜெயிக்கிறோமென்ற திமிரா..? என்னை மீறி.. என்னை நீங்கள் மற்ற விசயத்தில் ஜெயிக்கலாம். இதில் ஜெயிக்க முடியாது. உங்களுக்கு ஒரு குழந்தையை நான் பெற்றுத் தரமாட்டேன்."

ஆதித்தன் வழக்கம்போல் அவளிடம் சவால் விட வில்லை. அலுவலகத்திற்கு போன் பண்ணி இருவருக்கும் லீவ் சொன்னான். வேறு யாரிடமோ போனில் தாழ்ந்த குரலில் பேசினான். பின்னர் பொறுமையாய் சமையலறைக்குள் சென்று சமைக்க ஆரம்பித்துவிட்டான். சற்று நேரத்தில் வாசலில் அழைப்பு மணி ஒலிக்க சந்தியா யாராயிருக்கும் என்று யோசித்தவாறு படுத்திருந்தாள். ஆதித்தன் கதவு திறக்கும் சத்தம் கேட்டது. அறைக்குள் நுழைந்தவர்களைக் கண்ட சந்தியா திகைத்துப் போனாள்.

ஆதித்தன் தன் வழக்கமாய் இதிலும் ஜெயித்தான்.

30

"சந்தியாக் கண்ணு எப்படிடா செல்லம் இருக்கே..?" என்று கேட்டவாறு சந்தானலட்சுமியும் உடன் ஆதுரப் பார்வை பார்த்தவாறு பிரதீப்பும் உள்ளே வந்தார்கள்.

களைத்த விழிகளால் கணவனை முறைத்த சந்தியா பல்லைக் கடித்-துக் கொண்டாள். அவள் முறைப்பை கவனிக்காதவன் போல் சந்தான-லட்சுமியிடம்,

"இந்தாங்க அத்தை காபி," என்று டிரேயில் இருந்த காபிக் கப்பை எடுத்துக் கொடுத்தவன்,

"மச்சான்! இந்தாங்க நீங்களும் எடுத்துக்கங்க.." என்று பிரதீப்பிடம் இன்னொரு கப்பை நீட்டினான். 'மச்சானா' என்றபடி பிரதீப்பை சந்தியா பார்க்க,

"ரொம்ப தேங்க்ஸ் மச்சான்," என்றபடி அவன் காபிக் கப்பைப் பெற்-றுக் கொண்டான்.

"என்ன மாப்பிள்ளை நீங்கள் காபி போட்டுக் கிட்டு.." என்று சந்தா-னம் கேட்க.

"சமையலே நான்தான் அத்தை.." என்று அவன் சோகமுகம் காட்-டினான்.

"அதுசரி.. மாமியார்ன்னு நான் எதுக்கு இருக்கேன்.? நீங்க கவலைப்படாமல் வேலைக்கு கிளம்புங்க.. சந்தியாவிற்கு நான் உணக்-கையாய் சமைத்துப்போட்டு பத்திரமாய் பார்த்துக் கொள்கிறேன்." என்று அவள் கூறினாள்.

'இதற்குத்தானா இந்த நாடகம் போட்டாய்..' என்று மனதிற்குள் குமைந்தவள்,

"நான் ஆபிஸிற்கு போக வேண்டாமா..?" என்றபடி எழுந்திருக்க முயன்று முடியாமல் படுக்கையில் விழ சந்தானலட்சுமி பதறிப்போய் அருகில் வந்தாள்.

"மசக்கை உடம்போடு ஆபிஸாவது ஒன்றாவது. மண்டையிலேயே போட்டு விடுவேன். வீட்டில் அடங்கி இரு. வேலையும் வேண்டாம் ஒன்-றும் வேண்டாம். ஆனானப்பட்ட ஜி.எம்மின் பெண்டாட்டி நீ.. உன்னை மகாராணி போல் அவர் தாங்கிக்கிட்டு இருக்கார். இவ என்னவோ இவ உழைத்துத்தான் உயரணும்போல் இந்தப் பாடுபடறா," என்று சந்தியாவி-டம் ஆரம்பித்து பிரதீப்பிடம் குறை சொல்லி சந்தானலட்சுமி முடித்தாள்.

'மகாராணி' என்ற வார்த்தையைக் கேட்டு கொதித்த சந்தியா,

"பெரியம்மா.. அன்னத்தின் மகள் நான். உழைத்துச் சாப்பிட்டுத்தான் எனக்குப் பழக்கம். மகாராணி போல் உட்கார்ந்து சாப்பிடுறதெல்லாம் எனக்கு ஆகாது.." என்று பொரிய சந்தானலட்சுமி சீறினாள்.

"வாயிலேயே ஒன்று போட்டு விடுவேன். யார்கிட்ட என்னப் பேச்சு பேசறே. என்கிட்டயே இப்படி வாயடிச்சா மாப்பிள்ளைகிட்ட எப்படிப் பேசியிருக்கமாட்டே..? அது தான் அவர் போன் பண்ணி 'அவளால் நடக்கச் கூட முடியலை. ஆபிஸ் வருவேன்னு அடம் பிடிக்கிறா.. அவ மனசு கோணி பேசி எனக்குப் பழக்கமில்லை'ன்னு.."

"யார் உங்க மாப்பிள்ளை.. என் மனம் கோண பேச மாட்டாரா..?"

"குறுக்கே பேசாதேடி. மாப்பிள்ளை உன்னைப் பத்தி கவலை கவலையா புலம்புகிறார். நீ இப்போ வேலைக்குப் போகணுமின்னு அவசியமென்ன..?"

"எனக்கு அவசியம்"

"சந்தியா. நீ நான் வளர்த்த பெண்ணாயிருந்தால்.. என்னை உன் தாய்ன்னு நினைப்பவளாயிருந்தால் என் பேச்சைக் கேளு. இல்லைன்னா உன் இஷ்டப்படி இரு நான் போறேன்."

"பெரியம்மா.. என்ன பெரியம்மா இப்படிப் பேசறீங்க."

"வேற எப்படிப் பேசச் சொல்றே..? வேலையை விடுன்னு அவர் சொன்னால் கேட்க மாட்டேன்கிறாயாம்.. ஏன்.."

"இப்போ நான் என்ன செய்யணும் பெரியம்மா..?"

"வேலையை விடு. மாப்பிள்ளை அந்த லெட்டரைக் கொடுங்க.."

ஆதித்தன் தயாராய் வைத்திருந்த ராஜினாமாக் கடிதத்தை எடுத்து சந்தானலட்சுமியிடம் கொடுக்க அவள் வாங்கி சந்தியாவிடம் காட்டி,

"ம்ம்... கையெழுத்துப்போடு" என்றாள். ஆதித்தன் பேனாவைக் கொடுக்க அதை வாங்கிய சந்தியா பிரதீப்பை 'பார்த்தாயா' என்பது போல் பார்க்க, அவன் 'போடு' என்பதாய் கண்ணசைத்தான். கண்கலங்க தன் வேலையை ராஜினாமா செய்யும் கடிதத்தில் கையெழுத்திட்டாள் சந்தியா.

"போதுமா பெரியம்மா.."

"போதாது. இப்ப இந்தக் குழந்தை வேணாம்ன்னு சொல்றயாமே ஏன்..?"

சந்தியாவின் விழிகள் ஆதித்தனை குற்றம் சாட்டும் தோரணையில் பார்க்க,

"அவரை ஏன் பார்க்கிறே..?" என்று அதட்டினாள் சந்தானலட்சுமி.

"தாயில்லாத பொண்ணுன்னு உன்னை நீயே நினைச்சுக்கிட்டு முடி-வெடுக்கிறயா..? பெத்தவளுக்கு பெத்தவளா நானில்லை..? உன்னை 'என் பொண்ணு'ன்னு கொண்டாடுகிற உன் பெரியப்பா இல்லை..? அண்ணன் காரன் பிரதீப் இல்லை..? எங்ககிட்ட ஒரு வார்த்தை நீ உண்டாகியிருக்nன்னு சொல்லலை.. அதை விட்டுவிட்டு கண்டதையும் பினாத்தியிருக்க.. ம்ம்."

"பெரியம்மா.. அம்மாவை என்னால் மறக்க முடிய வில்லை.." சம்-பந்தமில்லாமல் என்ன சொல்வதென்று தெரியாமல் சந்தியா கூற,

"அடி பைத்தியம்! அன்னமே உன் வயிற்றில் பெண்ணாக வந்து பிறப்பாடி," என்று நெற்றி அடி அடித்தாள் சந்தானலட்சுமி.

"பெரியம்மா," என்று சந்தியாவின் கண்கள் விரிய,

"பின்னே.. உங்கம்மா உன்னை விட்டுவிட்டு இருந்திருவாளாடி.. உன் மகளாய் வந்து பிறப்பாள் பாரு.." என்று சந்தானலட்சுமி மகளின் தலையை தன் மடி மீது தாங்கிக் கொண்டாள்.

"அம்மா வந்து பிறப்பாங்களா..?" புலம்பியபடி சந்தான லட்சுமியின் மடியில் படுத்திருந்த சந்தியாவைப் பார்த்து நிம்மதி அடைந்தவனாய் ஆதித்தன் அறையை விட்டு வெளியேற பிரதீப் பின் தொடர்ந்தான். அவனின் குற்றம் சாட்டும் பார்வையை கண்ட ஆதித்தன் கூறினான்.

"எனக்கு வேறு வழி தெரியவில்லை பிரதீப். அவள் மனம் மாற இந்த ஜென்மம் பூராவும் காத்திருக்க நான் தயார்தான். அவள் மனம் மாறாவிட்டாலும் பரவாயில்லை அவள் என்னுடன் இருந்தால் போதும் என்பதுதான் எனக்கு.. ஆனால்.. அவள் அம்மாவின் நினைவில்

அழிந்தே விடுவாளே.. கவனத்தை திருப்ப எனக்கு இந்த வழிதான் தெரிந்தது."

"எப்படியோ அம்மா சந்தியாவை வழிக்கு கொண்டு வந்துவிட்டாங்க. ஆனால் அவ ஏன் வேலைக்கு போகக் கூடாதுன்னு சொல்றீங்க. அவ திறமை வீணாகணுமா..?"

"அவளை மாதிரி திறமையானவங்க.. அதே சமயம் பணத்தேவை இருக்கிற இன்னொருவருக்கு இந்த வேலை கிடைப்பது நல்லதில்லையா.. சந்தியா வேலை பார்த்து சம்பாதிக்க வேண்டிய தேவை இப்போ அவளுக்கு இல்லை."

ஆதித்தனின் வார்த்தையை பிரதீப் ஏற்றுக் கொண்டான்.

ஆதித்தன் வீட்டில் சமையலுக்கு ஆள் போட்டான். சந்தானலட்சுமி ஊடே வந்து கவனித்துக் கொண்டாள். ஆதித்தன் அவளிடமிருந்து விலகியே இருந்தான். அதனால் மனநிம்மதியுடன் சந்தியா இருக்க பிரவச நாளும் வந்தது.

சந்தானலட்சுமி சந்தியாவை சமாதானப்படுத்த சொன்ன வார்த்தைகள் பலித்தன. சந்தியா பெண் மகளைப் பெற்றெடுத்தாள். குழந்தையைக் கையில் எடுத்து காட்டியதும் சந்தியாவின் கண்கள் "அம்மா" என்று பனித்தன.

ஆதித்தன் அலுவலகத்திற்கு கிளம்பிக் கொண்டிருந்தான். குழந்தை அழுக ஆதைத் தூக்கிக் கொண்டு கொஞ்சிக் கொண்டிருந்தான்.

"போதும். கிளம்பும்போது மகளிடம் என்ன கொஞ்சல்.. கிளம்புங்க நேரமாகிறது." என்று கூறியபடி சந்தியா வந்தாள்.

"என் மகள். நான் கொஞ்சுகிறேன். உனக்கு ஏண்டி பொறாமை."

"ஆமாம். பொறாமைதான். ரொம்பக் கண்டுவிட்டார்." என்று அவள் சிலுப்பிக் கொள்ள ஆதித்தன் உல்லாசமாய் சிரித்தான்.

"ஏய் என் மகள் அன்னலட்சுமிடி. என் சந்தோசத்தை எனக்கு மீட்டுக் கொடுத்த மகாலட்சுமி. வெள்ளிக்கிழமை பெண் பிறந்தால் ஐஸ்வர்யம் பொங்கும்ன்னு சொல்வாங்க. சொன்னது மாதிரி என் வாழ்க்கையை நிறைவாக்கினவடி என் குழந்தை.." என்று மகளை உச்சி முகர்ந்தான் ஆதித்தன்.

சந்தியாவின் முகம் சிவந்தது. பெண் குழந்தை பிறந்ததும் தன் தாயே தன்னிடம் திரும்பி விட்டதுபோல் அமைதி அடைந்து விட்டாள் அவள். அவளைத் தாய் ஆக்கிய கணவன் செய்த பிழையை மன்னித்துவிட்-

டாள். விலகிப் போன ஆதித்தனை,

"ஏங்க நம்ம பொண்ணுக்கு என்ன பெயர் வைக்கலாம்," என்று ஓர் நாள் அவள் கேட்க, அவன் சிலிர்த்துப் போனான். மனைவியை காத-லுடன் பார்க்க,

"கேள்விக்கு பதில் சொல்லாமல் என்ன பார்வையாம்" என்று அவள் சரசமாட அன்று அலுவலகத்திற்கு விடுப்பு சொன்னான் அவன்.

குழந்தைக்கு அனைவரையும் அழைத்து பிரமாண்டமாய் பெயர் சூட்-டும் விழா நடத்தினார்கள். ஆதித்தன் தன் தாத்தாவிற்கு அனைத்தையும் கடிதம் எழுதிப் போட்டான். 'அன்னலட்சுமி' என்று தங்கள் மகளிற்கு இருவரும் ஒரு மனதாய் பெயர் சூட்டினார்கள்.

கண்கள் எங்கோ பார்க்க பழையதில் லயித்திருந்த கணவனின் முன்-னால் கைவளையல்களை கலகல வென்று ஆட்டி சுயநினைவுக்கு கொண்டு வந்தாள் சந்தியா.

"அப்புறம் சாயந்திரம் சீக்கிரம் வருவீங்களா..?"

"என்னமோ டெய்லி லேட்டா வருவது போல் கேட்கிற.. அதுதான் ஐந்தடிச்சால் வீட்டில் வந்து நிற்கிறேனே. உனக்கு ஒன்று தெரியுமா..? ஆபிஸில் இப்போது என் பெயர் துர்வாசர் இல்லை."

"வேறு என்ன..?"

"பெண்டாட்டிதாசன்.."

சந்தியாவின் தலையோடு தலை மோதச் சிரித்தான் ஆதித்தன்.

31

"ஏலே முனியாண்டி" தீனமாய் தணிகாசலம் அழைக்க முனியாண்டி ஓடி-வந்தான்.

"என்னங்கய்யா.." என்றவாறு அவர் அருகே வந்து வாயருகே காதைக் கொண்டு போனான்.

"மலையப்பன் எங்கேலே.. கூப்பிடு.."

கீழே இறங்கி ஓடின முனியாண்டி மலையப்பனைத் தேடினான். அவர் வெள்ளையம்மாளுடன் ஏதோ பேசிக் கொண்டிருந்தார். முனி-யாண்டியைக் கண்டதும்,

"என்னலே.. ஏன் மூச்சிறைக்க ஓடி வர்ற..?" என்று கேட்டார்.

"பெரியப்பா உங்களைக் கூப்பிடுறாக ஐயா.." என்று அவன் கூற,

"ஏன்லே.. அந்தக் கிழவன்தான் பெரியய்யான்னா என் புருசன் யாரு..? ரோட்டில போறவனா..?" என்று வெள்ளையம்மாள் எகிற, மலையப்பன்,

"அடிச்சு பல்லையெல்லாம் பேத்திருவேண்டி.. சந்தடி சாக்கில் என்னை அவன், இவன்கிற... அவன் எங்க ஐயாகிட்ட சின்ன புள்-ளையா இருந்தப்ப இருந்து வேலை பாக்கறவன். அவனுக்கு எங்க ஐயா-தான் பெரியப்பா. என் உதாரை வேற வேலையாள்கிட்ட காட்டு. இவன்-கிட்ட காட்டின தொலைச்சுப்புடுவேன்.." என்று சீறிவிட்டு முனியாண்டி பின் தொடர மாடியேறினார். தணிகாசலத்தின் கட்டில் அருகே சென்று அவர் வாயருகே குனிந்து,

"ஐயா கூப்பிட்டீராமே.. ஏன்ய்யா.. எதுவும் வேணுமா..?" என்று கேட்டார்.

"அந்தக் கடுதாசியை எடுத்துப் படிலே.." என்று தணிகாசலம் உத்த-ரவிட பிரித்துப் படித்தார்.

அந்தக் கடிதத்தில் ஆதித்தன் அனைத்தையும் விவரமாய் எழுதியிருந்தான். பூங்காவனத்தை சந்தித்து முதல், கபூர், பூங்கா இருவரும் வந்து அழைத்தது, தான் மறுத்தது, சந்தியாவை காதலித்தது, அன்னத்திற்காக அவசர திருமணம் செய்தது இப்போது ஒரு பெண் குழந்தையின் தகப்பனாக இருப்பது முழுவதையும் எழுதிவிட்டு தனது வாழ்க்கையின் அவசர மாறுதல்களை தாமதமாய் தன் தாத்தாவிற்கு தெரியப்படுத்துவதற்கு மன்னிப்புக் கோரியிருந்தான். மலையப்பனின் முகத்தில் ஆயிரம் உணர்ச்சிகள் பிரதிபலித்தன.

"படிச்சியாலே.." தணிகாசலம் மகனிடம் கேட்டார்.

"படிச்சேங்கய்யா.."

"உன் பிள்ளை, உன் ரத்தம், நீ தலை நாளில பெத்த ரத்தினம் என்ன செய்திருக்கான்னு படிச்சியா..? இந்தியாவிலேயே கோடீசுவரக் குடும்பத்தில் உன்னைத் தலைமகனா ஏத்துக்கிறோம்ன்னு வந்து கூப்பிட்டு இருக்காங்க.. மகனே மலையப்பா.. வடதேசத்தில் மறுதாலி, டைவர்ஸ் இதெல்லாம் சகஜம்லே.. அங்க நம்ம ஆதித்தனை யாரும் ஒதுக்கமாட்டாங்க. ஆனா.. உம் மகன்.. என்ன சொல்லியிருக்கான்.. படிச்சியாலே..? 'நான் மலையப்பன் மகன். என் உடம்பில் ஓடுவது அவர் ரத்தம்'ன்னு சொல்லியிருக்கான். மகாராஜா போல வாழ வைக்க வந்த வாழ்க்கையை உதறித் தள்ளியிருக்கிறான். 'என்வேர் பனையூரில் இருக்கு'ன்னு சொல்லியிருக்கான். பெத்த தாயை 'அம்மா'ன்னு கூப்பிட மாட்டேன்னு சொல்லி யிருக்கான். இப்போ சொல்லுலே.. என் தங்கம்.. நான் வளர்த்த முத்து.. அதுகிட்ட நீ நடந்துக்கிட்ட முறை சரியாலே.. அவனுக்கு பண்ணின கொடுமைகளுக்கு என்னலே பரிகாரம் செய்யப் போற.. பெத்த புள்ளய வீட்டை விட்டு துரத்தினயே.. 'ராஜ்யத்தையே கொடுக்கிறேன் வா'ன்னு உன் ஓடிப்போன பொஞ்சாதி வந்து கூப்பிட்டாள்ல்ல.. உன் புள்ள போனதா..? அந்தப் புள்ள அருமை தெரியாம.. அநாதைக் காட்டில் அவசரக் கல்யாணம் பண்ணிக்கிட்டு குடும்பம் நடத்த வைச்சிருகிறே.. இந்தப் பாவத்த எங்க போய் தொலைக்கப்போறே..? உனக்கு பேத்தி பிறந்திருக்காலே. உன் குடும்பத்தின் வாரிசு. இந்த வம்சத்தில் பிறந்த முதல் பெண் வாரிசு.. மகாலட்சுமிலே.. அதைத் தெரிஞ்சுக்காம கூட விட்டேத்தியா வாழற.. நீ வாழறது வாழ்க்கையாலே.." கிழவர் திணறி திணறிப் பேசிக் கொண்டிருக்க வாசல்புறம் இருந்த சத்தம் வந்தது. திரும்பிப் பார்த்தார்கள். வெள்ளையம்மாள்

நின்று கொண்டிருந்தாள். ஆங்காரமாய் உள்ளே வந்தவள்..

"ஆமாம்ய்யா.. என் புருசன் என்னோட நடத்தறது வாழ்க்கையில்ல.. அந்த ஓடிப்போன சிறுக்கி பெத்த மகன் கூட வாழறதுதான் வாழ்ககை. என்னடா.. பெரிசு கரிசனமாய் நம்ம புருசனை அழைக்குதேன்னு பின்னாலேயே வந்து பார்த்தேன். நான் நினைச்சது சரியாப் போயிருச்சு. அந்த ஓடுகாலி மகனை சேத்து வைக்க திட்டம் போடுறீரோ.. ஓதுறீரா.. என் புருசனை என்ன விட்டுப் பிரிக்கப் பார்க்கறீரா.. மண்டையைப் போடுற காலத்தில் உமக்கேய்யா இந்த கேட கெட்ட புத்தி.."

என்று அவள் பேசிக் கொண்டே போக மலையப்பன் எழுந்த வேகத்தில் அவள் கன்னத்தில் ஓங்கி அறைந்தார்.

"என்னடி.. உன் மனசில் என்ன நினைச்சுக்கிட்டு இருக்கே.. என் கண் முன்னாலேயே எங்க ஐய்யனை மரியாதையில்லாமல் எந்த தைரியத்தில் பேசுற..? கொன்னு புதைச்சிருவேன்.. அவதான் ஓடிப்போனவடி.. அவன் என் மகன்.. இந்தக் குடும்பத்துக்கு தலைமகன்.. அதை விட்டுவிட்டு.. நீ ராஜ்யம் கட்டி ஆளப் பார்த்தே தொலைச்சுப் புடுவேன் தொலைச்சு.. போடி வெளியே. இனி எங்க ஐய்யன் இருக்கிற இந்த ரூம் பக்கம் வந்தே.. நான் சொன்னதையெல்லாம் செஞ்சிருவேன். வார்த்தைக்கு வார்த்தை 'ஓடிப்போனவ மகன்'ன்னு என் மகனைப் பேசிக்கிட்டு.. இந்த வீட்டில் வாழலாம்ன்னு நினைச்சிராதே.. இந்த மலையப்பன் ஒன்னை வேணும்னு நினைச்சாத்தான் வேணும். வேணாம்னு நினைச்சா வேணாம்தான்.. ஒதுக்கி வைச்சிருவேன்.. ஓடிப் போயிடு வாய் பேசாம.. வந்திட்டா கச்சை கட்டிக்கிட்டு.. அந்தக் காலத்தில் இருந்தே ஆதித்தனைக் கண்டால் எனக்கு ஆகவிடாம பண்ணின கூனிதானடி நீ.. இப்போ தெரிஞ்சுக்க.. ஆதித்தனை உன் மூத்த மகனா நினைச்சா.. நீ என் பெண்டாட்டி.. இல்லைன்னா நீ எனக்கு வேணாம். அதுபோல உன் மகன்கள் ஆதித்தனை அண்ணனா நினைச்சாத்தான் என் மகன்கள்.. இல்லைன்னா அவன்களும் வேண்டாம்.. சொத்தைப் பிரிச்சுக் கொடுத்திட்டு துண்டு வெட்டிக்கிட்டுப் போயிருவேன்.. ஜாக்கிரதை.. போ.. போய் உன் மகன்கள் கிட்டயும் சொல்லு. மலையப்பனுக்கு நாலு மகன்கள்.. இந்தச் சொத்து நாலாய்த்தான் பிரியும்.. போ போய்ச் சொல்லுடி.." அவர் அவள் தலைமுடியைப் பற்றி இழுத்து வெளியே தள்ளினார். பின்னர் தகப்பனின் அருகே கட்டிலில் அமர்ந்து கொண்டு பேசினார்.

"கேட்டிங்களாய்யா.. நான் பேசினது காதில் விழுந்துச்சா.."

"கேட்டேன்லே.. மலையப்பா. நான் பெத்த மகனே.. இந்தக் கிழவன் இந்த வார்த்தையைக் கேட்கத்தான் உயிரை வைச்சுக்கிட்டு இருந்தேன். இனி நிம்மதியா உன் பொஞ்சாதி சொன்னது மாதிரி மண்டையைப் போட்டுருவேன்."

"ஐயா.. என்னைப் பெத்த சாமி.. அந்த கூறு கெட்டவ பேசினதைக் கேட்டு மனசு விட்டுப் போகலாமாய்யா.. நான் இருக்கேன்ல்ல.. கலங்காதீரு.. நான் பார்த்துக்கிறேன்."

தடதடவென்ற சத்தத்துடன் வெள்ளையம்மாளின் மகன்கள் காளியப்பன், சித்தய்யன், சுப்பய்யன் மூவரும் மூச்சிறைக்க வந்து நின்றனர். மலையப்பனைப் பார்த்து,

"எங்க அம்மாகிட்ட என்ன சொன்னீர்.." என்று காளியப்பன் கேட்டான்.

"உங்க அம்மா சொல்லப் போய்த்தானே வந்திருக்க. அப்புறமென்ன கேள்வி வேண்டிக் கிடக்கு..? அவ என்ன சொன்னாளோ அதைத்தான் சொன்னேன்" என்று மலையப்பன் அலட்டிக் கொள்ளாமல் பதில் சொன்னார்.

"ஐயா.. நீங்க பேசுறது சரியில்ல.. எவன் எவனோ எங்ககூட சொந்தம் கொண்டாடுறது நடக்காது.. நாங்க ஏத்துக்கிட மாட்டோம்." என்றான் சித்தய்யன்.

"அவன் எவனோ இல்லையே. என் மூத்த மகன். அவனுக்கப்புறம்தான் நீங்களெல்லாம் எனக்கு மகன்கள்." என்றார் மலையப்பன் கண்டிப்பாக.

"அப்போ.. சொத்தை நாலாத்தான் போடுவீரு.." என்று சுப்பய்யன் சீறினான்.

"ஆமாம்லே.. ரெண்டு வயசில இருந்து அவன் தின்ன சோறு, படிச்ச படிப்பு எதுவும் இந்தக் குடும்பச் சொத்திலிருந்து இல்லையே.. எங்க ஐயன் காசுல சாப்பிட்டான். படிச்சான்.. இப்போ இந்த சொத்தை வச்சு அவன் பல்லு விளக்கப் போறதில்ல.. சென்னையில காரும், சொந்த வீடுமா அமோகமா வாழறான்.. சாப்பாடு போட்டேனா. இல்லை.. படிக்க வைச்சேனா.. இல்லை.. கல்யாணம் பண்ணி வச்சேனா.. அதுவும் இல்லையே. நான் பெத்த மகன்களா.. என் சொந்த மகனை ஊரை விட்டுத் துரத்தினேன்டா.. அவன் ராஜா மாதிரி வாழறான். இந்த அப்பன் வீட்டுச் சொத்து அவனுக்குத் தேவையே இல்லை. ஆனா பிள்ளைகளா..

பரம்பரைச் சொத்து யாருக்குப் போகணும்.. அவன்கள் வம்சத்துக்கு.. அவன்கள் ரத்தத்துக்குப் போகணும்.. ஒருத்தன் பிறந்த வீட்டுச் சொத்தை எடுத்தால்.. நான் இந்த வீட்டின் வம்சம்.. என் அப்பனின் ரத்தம்கிறதை எல்லோருக்கும் சொல்கிறான். ஆதித்தன் என் மகன்.. என் ரத்தம்கிறதை ஒத்துக்கிட்டால் நீங்க அவனை அண்ணனா ஏத்துக்கங்க சொத்தில் அவன் பங்கைத் தொடாதீங்க.. இல்லைன்னா.. வேண்டாம்லே விட்டிருங்க.. ஆனா ஒண்ணுலே.. பாசத்தை கொடுத்தா.. வாங்க மாட்டான். அதையும் நீங்கதான் ஏத்துக்க வைக்கணும்.. என் மகன் அவன்.. நீங்க என் மகன்களாயிருந்தா என்ன செய்வீங்களோ அதைச் செய்யுங்க."

மூன்று மைந்தர்களும் வாயடைத்துப் போயினர். அவர்களது முகத்தில் மூர்க்கம் வடிந்து பாசம் வந்தது. காளியப்பன் முன்னே வந்தான்.

"ஐயா.. என்ன வார்த்தை சொல்லிட்டிரு... அவங்க அம்மா ஓடிப் போனாலும் அவன் உங்க மகனில்லையா.. எங்க உடம்பில ஓடுறது உங்க ரத்தம்ன்னா.. அவன் உடம்பிலயும் அதுதானே ஓடுது.. அவனும் எங்க உடன் பொறப்புத்தான்யா. பங்கு என்னய்யா.. சொத்தையே அண்ணனுக்குக் கொடுக்கிறோம். அவனை வரச் சொல்லுங்க."

மூவரும் மலையப்பனின் கால்களில் விழுந்து மன்னிப்புக் கேட்க அங்கே ஓர் கிராமத்து பெரிய வீட்டின் பண்பாடு மட்டுமே நிறைந்திருந்தது.

32

ஆதித்தன் தூக்கத்தில் புரண்டு படுத்து சந்தயாவின் மேல் கை போட்டு மீண்டும் தூக்கத்தில் மூழ்க ஆரம்பிக்கும் போது செல்போன் ஒலித்தது. ஆதித்தன் விழித்து எழுந்து உட்கார்ந்து போனை எடுத்து எண்களைப் பார்த்தான். பனையூர் கிராமத்தின் போன் நம்பர் ஒளிர்ந்தது. அவசரமாய் பேசினான்.

"ஹலோ ஆதித்தன் பேசுகிறேன்.." மறுமுனை மௌனமாக இருந்தது.

"ஹலோ.. ஹலோ.. யாருங்க.." ஆதித்தன் போட்ட சத்தத்தில் சந்தியா விழித்து எழுந்து தூக்கத்தில் சிணுங்கிய ஒரு வயது அன்னலட்சுமியின் மரத் தொட்டிலை ஆட்டி விட்டவாறு,

"மெதுவாப் பேசக்கூடாதா.." என்று கேட்டாள். ஆதித்தன் உதட்டில் விரலை வைத்து அவளைப் 'பேசாதே' என்று எச்சரித்தான். அவள் மௌனமாகி 'ஏன்' என்பதாய் சைகை செய்ய 'பொறு' என்பதாய் கையசைத்தான்.

"நான் உன் அப்பன் பேசறேன்லே.." என்றது மறுமுனையில் மலையப்பனின் குரல். ஆதித்தனின் உடலில் மின்சாரம் பாய்ந்தது.

"அப்பா... அப்பாவா பேசுகிறது.. என் அப்பாவா பேசுகிறது."

"ஆமாம்லே.. உன்னைப் பெத்த உன் அப்பன் தான் பேசுகிறேன். மகனே ஆதித்தா.. என் மருமகளையும், பேத்தியையும் கூட்டிக்கிட்டு உடனே ஓடிவாலே.. இங்க உன் தாத்தனுக்கு.."

"தாத்தாவுக்கு.. அப்பா தாத்தாவுக்கு என்ன ஆயிற்று..?"

"இப்பவோ, பிறகோன்னு கிடக்கிறார்லே. அவர் வளர்த்த பேரப்புள்ள.. உன் கையால் பாலூத்தாம அவர் உயிர் பிரியாதுன்னு சொல்லி உயிரைக் கையில் பிடிச்சுக்கிட்டு 'இழுத்துக்க, பறிச்சுக்க'ன்னு பாடு படறார்லே.. நீ உடனே ஓடிவா.. உன் முகமுழி பார்க்கத்தான் அவன்

உயிர் காத்திருக்கு."

"வர்றேன்பா உடனே கிளம்பிவிட்டேன்."

அடுத்த மணித்துளிகள் இறக்கை கட்டிப் பறந்தன. நாராயணனுக்கு போன் பண்ணினான். சந்தியா மின்னல் வேகத்தில் பெட்டியில் அவர்களது துணிமணிகளை அடைத்தாள். குழந்தைக்குத் தேவையான உணவுப் பொருள்களை பிளாஸ்டிக் கூடையில எடுத்து வைத்தாள். குழந்தையைத் தூக்கித் தோளில் போட்டுக் கொண்டு அவள் கிளம்ப விளக்குகளை அணைத்து விட்டு பெட்டி, கூடைகளை கையில் எடுத்துக் கொண்டு வீட்டைப் பூட்டி விட்டுக் கீழே இறங்கிய ஆதித்தன் காரை எடுத்தான். அந்தக் குடியிருப்பின் இரவு நேரக் காவலாளி விசாரிக்க "தாத்தாவுக்கு சீரியஸ். ஊருக்குப் போகிறோம்." என்று சுருக்கமாய் விவரம் சொன்னான். சந்தியா காரில் பின்பக்கம் குழந்தை தூங்கி வர வசதியாக ஏறிக் கொள்ள கார் கிளம்பி குற்றாலம் செல்லும் பாதையில் பறந்தது.

விடியற்காலையில் குற்றாலத்தைக் தாண்டி பனையூரில் நுழைந்து விட்டது கார். மலையப்பனின் வீட்டு வாசலில் கூட்டமிருக்க, 'தாத்தா போய் விட்டாரோ' என்ற பதட்டத்துடன் ஆதித்தன் அவசரமாய் இறங்க,

"பதட்டப்படாம வாண்ணே. தாத்தா.. உன்னைப் பார்க்கணும்னுதான் காத்துக்கிட்டு இருக்கார்." என்றபடி காளியப்பன் வந்து பெட்டியை வாங்கிக் கொண்டான்.

'அண்ணா..' என்று அதிசயப்பட்ட ஆதித்தன் அடுத்து வெள்ளையம்மாள்,

"ஏன்லே, உங்க மதனி புள்ளையைத் தூக்கிக்கிட்டு இறங்க முடியாம காருக்குள்ளேயே உட்கார்ந்திருக்கு பாரு.. கதவைத் திறந்து விட்டு மதனியைக் கூப்பிடுலே.." என்று கூறவும் மயக்கம் போடும் நிலைக்கே வந்து விட்டான்.

சித்தய்யன் கார் கதவைத் திறந்துவிட சுப்பய்யன்.

"வா மதனி.. இதுதான் எங்க அண்ணன் மகளா.. சித்தப்பன் கிட்ட வா கண்ணு.." என்றபடி குழந்தையை வாங்கிக் கொண்டான்.

மலையப்பன் வர வெள்ளையம்மாளையும் அவரையும் நிற்க வைத்து பாதம் பணிந்து எழுந்தார்கள் ஆதித்தனும் சந்தியாவும், பேத்தியை வாங்கி உச்சி முகர்ந்த மலையப்பனின் விழிகளில் கண்ணீர் வழிந்தது. ஊரே திரண்டு நின்று அவர்களை வேடிக்கை பார்த்தது.

"பாத்தியாலே.. மலையப்பன் மூத்த மவன்கிட்ட கொஞ்சுறதை.. பாசம் விட்டா போகும். பாவி மகன் இத்தன நாளா எங்கேலே ஒளச்சு வைச்சிருந்தான் இந்தப் பாசத்த."

"நீரடிச்சு நீர் விலகுமாலே.. எங்கே தூர தேசம் போனாலும்.. அந்தப் பயபுள்ளையோட வேர் இங்கே தானல்ல இருக்கும். மலையப்பன் வம்சம் தழைச்சிருக்கு. பொம்பளப் புள்ளையே பொறக்காத பரம்பரையில் முதப் பொண் குழந்த பொறந்திருக்கு.. வம்சத்த வாழ வைக்க வந்த மகாலட்சுமியில்ல அது.. குடும்பம் ஒண்ணு மண்ணாப் போயிருச்சு. நல்லதுதானேலே..?"

ஆளுக்கு ஆள் நியாயம் பேச ஆதித்தனை மாடிக்கு அழைத்துச் சென்றார் மலையப்பன். வெள்ளையம்மாள் சந்தியாவை அழைத்துக் கொண்டு உடன் செல்ல அன்னலட்சுமியை தூக்கிக் கொண்டு காளியப்பனும் அவனது தம்பிகளும் பின் தொடர்ந்தனர்.

கிழிந்த நாராய் படுக்கையில் கிடந்த அந்த வயோதிகா, "தாத்தா" என்ற கதறலில் கண் விழித்தார்.

"யாரு.. என் ஆதித்தனாலே.. என் ஆதித்தனாலே வந்திருக்கிறது.."

"ஆமாம் தாத்தா.. நீங்க வளர்த்து ஆளாக்கின ஆதித்தன்தான் வந்திருக்கேன்.. கண் திறந்து பாருங்க தாத்தா.."

பார்வை மங்கின விழிகளால் துழாவியவர் பேரனை இனம் கண்டு கொண்டார். தளர்ந்து விழுந்த தோல் சுருங்கிய கைகளை அசைக்க முயன்றபடி,

"உன் பொஞ்சாதி, புள்ளைக வந்திருக்கா ராசா.." என்று வினவினார்.

"இந்தா இருக்காங்க பாருய்யா.." என்று மலையப்பன் பேத்தியின் மேல் தந்தையின் கையை எடுத்து வைக்க சந்தியாவும் ஆதித்தனும் தணிகாசலத்தின் கால் தொட்டு வணங்கினர்.

"ஆதித்தா.. இங்கே வாலே.." என்று தாத்தா அழைத்த குரல் கேட்டு,

"வர்றேன் தாத்தா.." என்று அவரின் முகத்தோடு முகம் வைத்து தேம்பினான் ஆதித்தன். அவனின் முகத்தை தடவியர் சந்தியாவை அருகே அழைத்து,

"அம்மா.. தாயி.. என் பேரன் முரடு.. முன் கோபக்காரன் ஆனா.. நல்லவன்தாயி. அவனை பொஞ்சாதி புள்ளைன்னு குடும்பமா பார்த்திட்-

டேன். இனி நிம்மதியா என் கட்டை வேகும். அவனை பெத்த தாய்க்கு தாயா இருந்து பார்த்துக்குவியா தாயி.." என்று கேட்க.

"பார்த்துக்குவேன் தாத்தா.." என்று சந்தியா வாக்குக் கொடுத்தாள்.

யாரோ பால் கொண்டு வர ஆதித்தன் வாங்கி அதை தாத்தாவைப் பருக வைத்தான். அடுத்த இரண்டு மணி நேரங்கள் அணையப் போகும் விளக்கு சுடர் விட்டு எரிந்து பேச வேண்டியதைப் பேசிவிட்டு தான் வளர்த்த செடி விருட்சமாகி கிளை பரப்பி விட்ட நிம்மதியுடன் அந்தத் தியாகியின் உயிர் உடலை விட்டுப் பிரிந்தது. ஆதித்தன் கதறிய கதறல் குற்றாலத்தின் மலைகளில் எதிரொலித்தது.

பதினாறாம் நாள் காரியம் முடிந்தவுடன் எல்லோரும் மலையப்பன் வீட்டு முற்றத்தில் கூடியிருந்தனர்.

"அப்பா நாங்கள் சென்னைக்கு கிளம்புகிறோம். அதிக நாள் லீவ் எடுத்தாகி விட்டது.." என்று கூறினான் ஆதித்தன்.

"அப்படியாப்பா.." என்ற மலையப்பன் காளியப்பனைப் பார்க்க அவன் சில பத்திரங்களைக் கொண்டு வந்து கொடுத்தான்.

"இந்தாப்பா.." என்று மலையப்பன் கொடுக்க அதை வாங்கிப் பார்த்த ஆதித்தன்,

"என்னப்பா இது..?" என்று வினவினான்.

"உனக்கு சேர வேண்டிய சொத்துக்கள்ப்பா.."

"என்னுடைய சொத்து தாத்தாவும், நீங்களும்தான். உங்க பாசம் ஒண்ணே போதும். நான் கை நிறைய சம்பாதிக்கிறேன். எனக்கு அது போதும்மா. சொத்தெல்லாம் வேண்டாம்."

"அப்படிச் சொல்லாதே அண்ணா. இது சொத்தில்லை. இந்தப் பரம்பரையில் உனக்கு இருக்கும் உரிமை. உரிமைi எந்தக் காரணத்துக்காகவும் விட்டுத் தராதே. நீ எங்க ரத்தம்ங்கறப்போ இந்தச் சொத்தும் உன்னதுதான்." என்றான் காளியப்பன்.

"அப்படியானால் காளியப்பா. இந்தா என் பங்குச் சொத்தை என் தம்பிகளான உங்கள் மூன்று பேரிடமும் ஒப்படைக்கிறேன். நீங்க உழைத்ததில், செலவழித்தது போக மீதமிருந்தால் அப்பா அம்மாவிடம் கொடுங்கள். நான் தேவைப்படும்போது வாங்கிக் கொள்கிறேன்.." என்று தம்பிகளிடம் தன் சொத்தை ஒப்படைத்தான் ஆதித்தன்.

எல்லோரிடமும் விடைபெற்று ஆதித்தன் திரும்பினான். அந்தக் குடும்பமே கூடி தெரு வரை வந்து அவர்களை வழியனுப்பி வைத்ததைக்

கண்டு காற்றோடு கலந்து நின்ற தணிகாசலத்தின் ஆத்மா நிம்மதி அடைந்தது.

அந்தத் திருமண மண்டபம் களை கட்டியிருந்தது. சந்தானலட்சுமி பட்டுப் புடவை சரசரக்க, நகைகள் அணிந்து பரபரப்புடன் இங்கும் அங்-கும் அலைந்து கொண்டிருந்தாள். கோபாலன் பட்டு வேட்டி, சட்டை யணிந்து வந்தவர்களை வரவேற்று அமர வைத்துக் கொண்டிருந்தார். வரவேற்பில் நின்று வந்தவர்களை வரவேற்றுக் கொண்டிருந்த சந்தி-யாவிடம் வந்த ஆதித்தன், மூன்று வயது அன்னலட்சுமியை தூக்கிக் கொண்டிருந்தான். சந்தியாவின் மேடிட்ட வயிறு அவள் நிறை மாத கர்ப்பிணி என்பதைக் காட்டியது. அன்னலட்சுமி பட்டு கவுன் அணிந்து கொழுக் மொழுக்கென்று பார்ப்பவரின் கண்களைக் கவரும் துருதுருப்-போடு இருந்தாள். ஆதித்தனின் கரங்களில் இருந்து வழுக்கி இறங்கிய குழந்தை வாசலில் ஓட, "ஏய்ய்" என்று நின்ற படி அதட்டிய ஆதித்தன்,

"அப்படியே அம்மாவைப் போல சொன்ன பேச்சு கேட்பதில்லை.." என்றான்.

"அடடே.. அப்படியா ஜி.எம். சார்.. மாற்றிச் சொல்லி தப்பிக்கப் பார்க்கறீங்களா.. அப்படியே அப்பா மாதிரி அடங்கா பிள்ளையாய் இருக்கிறாள்.." என்று கணவனை வாரிய சந்தியா அவனைப் பார்த்துச் சிரித்தாள்.

"சிரிச்சு மயக்காதேடி.. உன் அண்ணனுக்குக் கல்யாணம்ன்னால் புரு-சனை கண்டுக்கக் கூடாதுன்னு சட்டமிருக்கா மூன்று நாள்களாய் தேவி தரிசனம் சரியாகவே கிடைப்பதில்லை. என்ன நினைத்துக் கொண்டிருக்-கிறாய்."

"உங்களைத்தான் நினைத்துக் கொண்டிருக்கிறேன்னு உங்களுக்குத் தெரியாதா..?"

"இப்போ பேசி மயக்கு.. இப்போ கல்யாணம் முடிஞ்சதும் நம்ம வீட்-டுக்கு வருவியா, மாட்டியா..? மூன்று நாளா உன் அண்ணன் வீட்டில் டேரா போட்டிருக்கிறே.."

"நைட் புது மணத் தம்பதிகளை முதலிரவு அறைக்குள் அனுப்பி வைக்கிறது வரை அண்ணன் வீட்டில் தான் இருப்பேன். அப்புறம்தான் வருவேன்.."

"ஏண்டி.. நமக்கும் இரவுன்னு ஒண்ணு வேண்டும்.. மனதில் வை.."

"ஐயே.. இங்க தான் நித்தம் முதலிரவா இருக்கே.. அப்புறமென்ன.. அதோ வாசலில் ஒண்ணு விளையாடுது. வயிற்றில் ஒண்ணு இன்றைக்கு வரவா நாளைக்கு வரவான்னு கேட்டுக்கிட்டு இருக்கு. என்னவோ சாமியாராய் அலைய விட்டது போல் பேச்சைப்பார். மூன்று நாள் விட்டுப் பிரிஞ்சா என்னவாம்.. என் அண்ணன் எனக்கு எல்லாக் கடமையும் செஞ்சான். தங்கை கடமையை நான் செய்ய வேண்டாமா..?"

"சரிடி.. முறைக்காதே.. அத்தை வருகிறார்கள்.. அப்புறம் பேசலாம்.."

சந்தானலட்சுமி, குழந்தையைத் தூக்கிக் கொண்டு இருவரையும் மேடைக்கு அழைத்துச் சென்றாள். பிரதீப் மணப் பெண்ணான சுமதியின் கழுத்தில் தாலி கட்ட மூன்றாவது முடிச்சான நாத்தனார் முடிச்சு சந்தியா போட்டாள். ஆதித்தன் மைத்துனன் சீர்வரிசையாய் தங்கச் செயின் போட்டு கைக்கடிகாரத்தை கட்டி விட்டு மோதிரம் போட்டு விட்டான். கணவனின் பரிசைக் கண்ட சந்தியா வின் இதயம் நிறைந்தது.

பனையூர் கிராமத்தின் எல்லையிருந்த அம்மன் கோவில் வாசலில் கார்கள் நின்றிருந்தன. கூட்டம் கூடியிருந்தது. ஆதித்தனின் குழந்தைகள் அன்னலட்சுமி, தணிகாசலம் இருவருக்கும் குலதெய்வம் கோவிலில் முடிக் காணிக்கை செலுத்தி காது குத்தும் விழா நடை பெற்றுக் கொண்டிருந்தது.

சென்னையிலிருந்து ஒரு காரில் சந்தானலட்சுமி, கோபாலன், பிரதீப், சுமதி எல்லோரும் வந்திருந்தனர். சுமதி மேடிட்ட வயிறுடன் நின்றாள்.

வெள்ளையம்மாள் பொங்கல் வைத்து இறக்க காளியப்பன் முடி இறக்குபவரிடம் பேசிக் கொண்டிருக்க சித்தய்யன் பூஜை சாமான்களை அடுக்கி வைத்துக் கொண்டிருக்க சுப்பய்யன் குழந்தைகளுடன் விளையாடிக் கொண்டிருக்க, மலையப்பன் கோபாலன் குடும்பத்தாருடன் பேசிக் கொண்டிருந்தார்.

ஊர் பெரியவர் ஒருவர் ஆதித்தனிடம்,

"ஏன்லே உன் புள்ளைக பேரென்ன.." என்று கேட்க,

"அன்னலட்சுமி, தணிகாசலம்" என்று அவன் பதில் கூறினான்.

"என்னலே பட்டணத்துல போயி பொழைக்கிறே, பட்டிக்காட்டுப் பழைய பேரா வைச்சிருக்கே.." என்று அந்தப் பெரியவர் வியக்க,

"பட்டணத்தில் பிழைத்தாலும் என் வேர் இருப்பது பட்டிக்காட்டில் தான் தாத்தா. பழமை காப்பாத்தாமல் இந்த இளமை இல்லை." என்று

ஆதித்தன் கூற,

"என்னவோ போ.. இந்தக் கிழவனுக்கு நீ சொல்றது மண்டையில ஏறலே.. ஆனா ஒண்ணு.. ஒண்ணை வளர்த்து ஆளாக்கி விட்ட உன் தாத்தன் பேரை ஒன் பையனுக்கு வைச்சிருக்கிறதைக் கேட்டு எம் மனசு குளிருதுய்யா.." என்றார் அவர்.

மலையப்பன் இந்த உரையாடலைக் கேட்டு மனம் நெகிழ்ந்தார்.

"பிள்ளைகளுக்கு தாய் மாமன் எங்கே.. வாங்க.." என்று முடி இறக்குபவர் அழைக்க பிரதீப் வந்து குழந்தைகளை மடிதாங்கிக் கொண்டான்.

குழந்தைகளுக்கு காதணி முதல் வளையல், செயின் என்று தாய் மாமன் வீட்டுச் சீர்கள் பதினான்கு தட்டுக்களில் வரிசை பரப்பப் பட்டிருக்க ஊரே அதைப் பார்த்து வியந்தது.

பிரதீப்பின் மடியிலிருந்து குழந்தைகள் காது குத்தி காதணி அணிந்தார்கள்.

மலையப்பன் தடபுடலாக ஊருக்கே காதணி விழா விருந்து வைத்தார்.

இரவு ஊர் திரும்பும் போது பின் சீட்டில் குழந்தை களுடன் அமர்ந்திருந்த சந்தியாவின் பக்கம் திரும்பி,

"முன் சீட்டுக்கு வாடி.." என்றார் கார் ஓட்டிக் கொண்டிருந்த ஆதித்தன்.

"அதுதானே பார்த்தேன். ஊரில் அடக்கமான பிள்ளையா வண்டியில் ஏறிட்டு ஊர் எல்லையைத் தாண்டியவுடன் வம்பு பண்ண ஆரம்பிச்சாச்சா..!" என்று பொய்யாய் சலித்துக் கொண்டவள் அன்னலட்சுமிக்கு தலையணையை அணைவு கொடுத்துப் படுக்க வைத்துவிட்டு தணிகாசலத்தை மடியில் வைத்துக் கொண்டு கணவன் அருகே வந்தாள்.

இருண்ட அந்த மலைப்பாதையில் வெளிச்சத்தை பாய்ச்சிக் கொண்டு அந்தக் கார் விரைந்தது.. சந்தியாவின் அருகாமை அந்த வெளிச்சத்தைப் போல் தனக்கிருப்பதை உணர்ந்த ஆதித்தன் ஒரு கையால் காரை ஓட்டியவாறு மறுகையால் மனைவியை அணைத்துக் கொண்டான்.

'பிருந்தாவனம்' என்ற பெயர் பலகை வைத்த அந்த புதிதாகக் கட்டப்பட்டிருந்த பங்களாவின் வாசலில் கட்டப்படிருந்த வாழை மரங்களும், மாவிலைத் தோரணங்களும், சாமியானா பந்தலும் செம்மண் கரையிடப்பட்டிருந்த அகன்ற மாக்கோலமும் அந்த வீட்டில் புதுமனை புகுவிழா நடைபெறுவதை பறை சாற்றியது.

உள்ளே ஹோமம் வளர்த்து ஐயர் மந்திரங்கள் ஓத புத்தாடை அணிந்து சந்தியாவும், ஆதித்தனும் மனையில் அமர்ந்திருந்தனர். அவர்கள் இருவரின் இரு பக்கமும் ஆறு வயது அன்னலட்சுமியும், மூன்று வயது தணிகாசலமும் உட்கார்ந்து இருந்தனர். எதிரே மலையப்பன், வெள்ளை யம்மாள், காளியப்பன், சித்தய்யன், சுப்பய்யன் ஆகியோர் அமர்ந்திருந்தனர். சந்தானலட்சுமி சமையலறையில் பால் காய்ச்ச ஆயத்தங்கள் செய்து சொண்டிருந்தாள். சுமதி கைக் குழந்தையுடன் வாசலில் உணவு வந்த வேனிலிருந்து பாத்திரங்களை இறக்கி வைத்துக் கொண்டிருப்பதை மேற்பார்வை பார்த்துக் கொண்டிருந்த பிரதீப்பிடம் சென்று பேசிக் கொண்டிருந்தாள்.

எலி வலைன்னாலும் தனி வலை வேண்டும் என்று சந்தியா பிடிவாதம் பிடித்து தன் கிஷான் விகாஸ் பத்திரங்கள் முதிர்ந்து வந்த தொகை ஆறு லட்சத்தையும் அவளது வேலையில் பிடித்தம் வந்தத, அவள் சேமித்து முதலிய தொகை ஒரு லட்சத்தையும் கொடுக்க ஆதித்தன் தன் வங்கி கையிருப்பை எடுத்து இடம் வாங்கிப் போட்டான். அலுவலகத்தில் வீடு கட்ட லோன் போட்டு பற்றாக்குறைக்கு சந்தியாவின் நகைகளை அடமானம் வைத்து இந்த பங்களாவை கட்டி முடித்து விட்டனர்.

'பிருந்தாவனம்' என்ற பெயரை சந்தியாதான் தேர்ந்தெடுத்தாள். குழலூதும் கண்ணன் குதூகலம் கொடுத்த இடத்தின் பெயர் அதைப் போலென்றும் கண்ணன் துணையிருக்க அந்தக் குடும்பம் பிருந்தாவனமாய் தழைக்க வேண்டுமாம்.

ஒரு மாதம் தங்கி ஓய்வெடுத்த பின் மலையப்பன் குடும்பத்தார் பனையூர் சென்று விட்டனர்.. மைத்துனன்களின் திருமணத்திற்கும் மற்ற குடும்ப விசேஷங்களுக்கும் ஒரு வாரம் முன்னாலேயே சென்று சந்தியா நடத்திக் கொடுத்து வந்தாள்.

அன்று இரவு 'பிருந்தாவனத்தின்' மாடியிலிருந்த படுக்கையறையில் நுழைந்தாள் சந்தியா. நான்கு கட்டில்கள் சேர்த்துப் போடப்பட்டிருந்த மிகப் பெரிய படுக்கையறையில் குழந்தைகளைத் தூங்க வைத்து விட்டு ஆதித்தன் புத்தகம் படித்துக் கொண்டிருந்தான். சந்தியா வந்ததும் புத்தகத்தை வைத்து விட்டு,

"அம்மையார் பள்ளி கொள்ள வர இவ்வளவு நேரமா.." என்றான்.

"மாளிகை போல் வீடு. சரியாப் பார்த்துக்க வேண்டாமா..?"

"மகாராஜா போல் உன் புருசன். அவனையும் பார்க்க வேண்டாமா..?"

"ம்ம்.. குழந்தைகள் தூங்கிட்டாங்களா.."

"அப்போதே.." என்று மனைவியை இழுத்து அணைத்துக் கொண்டான் ஆதித்தன்.

அலைகள் அடிக்கும் கடல்தான் வாழ்க்கை.. அந்த அலைகளைப் புரிந்து கொண்ட மீனவனுக்கு கடல்தான் தாய்வீடு. நாமும் அதைப்போல் வாழ்க்கையைப் புரிந்து கொண்டால் அலையடிக்கும் வாழ்க்கை அமைதியாய் தாலாட்டும்..

அக்கினிப் பறவையான ஆதித்தனை சந்தியா தாலாட்டியது போல்.

... முற்றும் ...

நூலாசிரியர்

செந்தமிழும் வசப்பட்டு கைகளில் சொற்கள் அருவியாய் கொட்டும் பேறு பெற்றவர் திருமதி.முத்துலட்சுமி ராகவன் அவர்கள். இவர் தமிழ் எழுத்துலகில் என்றைக்கும் நிலைத்து நிற்கும்படியான புதினங்களை எழுதி அனைவர் மனதையும் கொள்ளைகொண்டவர் . இவர் எழுத்துக்கள் ஒன்றே போதும் இவர் பெருமையைக் கூற. 2009ம் ஆண்டு முதல் புதினங்களை எழுதத் தொடங்கிய இவர் சிறுவயது முதல் எழுதுவதில் ஆர்வம் கொண்டவராகத்தான் இருந்தார். காலப்போக்கில் மெல்லத் தொடங்கிய இவரது எழுத்துப்பணி, 2009 ஆம் ஆண்டு அச்சேறி அனைரையும் கட்டி இழுத்-தது. இவர் எழுத்துநடையை அவ்வளவு எளிதில் யாராலும் கடந்துவிடமுடியாது. மென் உணர்வுகளை உருக்கமாக, மனதை நெகிழவைக்கும் விதமாக தன் எழுத்துக்களில் இவர் கையாண்டிருப்பார்.. இவர் கதைகள் ஒவ்வொன்றும் ஒரு விதம் அனைத்தும் புதுவிதம், மேலும், ரசிக்கவைத்து, அதில் இளைப்பாறி, அந்தக்கதாப்பாத்திரமாகவே நாம் மாறி, உணரவைத்து நம் மனதை மெழுகாய் உருக வைக்கும் விதத்தில் இருக்கும். சுமார் 200 நாவல்களை இந்த குறைந்த வருடங்களில் இவர் எழுதியிருப்பதைப் பார்த்து நிச்சயம் பிரமிக்காமல் இருக்க முடியாது. அத்தனையும் நல்முத்துக்கள். இதில் பலபாகங்கள் கொண்ட நூல்களும் உள்ளன. எழுத்தோடு பதிப்பகத்துறையிலும் தடம் பதித்து நூற்றுக்கணக்கான புத்தகங்களை பதிப்பித்துக் கொடுத்திருக்-கிறார் இவர். கூடவே மாதாந்திர நாவல்களையும் பதிப்பித்-துக் கொடுத்திருக்கிறார் பலருக்கும். இவர் சமீபத்தில் 2021 மே மாதம் இந்த பூவுலகை விடுத்து வானுலகம் எய்தியிருந்-தாலும் இவர் எழுத்துக்களும், இவர் விட்டுச் சென்ற தடங்-களும் காலத்தால் அழியாததைவையாக சிரஞ்சீவியாக நம்-முடன் உலா வரும் என்பதில் ஐயமேதுமில்லை.

www.ingramcontent.com/pod-product-compliance
Lightning Source LLC
LaVergne TN
LVHW100252051026
849517LV00006B/2058
* 9 7 9 8 8 8 9 5 1 6 1 5 6 *